D1772479

என் பெயர் ராதா

என் பெயர் ராதா

சாதத் ஹசன் மண்ட்டோ

தமிழில்

ஜான்சி ராணி

எதிர் வெளியீடு

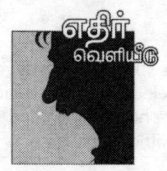

என் பெயர் ராதா
சாதத் ஹசன் மண்ட்டோ
தமிழில்: ஜான்சி ராணி

முதல் பதிப்பு: ஜூலை 2024

எதிர் வெளியீடு,
96, நியூ ஸ்கீம் ரோடு, பொள்ளாச்சி – 642 002
தொலைபேசி: 04259 226012, 99425 11302

விலை: ரூ. 299

En peyar raata
My Name is Radha
Saadat Hasan Manto

English edition Published by Penguin Random House India.
This Tamil edition is published with an arrangement with Penguin Random House India.

Translated by Jansi Rani
First Edition: July 2024

Published by
Ethir Veliyeedu, 96, New Scheme Road, Pollachi – 2
email: ethirveliyedu@gmail.com
www.ethirveliyeedu.com

ISBN: 978-91-19576-68-5
Cover Design: Lark Bhaskaran
Printed at Jothy Enterprises, Chennai.

All rights reserved. No part of this book may be reprinted or reproduced or utilised in any form or by any electronic, mechanical or other means, now known or hereafter invented, including photocopying and recording, or in any information storage or retrieval system, without permission in writing from the publisher.

சாதத் ஹசன் மண்ட்டோ (1912-1955)

உருதுவில் மிகவும் பரவலாக வாசிக்கப்பட்ட, மிகவும் சர்ச்சைக்குரிய எழுத்தாளர். பஞ்சாப் மாவட்டத்தின் லூதியானாவில் பிறந்தவர். இரண்டு தசாப்தங்களுக்கும் மேலான எழுத்து வாழ்க்கையில் அவர் இருபத்தி இரண்டு சிறுகதைத் தொகுப்புகளையும், ஒரு நாவல், ஐந்து வானொலி நாடகத் தொகுப்புகள், மூன்று கட்டுரைத் தொகுப்புகள், இரண்டு நினைவோடைகளின் தொகுப்புகளையும் எழுதியுள்ளார். மேலும் பல திரைப்படங்களுக்கான வசனங்களையும் எழுதியுள்ளார். மண்ட்டோவின் மிகச்சிறந்த படைப்புகளில் சில அவரது வாழ்க்கையின் கடைசி ஏழு ஆண்டுகளில் எழுதப்பட்டவை. மண்ட்டோ தனது 42 ஆவது வயதில் லாகூரில் மரணமடைந்தார்.

ஜான்சி ராணி
மொழிபெயர்ப்பாளர்

தஞ்சாவூரில் பிறந்த இவர் உளவியல் ஆலோசனையில் முதுநிலை பட்டம் படித்தவர். மனநலம், வாழ்வியல், வணிகம், மெட்டாஃபிஸிக்ஸ் எனப் பல்வேறு தலைப்புகளில் இவர் எழுதிய கட்டுரைகள் தமிழின் முன்னணி பத்திரிகைகளிலும் இணையதளங்களிலும் வெளியாகியுள்ளன. இவரது 'ஈஸ்ட்ரோஜன் கவிதைகள்' எனும் முதல் கவிதைத் தொகுப்பு 2019இல் வாசகசாலை வெளியீடாக வந்துள்ளது. இவரது மொழிபெயர்ப்பில் 'ஒரு வாழ்க்கை சில சிதறல்கள்' என்னும் நூல் 'எதிர் வெளியீட்டில்' வெளிவந்துள்ளது.

இவர் தற்போது கணவர், இரு பிள்ளைகளுடன் சென்னையில் வசிக்கிறார்.

வெறுமையின் துயர்கானம்
09

என் பெயர் ராதா
15

வாசனை
48

ஜானகி
58

சாலையோரம்
90

தங்கமோதிரம்
100

பச்சை செருப்பு
109

அவமானம்
117

திற
150

நூல்கோல்கள்
156

ராஜ்ஜியத்தின் முடிவு
165

கருப்பு சல்வார்
184

இழத்தலின் இன்பம்
208

வெறுமையின் துயர்கானம்

சாதத் ஹசன் மண்ட்டோ... ஒருமுறை உச்சரித்த பின்னால் இந்தப் பெயரின் வசீகரம் தொடர்ந்து எவரையும் ஆட்கொண்டுவிடும் சாதுர்யம் கொண்டது. அதேபோல் மண்ட்டோவின் கதைவெளியும்கூட. வாசிப்பவரின் மனதிலிருந்து சீக்கிரத்தில் மறக்கும் தன்மையற்றது. முதன்முதலாக நான் மண்ட்டோவின் கதைவெளியைக் கண்டடைந்த தருணம், இன்னும் என் ஞாபக அடுக்கில் மறையாமல், புனைவின் மாய யதார்த்த கனவுபோல அடிக்கடி கிளர்ந்துகொண்டேயிருக்கிறது.

என் அப்பாவின் உடல்நிலையைக் கருத்தில்கொண்டு சென்னையிலிருந்து ஊர் போய் தங்கியிருந்த தொண்ணூறுகளின் இறுதி அது. வாசிப்பையே பிரதானமாக்கியிருந்த காலகட்டம். தளவாய்ப்பட்டிணம் நூலகப் பின்பகுதியில் பகலிலும் இருள் மண்டிய இடத்தில், யாருமே தேடி எடுக்காத புத்தக அடுக்கு ஒன்று இருந்தது. ஓரம் கிழிந்து, செல்லரித்து, அட்டை மக்கி உடைந்த, கண்டமான புத்தகங்கள் நிறைய அந்த அடுக்கில் இருந்தன. மழையில் நனைந்த, சுண்டெலி கொரித்த சில புதுப்புத்தகங்களும் அதில் இருந்தன. அவ்விடத்தில் படிந்திருந்த தூசிகளுக்கும் நூலாம்படைகளுக்கும் இடையே புகுந்து சிரமப்பட்டுத் தேடியபோதுதான், எனக்கு அரிதான அந்நிய மொழிக் கதைகள் நிறையக் கிடைத்தன. அந்த அடுக்கிலிருந்து எடுத்துத்தான் நான் 'ஒரு குடும்பம் சிதைகிறது', 'வாழ்க்கை ஒரு நாடகம்', 'மயூராட்சி', 'கவி', 'நினைவுகள் அழிவதில்லை'... போன்ற இந்திய மொழிப் புதினங்களை வாசித்தேன்.

ஒருமுறை நூலக நடைக்கதவு மூடும் அந்தியில் அந்த அடுக்கில் அவசரமாகத் தேடிக்கொண்டிருந்தபோது எனக்கு சாதத் ஹசன் மண்ட்டோவின் சிறுகதை இடம்பெற்ற புத்தகம் ஒன்று கிடைத்தது. அது புத்தகமா இதழா என்கிற குழப்பம் எனக்கு உண்டு. அதன் முன்பகுதியிலும் பின்பகுதியிலும் அட்டை உட்பட பத்துக்கும் மேற்பட்ட பக்கங்கள் காணாமல் போயிருந்தன. மழை ஈரத்தினால் சேதாரமாகாமல் எஞ்சியிருந்த பக்கங்களினூடாகத்தான் மண்ட்டோ எனக்கு அறிமுகமானார். அப்போது மண்ட்டோவின் எழுத்து எனக்கு எவ்வித தாக்கத்தை ஏற்படுத்தியது என்று சொல்லத் தெரியவில்லை. அந்த வாசிப்பு எனக்குப் புனைவின் மாய யதார்த்த கனவுபோலவே இன்றும் புரிபடாமல் நீடிக்கிறது. சாதத் ஹசன் மண்ட்டோ என்கிற உருது எழுத்தாளனின் பெயர் மட்டும் மனஆழத்தில் பதிந்து என்னை ஆட்கொண்டுவிட்டது.

இரண்டாயிரங்களின் துவக்கத்தில் எழுத்தாளர் க.சீ.சிவக்குமார் அதே சாயல்கொண்ட மண்ட்டோவின் சிறுகதைத் தொகுப்பு ஒன்றை, கையில் பிடித்தபடி என்னைச் சந்திக்க வந்ததும் ஞாபகத்தில் இருக்கிறது. அன்று புறப்படும்போது க.சீ.சிவக்குமார் அந்தத் தொகுப்பை எனக்கே கொடுத்துவிட்டுப் போய்விட்டார். அந்தத் தொகுப்பு இன்னும் என் புத்தகச் சேகரிப்புக்குள் இருக்கக்கூடும். அந்தத் தொகுப்பை வாசிக்க வாசிக்க மண்ட்டோவின் வெறுமையின் துயர்கானம் என்னையும் சூழ்வதை உணர்ந்தேன். என்னால் மண்ட்டோவின் விசாலமான கதையுலகத்தை நுட்பமாகப் புரிந்துகொள்ளவும் முடிந்தது. அன்றிலிருந்து இன்றுவரை தமிழில் வெளிவந்த மண்ட்டோவின் அநேகப் படைப்புகளை வாசித்து முடித்துவிட்டேன். எனினும் அவர் கதையின் முதல் வாசிப்பின் பிரமிப்பு இன்னும் நீங்கியபாடில்லை.

தற்சமயம் 'என் பெயர் ராதா' தொகுப்பை வாசிக்கும்போதும் மண்ட்டோவின் சிறுகதைகளில் வரையறுக்கமுடியாத ஒருவித வசீகரம் இன்னும் நீடித்துக்கொண்டேயிருப்பதை உணர

முடிகிறது. 'என் பெயர் ராதா' அந்தக் காலகட்ட இந்தித் திரைப்பட உலகத்தின் உண்மை முகத்தை வெளிச்சமிட்டுக் காட்டும் சிறுகதை. மண்ட்டோவின் பெண்ணியப் பார்வை இந்தக் கதையில் தீர்க்கமாக வெளிப்படும். இந்தக் கதையின் இறுதிப்பகுதியில் மண்ட்டோ நிகழ்த்திக்காட்டும் சொற்களின் நர்த்தனம், அவரின் கலையுணர்வும் மொழியாளுமையும் எத்தகையவை என அறிய ஒரு சிறு உதாரணம்.

நேரடிக் கதைகூறும் உத்தியில் ஆழமான உளவியல் நுட்பம்கொண்டது மண்ட்டோவின் சிறுகதைகள். அவை பெரும்பாலும் இந்தியா - பாகிஸ்தான் பிரிவினைகால நெருக்கடியைச் சித்தரிப்பவை. இருநிலத்துச் சனங்களும் உடைமை இழந்து, அகதிகளாக எல்லையைக் கடந்து புலம்பெயர்தலை மையப்படுத்தி, மதப்பிரிவினையால் நடந்த கொலைவெறியாட்டத்தை, குருதியும் குரூரமுமாக தன் படைப்புகளில் படைத்தவர் மண்ட்டோ. 'திற' சிறுகதையில் காணாமல்போன தன் பெண்ணைத் தேடியலையும் தந்தையின் வலியைப் பேசுகிறார் மண்ட்டோ. கலவரங்களால் நாடே பற்றி எரிந்த அப்போதைய நிலவரம் எப்படி இருந்தது என்பதற்கு, இந்தச் சிறுகதை ஓர் இலக்கிய ஆவணம். இத்தனை ஆண்டுகள் கழித்து இந்தக் கதையை வாசிக்கும் வாசகனுக்கும், அன்றைய வலியை அப்படியே கடத்தி மனதைக் கனக்கச்செய்கிறார் மண்ட்டோ.

உருது இலக்கியத்தின் புனைவுவெளி முழுக்க அதீத கற்பனையில் இயங்கிக்கொண்டிருந்த காலத்தில் எழுதவரும் மண்ட்டோ யதார்த்தத்தில் தன் புனைவைக் கட்டமைத்து மிகுவெற்றிபெறுகிறார். உருது முற்போக்கு இலக்கியம் தந்த எழுத்தாளர்கள் வரிசையில் முதலிடத்திலும் நிற்கிறார்.

'ஜானகி' சிறுகதையில் கருச்சிதைவு பற்றி முற்போக்காக அந்தக் காலகட்டத்திலேயே பதிவுசெய்துள்ளார் மண்ட்டோ. அந்தக் கதையில் பிரதானமாக வரும் பெண், "சட்டங்களை இயற்றுபவர்கள் கருச்சிதைவு செய்துகொள்வது எத்தனை

வலிமிக்கது என்பதையும் அறியவேண்டும்... குற்றமாமே ஹூம்...” என்று மண்ட்டோவிடமே வாதிடுவதாய் பதிவு செய்துள்ளார்.

‘அவமானம்’ மண்ட்டோவின் மிகப்பிரபலமான சிறுகதை. சௌகந்தி, பாலியல் தொழிலாளி. உதாசீனப்படுத்தும் ஆண்களின் சுயநல சுரண்டலை, அவள் எப்படி எதிர்கொள்கிறாள் என்று ஆக்ரோஷமாகப் பேசுகிறார் மண்ட்டோ.

‘சாலையோரம்’ என்கிற சிறுகதையில் ஆண்களால் வஞ்சிக்கப்படும் பெண்களின் துயரச் சித்திரத்தை எளிய சொற்களில் வரைகிறார் மண்ட்டோ. ‘கருப்பு சல்வார்’, ‘இழத்தலின் இன்பம்’, ‘ராஜ்ஜியத்தின் முடிவு’ போன்ற சிறுகதைகளிலும் பெண்களின் அகவுணர்வு பேசப்படுகிறது. அதேபோல் ‘தங்க மோதிரம்’, ‘பச்சை செருப்பு’, ‘நூல்கோல்கள்’ போன்ற சிறுகதைகளில் மண்ட்டோ தன் மனைவி சஃபியாவைப் பூடகப் பாத்திரமாக்கி எழுதியிருப்பாரோ என வாசகனுக்குள் ஒருவித கானல் பிம்பத்தை ஏற்படுத்துகிறார்.

மண்ட்டோவின் ‘வாசனை’ என்ற சிறுகதையும் பிரபலமானது. இதன் கவித்துவமான மொழிநடையும் படிக்கும் எவரையும் ஈர்க்கக்கூடியது...

‘ரந்தீர் அவள் அருகில் அமர்ந்து அதை அவிழ்க்க முயன்றபோதும் முடியவில்லை. எரிச்சலுடன் அதன் இருமுனைகளையும் பிடித்துத் தீவிரமாக இழுத்ததும் அவிழ்ந்தது. அந்த வேகத்தில் சட்டென நழுவிய அவன் கைகள், இரு மார்புகளைத் தாங்கியிருந்தன. அவை மெல்ல அதிர்ந்துகொண்டிருந்தன. தான் திறமையான குயவன் என்பதாகவும், மென் களிமண்ணால் லாகவத்துடன் ஒரு ஜோடி அழகியக் கிண்ணங்களை அவள் நெஞ்சில் கைகளால் வணைந்ததாகவும் அவன் ஒருகணம் உணர்ந்தான்.’

இப்படி மண்ட்டோ எழுதிய காலத்தில் அவரின் கதைகளுக்கு ஆறு தடவை எதிர்ப்பு தெரிவிக்கப்பட்டு வழக்கும் தொடுக்கப்பட்டது. முக்கியக் காரணம் ஆபாசமாக எழுதுகிறார் என்பதுதான். 'வாசனை', 'தண்டாகோஷ்' போன்ற சிறுகதைகள் ஆபாசமாக எழுதப்பட்டிருக்கிறது என்று மண்ட்டோ மீது வழக்குத் தொடரப்பட்டது. மண்ட்டோவுக்கு லாகூர் உயர் நீதிமன்றம் செக்ஷன் 292 ஐபிசி-படி கீழ்கண்ட தீர்ப்பை வழங்கியது.

"ஓர் எழுத்தாளனின் லட்சியம் என்னவென்பதோ அது நல்லதோ கெட்டதோ என்பது பற்றியோ சட்டம் அக்கறைகொள்ள முடியாது. சட்டம் ஒரு வாசகனின் மனநிலை எவ்வழியில் நடத்திச்செல்லப்படுகிறது என்பதைப் பற்றி மட்டுமே கவலைப்பட முடியும். ஓர் எழுத்து ஆபாச உணர்வுகளை நோக்கி வாசகனை அழைத்துச்செல்லும் என்றால் அந்த எழுத்தை ஆபாசமானது என்று கருதுவதற்கும் அதற்காகத் தண்டனை கொடுப்பதற்கும் தகுதி உடையதாகிறது."

மண்ட்டோ மௌனம் காக்கவில்லை.

"என்னுடைய கதைகள் அசிங்கமாக இருப்பதாக நீங்கள் நினைத்தால், நீங்கள் வாழும் சமூகம் அசிங்கமாக இருக்கிறது என்று பொருள். அந்த உண்மையை நான் எனது கதைகள் மூலம் அம்பலப்படுத்த மட்டுமே செய்கிறேன்..."

"என்னுடைய கதைகளை உங்களால் தாங்கிக்கொள்ள முடியவில்லை என்றால் நம்முடைய காலத்தைத் தாங்கிக்கொள்ள முடியவில்லை என்றே அர்த்தம்."

தன் சிறுதைகளை ஆபாசம் என்று ஒருபோதும் மண்ட்டோ ஒப்புக்கொள்ளவே இல்லை. அவை சிறந்த கலைத்தன்மையான சிறுகதைகளே என்று தான் அகால மரணமடையும்வரை வாதிட்டார். மண்ட்டோவின் கருத்தைத்தான் வாசகனும் காலத்துக்கும் கொண்டிருப்பான் என எனக்குப் படுகிறது.

இந்தத் தொகுப்பில் இடம்பெற்றிருக்கும் சில சிறுகதைகள் இதுவரை தமிழில் மொழிபெயர்க்கப்படாதவை. தவிரவும் இவை மண்ட்டோவின் பெண்சார்ந்த படைப்பு என்றும் சொல்லலாம்.

நவீன இலக்கியப் பரப்பில் ஏற்கனவே கவிஞராக, மொழிபெயர்ப்பாளராக அறியப்பட்ட ஜான்சி ராணி, தன் தேர்ந்த தனித்துவமான மொழிபெயர்ப்பால் உருதுவில் மண்ட்டோ தந்த உணர்வையும் அதிர்வையுமே தமிழிலும் தந்துள்ளார். 'அவமானம்' சிறுகதையில் வரும் சிறுவிவரணை ஜான்சி ராணியின் மொழிபெயர்ப்புக்கு ஒரு சிறு உதாரணம்.

'அவள் தன் உதடுகளின்மீது கத்தியைச் சாணை பிடித்தாளோ என்று நினைக்கவைத்த கூர்மையான சிரிப்பொலியை மீண்டும் அவள் இதழ்கள் வெடித்து உமிழ்ந்தன.'

மண்ட்டோவின் இந்தக் கதைகளைச் சிறப்பாக மொழிபெயர்ப்பு செய்துள்ள ஜான்சி ராணிக்கும், உலக இலக்கியங்களையும் இந்திய இலக்கியங்களையும் மொழியாக்கங்களாக தமிழ் வாசகர்களுக்கு அளிக்கும் எதிர் வெளியீடு பதிப்பகத்துக்கும் மனம் நிறைந்த வாழ்த்துகள்.

10/07/2024 மிகுந்த பிரியங்களுடன்
சென்னை **என். ஸ்ரீராம்**

என் பெயர் ராதா

போரின் எவ்வித அறிகுறியும் எங்குமே தென்படாத காலம் ஒன்றைப் பற்றி நான் பேசிக்கொண்டுள்ளேன். இது நிகழ்ந்தது எட்டு, ஒன்பது ஆண்டுகளுக்கு முன்பு இருக்கக்கூடும். இன்றைய பைத்தியக்காரத்தனங்களைப் போலன்றி, கொந்தளிப்பான நிகழ்வுகள் யூகிக்கக்கூடிய போக்கினைப் பின்பற்றின. இன்றோ கொந்தளிப்பான நிகழ்வுகள் காரண காரியமின்றி நிகழ்ந்து எல்லாவற்றையும் தலைகீழாக மாற்றிவிடுகிறது.

அப்போது நான் நாற்பது ரூபாய் மாதச் சம்பளத்தில் திரைப்பட நிறுவனம் ஒன்றில் வேலையில் இருந்தேன். வாழ்க்கை எப்போதும் போலச் சிக்கலற்று நகர்ந்துகொண்டிருந்தது. படப்பிடிப்புத் தளத்திற்குப் பத்து மணிக்கு வருவேன், வில்லன் நியாஸ் முகமத்தின் இரு பூனைகளுக்கும் இரண்டு பைசாவிற்குப் பால் வாங்கிப் புகட்டுவேன், சுவாரஸ்யமற்ற வசனங்களை சுவாரஸ்யமற்ற ஒரு படத்திற்காக எழுதுவேன், அந்நாள்களில் ‘வங்காளத்தின் நைட்டிங்கேல்’ என அழைக்கப்பட்ட வங்காள நடிகையுடன் சற்று நேரம் தமாஷாகப் பேசுவேன், அவருடைய காலத்தில் பெரிய இயக்குநராக இருந்த தாதா கோராவை முகஸ்துதி செய்துவிட்டு வீடு திரும்புவேன்.

நான் சொன்னதைப் போல், வாழ்க்கை வழக்கமான மேடுபள்ளங்களுடன் சீராகப் போய்க்கொண்டிருந்தது. படப்பிடிப்புத் தளத்தின் உரிமையாளர், இரானிய வம்சாவளியைச் சேர்ந்த கொழுத்த சிவந்த கன்னங்களைக் கொண்ட குறும்பு மனிதரான ஹர்முஸ்ஜி ஃபிரேம்ஜி,

மத்திய வயதுடைய 'கோஜா' பெண் ஒருத்தியுடன் தலைகால் புரியாத காதலில் இருந்தார். புதிதாக வந்து சேரும் ஒவ்வொரு பெண்ணின் மார்பையும் தடவிப் பார்ப்பது இவரின் வழக்கமான பொழுதுபோக்கு. இஸ்லாமியரான இந்த கல்கத்தா விலைமகள் அவளுடைய இயக்குநர், ஒளிப்பதிவாளர், கதாசிரியர் என ஒரே சமயத்தில் அனைவருடனும் தொடர்பு வைத்திருந்தாள். தொடர்பு என்றால், அவர்கள் மூவருடைய கனிவான பாசம் அவளுக்கு மட்டுமே ஒதுக்கீடு செய்யப்பட்டது என அர்த்தம்.

'பன் கி சுந்தரி' யின் படப்பிடிப்பு வளர்ந்துகொண்டிருந்தது. தினசரி, வில்லன் நியாஸ் முகமத்தின் இரு பூனைகளுக்கும் இரண்டு பைசாவிற்கு வாங்கிய பாலைப் புகட்டியபிறகு - அவற்றை வைத்திருப்பதால் படப்பிடிப்புத் தளத்திலிருந்த ஆட்களிடம் எவ்விதமான எண்ணத்தைத் தோற்றுவிக்க அவர் முனைந்தார் என்பதைக் கடவுள் மட்டுமே அறிவார் - எனக்கு அவ்வளவாகப் பழக்கமில்லாத வழக்குமொழியில் படத்துக்கான வசனங்களை எழுதுவேன். எனக்குக் கதையைப் பற்றியோ அதன் போக்கு பற்றியோ எதுவும் தெரியாது ஏனெனில் அந்நாள்களில் நான் வேலையில் ஆர்வமற்றவனாக, வெறும் குமாஸ்தாபோலப் பொறுப்புகளைச் சுமக்காதவனாக இருந்தேன். எனக்கு ஆணையிடப்பட்டதை, இயக்குநருக்குப் புரியும் வகையில், சிதைந்த உருதுவில் காகிதத்தில் எழுதி ஒப்படைப்பது மட்டுமே என் வேலையாக இருந்தது. எனினும் 'பன் கி சுந்தரி'யின் படப்பிடிப்பு நடந்துகொண்டிருந்தது. கதாநாயகனின் பாத்திரம் ராஜ் கிஷோருக்கு ஒதுக்கப்பட்டிருந்த நிலையில், கடவுளுக்குத்தான் தெரியும் எங்கிருந்தென்று - அங்கிருந்து, கவர்ச்சி நாயகியாக நடிக்க ஒரு புத்தம் புதிய முகத்தை ஹர்முஸ்ஜி ஃபிரேம்ஜி அறிமுகம் செய்யப் போகிறார் என்றொரு வதந்தி நிலவியது.

ராவல்பிண்டியைச் சொந்த ஊராகக் கொண்ட ராஜ் கிஷோர் அழகான ஆரோக்கியமான இளைஞன். அவனது உடல்

ஆண்மையுடனும் வசீகரமான வடிவமுடனும் இருந்ததாகப் பரவலாக நம்பப்பட்டது. அவன் உடம்பைப் பற்றி அடிக்கடி நான் நினைத்துக்கொண்டேன். அது நிச்சயம் வலிமையும் கச்சிதமும் நிரம்பியதுதான், ஆனால் அதில் வேறொன்றும் கவரத்தக்கதாக எனக்குத் தோன்றவில்லை. ஒருவேளை நான் அதீத மெலிவும் உயரமும் கொண்ட தோற்றமுடையவனாக உயிர்ப்பற்றவனாக இருந்ததால், இன்னும் சொன்னால், என் போன்ற மனிதர்களைச் சிந்திப்பதில்தான் பெரிதும் ஆழ்ந்திருந்தேன்.

நான் அவனை வெறுக்கவில்லை; என் வாழ்வில் எவரையும் நான் அரிதாகத்தான் வெறுத்துள்ளேன். நான் அம்மனிதனை அதிகம் பொருட்படுத்தவில்லை எனச் சொல்லலாம். போகப்போக காரணம் தன்னாலே வெளிப்படும்.

அவன் பேசும் கலப்படமற்ற ராவல்பிண்டி உச்சரிப்பை, மொழியை, பேசும் பாங்கை நான் முற்றிலும் விரும்பினேன். ராவல்பிண்டி வட்டார வழக்கில் மட்டுமே பஞ்சாபி மொழியின் மிகவும் வாஞ்சை ததும்பும் உச்சரிப்பை நீங்கள் கேட்கமுடியும். ஒரே நேரத்தில் இனிமையும் மென்மையும் முரட்டுத்தனமும் நிரம்பிய வினோதமான பெண்மை கொண்டது அம்மொழி. ராவல்பிண்டி பெண் ஒருத்தி உங்களிடம் பேசினால் உங்கள் வாயில் மாம்பழச்சாறு சொட்டியது போல் உணரவைக்கும். ஆனால், நான் மாம்பழங்களைப் பற்றிப் பேசவில்லை; அந்தப் பிரமாதமான பழத்தை விட நான் குறைவாக விரும்பிய ராஜ் கிஷோர் பற்றிப் பேசுகிறேன்.

நான் குறிப்பிட்டதைப் போல ராஜ் கிஷோர் நல்ல ஆரோக்கியமான தோற்றம் கொண்ட இளைஞன். நல்லது, விஷயங்கள் இங்கேயே முற்றுப்பெற்றிருந்தால் நான் குறைபட்டுக்கொள்ள காரணம் இருந்திருக்காது. தன்னுடைய உடல்கட்டு மற்றும் அழகான தோற்றம் குறித்தும் அவன் அதீதமான தன்னுணர்வு கொண்டிருந்தான் என்பதுதான்

மிகவும் மோசமானது. இதைத்தான் என்னால் தாங்க முடியவில்லை.

ஆரோக்கியமாக இருப்பது நல்ல விஷயம்தான் ஆனால் ஒரு நோயைப் போன்று மற்றவர்கள் மீது அதைத் திணிப்பது என்பது வேறு. ஆம், ராஜ் கிஷோர் இந்த நோயால் அவதிப்பட்டான். அவனை விட ஆரோக்கியம் குறைவானவர்களுக்கு முன்னால் தனது ஆரோக்கியத்தையும் வடிவுடன் கச்சிதமாக அமைந்திருந்த கைகால்களையும் பெருமையுடன் காட்டிக்கொள்வதற்கான வாய்ப்புகளை அவன் ஒருபோதும் தவறவிட்டதில்லை.

சந்தேகத்துக்கு இடமின்றி நான் பலவீனமான நாள்பட்ட நோயாளிதான். என்னுடைய நுரையீரல்களில் ஒன்றினால் ஓர் உடம்புக்குள் போதிய அளவில் பிராண வாயுவைச் செலுத்த முடியாது. ஒருவருடைய பலத்தைப் பயன்படுத்திக் கொள்வதைப் போல பலவீனத்தையும் உபயோகப்படுத்திக் கொள்ள முடியுமென்பதை நான் அறிந்திருந்தபோதிலும், கடவுளின் சாட்சியாக நான் என்னுடைய பலவீனத்தை ஒருபோதும் காட்சிப்படுத்தியது இல்லை. ஆனால் ஒருவர் அவ்வாறு செய்யக்கூடாது என்பதை நம்புகிறேன்.

என்னைப் பொறுத்தவரை, மெய்யான அழகென்பது உங்கள் நாவால் ஒலிபரப்புவது அல்ல, சத்தமின்றி மனதிற்குள் ரசிப்பதே ஆகும். பாறையால் தாக்கியதைப் போன்ற துன்பத்தை விளைவிக்கக் கூடியது அப்படியான அழகு என்று நான் கருதுகிறேன். இளைஞன் ஒருவன் பெற்றிருக்க வேண்டிய எல்லா அழகையும் ராஜ் கிஷோர் பெற்றிருந்தான். ஆனால் வருந்தத்தக்க வகையில், உங்களிடம் பேசும்போது கை தசைகளை மடக்கிக் காண்பிப்பது அல்லது இன்னும் மோசமாக, அவற்றைத் தனக்குத்தானே புகழ்ந்துகொண்டேயிருப்பது போன்ற அநாகரீகமான வகையில் இழிவான காட்சிப்படுத்தும் பழக்கங்களை அவன் கொண்டிருந்தான். அல்லது முக்கியமான கலந்துரையாடலின் நடுவே, உதாரணத்திற்கு, விடுதலை

போன்றவற்றைக் குறித்துப் பேசும்போது, தன்னுடைய காதி சட்டையின் பொத்தான்களை அவிழ்த்து அசாதாரணமாக விரிந்திருக்கும் தன் மார்பின் அகலத்தை அளப்பான்.

ஓ, ஆமாம், காதி - ராஜ் கிஷோர் காங்கிரஸ் கட்சியில் தீவிர உறுப்பினர் என்பதை எனக்கு அது நினைவுபடுத்துகிறது. அதனால்தான் அவன் காதி அணிந்திருக்கக்கூடும். ஆனால் தன்னை நேசித்த அளவிற்கு அவன் தன் நாட்டினை நேசிக்கவில்லை என்ற எண்ணம் என் மனதைத் துளைப்பதை நிறுத்த முடியவில்லை.

அவனைப் பற்றிய எனது கருத்து மிகவும் அநியாயமானது என்று பெரும்பாலான மக்கள் நினைத்தனர். இது ஏனெனில், படப்பிடிப்புத் தளத்திற்கு உள்ளேயோ வெளியேயோ அனைவரும் அவனுடைய அழகிற்காக, எண்ணங்களுக்காக, எளிமைக்காக, நானும் நேசித்த அவனது கச்சிதமான ராயல்பிண்டி உச்சரிப்புக்காக அவனைப் போற்றினர்.

பிற நடிகர்களைப் போல அவன் தன்னைத் தனிமைப்படுத்திக் கொள்ளவில்லை. அனைத்து காங்கிரஸ் கட்சியின் பொதுக் கூட்டங்களிலும், அத்துடன் இலக்கியக் கூட்டங்களிலும் நீங்கள் கண்டிப்பாக அவனைக் காணலாம். தன் வாழ்க்கையில் எத்தனை பரபரப்புடன் அவன் இருந்தபோதிலும், சிறிதளவே பரிச்சயம் கொண்டவர்களாக இருந்தவர்கள் உட்பட, அவனுடைய அண்டைவீட்டார்களின் சந்தோஷத்தையும் துக்கத்தையும் பகிர்வதற்கு நேரங்கொண்டவனாக இருந்தான்.

அவனுடைய புகழ் மற்றும் களங்கமற்ற குணநலன்களால் ஒவ்வொரு படத் தயாரிப்பாளரும் அவனை உயர்வாகவே கருதினர். ராஜ் கிஷோரின் வாழ்க்கை எவ்வித ஊழலும் அற்றது என்று அவர்கள் மட்டுமல்ல பொதுமக்களும் நன்கு அறிந்திருந்தனர். திரைப்பட உலகின் அங்கமாக இருந்துகொண்டு ஒழுக்கமாக வாழ்வது அத்தனைச் சுலபமல்ல. உடன் ராஜ் கிஷோர் வெற்றிகரமான கதாநாயகனாக

இருந்ததும் அனைவரின் பார்வையிலும் அவனது அந்தஸ்தை உயர்த்தியது.

மாலையில் நான் நக்பாராவில் இருக்கும் ஷம்லாலின் பெட்டிக்கடையில் கொஞ்சம் நேரத்தைக் கழித்தேன். இங்கே மக்கள், நடிகர்கள் மற்றும் நடிகைகள் பற்றி வம்பளத்தனர், ஏதேனும் அவதூறில் சிக்காமல் இருந்தவர்கள் மட்டுமே அவர்களுக்குள் இல்லாதிருந்தனர். ராஜ் கிஷோர் அப்படிப்பட்டவன் அல்ல. ஏதாவது உரையாடலின் போது அவனுடைய பெயர் தோன்றினால் ஷம்லால் பெருமையாக அறிவிப்பான், 'மண்ட்டோ ஐயா, ராஜ் அண்ணன் மட்டும்தான் தனது ஒழுக்கத்தில் உறுதியாக இருக்கும் ஒரே நடிகன்'.

ஷம்லால் அவனை ஏன் 'ராஜ் அண்ணன்' என்று குறிப்பிடத் தொடங்கினான் என எனக்குத் தெரியவில்லை, நான் அதைப் பற்றி ஆச்சரியமும் கொள்ளவில்லை, ஏனெனில் ராஜ் அண்ணன் செய்யும் ஒவ்வொரு சின்ன விஷயமும் நிஜமான சாதனை என்பதாகப் பொதுமக்களுக்கு விரைவிலேயே தெரியவந்தது. அவன் எவ்வளவு சம்பாதித்தான், அவன் ஒவ்வொரு மாதமும் தன் அப்பாவிற்கு எவ்வளவு அளித்தான் அல்லது அனாதை இல்லங்களுக்குத் தானமளித்தான் அல்லது தனக்காகச் செலவழித்தான் - இவை அனைத்தையுமே மக்கள் ஏதோ தங்களின் ஞாபகத்தில் ஆழமாகப் பதிந்திருந்ததைப் போல விவரமாக அறிந்திருந்தார்கள்.

ஒரு நாள் ஷம்லால், ராஜ் அண்ணன் தன் சிற்றன்னையிடம் எத்தனை பிரியமாக இருந்தான் என்பதை என்னிடம் சொன்னான். கடினமான நேரத்தில் அவனுக்கு வருவாய் இல்லாதபோது அவன் தந்தையும், தந்தையின் புது மனைவியும் அவனைப் பல இன்னல்களுக்கு ஆளாக்கினர். ஆனால், குறிப்பிட்டுச் சொல்லத்தக்க வகையில் ராஜ் அண்ணன் கடமையிலிருந்து தப்பிக்கவில்லை, திறந்த கரங்களுடன் எல்லாவற்றையும் ஏற்றுக்கொண்டான். இப்போது அவன் தந்தையும் சிற்றன்னையும் தங்களுடைய

சொகுசான படுக்கையில் அமர்ந்தபடி அனைத்தையும் தங்கள் கட்டுப்பாட்டுக்குள் வைத்திருந்தனர். ஒவ்வொரு நாள் காலையிலும் ராஜ் அண்ணன் தன் சிற்றன்னையின் பாதங்களை வணங்கச் சென்றான், தன் தந்தை சொல்லும் எவ்விதமான கட்டளையையும் உடனே செயல்படுத்த, கூப்பிய கைகளுடன் அந்த வயதானவர் முன் நின்றான்.

ஒவ்வொரு முறையும் அந்த மனிதனுக்கு அளிக்கப்பட்ட மிகைப்படுத்தப்பட்ட புகழ்ச்சியைக் கண்டுகொள்ள நேரும்போதெல்லாம் மிகவும் சங்கடமாக உணர்ந்தேன் என்று நான் சொன்னால் நீங்கள் அதை மனதில்கொள்ள வேண்டாம். ஏனென்று எனக்குத் தெரியவில்லை. அப்படி நிகழாதிருக்க கடவுள் அருளட்டும், முன்பே சொன்னதுபோல, நான் அவனை வெறுக்கவில்லை. அவனை வெறுப்பதற்கான காரணத்தை எனக்கு அவன் அளித்திருக்கவில்லை. மதிப்போ முக்கியத்துவமோ இல்லாத குமாஸ்தாக்களான எங்களிடம் ராஜ் அண்ணன் மணிக்கணக்கில் அளவளாவுவார். ஆகவே, ஏனென்று என்னால் சொல்லவியலாதபோதும், இது யாவுமே ஒருவித நாடகம்தான் என்கிற எண்ணம், அதாவது அவனுடைய வாழ்க்கை உண்மையில் ஒரு வெட்கக்கேடு என்பதாக என் மனதின் ஏதோவொரு இருண்ட மூளைக்குள் எப்போதும் மின்னியவாறு இருக்கும். ஆனால் என்னுடன் எவரும் ஒத்துப் போகவில்லை என்பதுதான் பிரச்சினை. மற்றவர் அனைவரும் கடவுளைப் போல அவனைப் போற்ற, எனது சொந்தக் கருத்தில் நான் திடமாயிருந்தேன்.

அவன் மணமானவன், நான்கு குழந்தைகள் இருந்தன, உதாரண புருஷன், முன்மாதிரியான அப்பா. உங்கள் விருப்பப்படி அவனுடைய வாழ்வின் எந்த முனையை உற்றுநோக்கினாலும் தெளிவற்றதாகவோ நம்பத்தகாததாகவோ எதுவுமிருக்காது. அது சரி, ஆனால் இந்த எண்ணம் என் மூளையைப் பிடித்தாட்டிக் கொண்டிருந்தது.

நான் சத்தியமாகக் கூறுகிறேன், இம்மனிதனைப் பற்றிச் சந்தேகங்கொள்வதைக் குறித்து என்னை நானே பலமுறை சபித்துக்கொண்டுள்ளேன். 'நீ அழுகியவன். உலகமே நல்லவன் என்று கருதும் ஒருவனை, உனக்கே கூட எவ்விதப் புகாரும் இல்லாதபட்சத்தில் தேவையின்றி நீ எதற்குச் சந்தேகப்படுகிறாய்? அவனுடைய கச்சிதமான உடல்தோற்றத்தைக் காண்பதில் அவனுக்கு அலுக்கவில்லை என்பதில் என்ன தவறு உள்ளது? உனக்கும் இவ்வாறான உடல் இருந்திருக்கும் பட்சத்தில் நீயும் இதைப் போலச் செய்திருக்கக்கூடும்.'

இருப்பினும் பிறரைப்போல அவனை என்னால் பார்க்க முடியவில்லை. அவனுடனான உரையாடல்களின்போது அடிக்கடி அவனோடு வாதம் புரிய இது வழிவகுத்தது. அவன் சொல்லும் ஏதேனும் விஷயம் எனக்குச் சரிவரவில்லை எனில், நான் முற்றிலும் அவனுக்கு எதிராகச் சென்றேன். ஆனால் அவ்வாறான ஒவ்வொரு வாய்ச்சண்டைக்குப் பிறகும், அவனுடைய உதடுகளில் புன்னகையை மட்டுமே நான் பார்ப்பேன், என்னை அது இன்னும் எரிச்சலடைய வைத்தது, தொண்டையில் சொல்லொண்ணாத கசப்புச் சுவை சலசலத்துத் தளும்புவதை உணர்வேன்.

சந்தேகத்திற்கு இடமின்றி அவனது வாழ்க்கை எவ்வித முறைகேட்டின் கறையுமின்றி இருந்தது. அவன் மனைவி தவிர எந்தப் பெண்ணிடமும் சாதாரணமாகவோ அல்லது வேறுவிதமாகவோ எந்த உறவுமில்லாதிருந்தது. ஒவ்வொரு பெண் நடிகையையும் அவன் சகோதரி என்றே அழைத்தான், பதிலுக்கு அவர்களும் இவனைச் சகோதரா என்றே அழைத்தனர் என்பதையும் ஒப்புக்கொள்வேன். ஆனால் எப்போதும் என் இதயத்தை என் மனம் கேள்வி கேட்டது: முதற்கண் ஏன் இத்தகைய உறவுமுறையை நிறுவ வேண்டும்? சகோதர-சகோதரி உறவுமுறையென்பது ஒரு விஷயமெனில், 'சாலை மூடப்பட்டுள்ளது' அல்லது 'இங்கு சிறுநீர் கழிக்கக்கூடாது' என்றோ அறிவிப்புப் பலகை வைப்பதைப்

போல இத்தனை ஆர்ப்பாட்டமாக ஒரு பெண்ணைச் சகோதரி என்று அழைப்பது, வேறு விஷயம்.

ஒரு பெண்ணுடன் பாலியல்ரீதியான உறவுமுறையை நிறுவுவது உங்கள் நோக்கமில்லை எனும்போது எதற்காக அதைப் பொதுவில் அறிவிக்க வேண்டும்? உங்கள் மனைவி அன்றி வேறொரு பெண்ணின் நினைவு கூட உங்கள் மனதில் நுழையாதெனில் எதற்கு அவ்வுண்மையை விளம்பரப்படுத்தவேண்டும்? இதையும், இதுபோன்ற மற்ற விஷயங்களையும் என்னால் தீர்க்க முடியாததால் விசித்திரமான ஒரு குழப்பம் என்னை ஆட்கொண்டது.

இருப்பினும்-

'பன் கி சுந்தரி'யின் படப்பிடிப்பு வளர்ந்துகொண்டிருந்தது. படப்பிடிப்புத் தளம் நடைமுறைகளால் பரபரப்பாயிருந்தது. ஆண்களும் பெண்களுமாக ஏராளமான துணை நடிகர்கள் தினமும் வருகை புரிந்தனர், வேடிக்கைப் பேச்சுக்களில் ஈடுபட்டு நாங்கள் மகிழ்ச்சியாகப் பொழுதைக் கழித்தோம்.

ஒருநாள், உஸ்தாத் என்று நாங்கள் அழைக்கும் மேக்கப் மாஸ்டர், கவர்ச்சி நாயகியாக நடிக்க ஒப்பந்தம் செய்யப்பட்ட அந்தப் புதிய பெண் வந்துவிட்டாள், அதனால் படப்பிடிப்பு விரைவில் ஆரம்பமாகும் என்று எதிர்பார்க்கப்படுகின்றது என்கிற செய்தியோடு வில்லன் நியாஸ் முகமதின் அறைக்குள் நுழைந்தான்.

நாங்கள் அனைவரும் அப்போது தேநீர் அருந்திக் கொண்டிருந்தோம். தேநீரால் கொஞ்சம், இந்தச் செய்தியால் கொஞ்சம் என உடனே நாங்கள் சுறுசுறுப்பு அடைந்தோம். படப்பிடிப்புத் தளத்திற்கு ஒரு புதிய பெண்ணின் வருகை என்பது எப்போதும் ஓர் இனிமையான நிகழ்வு, எனவே நாங்கள் அனைவரும் உடனே விரைந்து அறையில் இருந்து வெளியேறி இந்தப் புதிய உயிரினத்தைப் பார்க்க வந்தோம்.

ஹர்முஸ்ஜி ஃபிரேம்ஜி தன் அலுவலக அறையிலிருந்து வெளியில் வந்து டிரம்மர் இஸாவின் வெள்ளி டப்பாவிலிருந்து இரு பான்களை எடுத்துத் தன்னுடைய பெரிய கன்னங்களுக்குள் திணித்துக்கொண்டு மேஜைப் பந்தாட்ட (பில்லியர்ட்ஸ்) அறையை நோக்கிச் செல்லும்போது, ஒருவழியாக அவளைக் கண்டோம்.

நான் காண நேர்ந்ததெல்லாம் அவளுடைய அடர்ந்த பழுப்பு நிறத்தைத்தான், அவள் அவரிடம் விரைவாகக் கைகுலுக்கிவிட்டு படப்பிடிப்புத் தளக் காரில் கிளம்பிவிட்டாள். அவளுடைய உதடுகள் வீங்கி இருந்தன என்று சற்று நேரம் கழித்து நியாஸ் முகமது என்னிடம் சொன்னான். ஒருவேளை அவனுக்கு அவளுடைய உதடுகளை மட்டுமே பார்க்க நேர்ந்தது போலும். அதனைக் கூடக் காணாத உஸ்தாத் மறுக்கும் விதமாகத் தனது தலையை அசைத்து 'ஒன்றுக்கும் உதவாது' என்றான். அடுத்த நான்கைந்து நாள்களுக்கு அந்தப் பெண் படப்பிடிப்புத் தளத்திற்கு வரவில்லை. ஐந்தாவது நாளா அல்லது ஆறாவதா? - நான் எனது தேநீரை அருந்திவிட்டு குலாப் உணவகத்திலிருந்து வெளியே வரும்பொழுது எதிர்பாராமல் அவளைச் சந்தித்தேன்.

நானொரு பெண்ணை ரகசியமாகப் பார்க்க முனைவேன். எதிர்பாராமல் அவள் என் முன்னால் தோன்றினால், என்னால் அவளைப் பார்க்கவே முடியாது. இந்தப் பெண் எதிர்பாரா நேரத்தில் வந்ததால், அவளுடைய தோற்றம் குறித்த அபிப்பிராயத்தை உருவாக்கிக்கொள்ள முடியவில்லை, என்றாலும் அவளின் பாதங்களைக் கண்டேன்; புத்தம் புதிய மோஸ்தரைச் சேர்ந்த ஒரு ஜதைக் காலணிகளுக்குள் அவை திணிக்கப்பட்டிருந்தன.

வண்ணப் படக் கூடத்தில் இருந்து படப்பிடிப்புத் தளம் வரையிலான பாதை சரளை மண்ணால் நிரவப்பட்டிருந்தது. அதில் எண்ணற்ற சிறு கற்கள் நீட்டிக்கொண்டிருந்தன. அவள் செருப்புகள் அந்த வட்டக் கற்கள் மீது மீண்டும் மீண்டும் இடறிய காரணத்தால் அதன் மேல் நடக்கச் சிரமப்பட்டாள்.

இந்தச் சந்திப்புக்குப் பிறகு நானும் செல்வி நீலமும் மெல்ல நண்பர்களானோம். எங்களின் உறவு பாசாங்குகள் இல்லாமல் இருந்தது, படப்பிடிப்புத் தளப் பணியாளர்கள் இதைப் பற்றி அறிந்திருக்கவில்லை. அவளது உண்மையான பெயர் ராதா. ஒருமுறை நான், ஏன் இந்த அழகான பெயரை மாற்றிக் கொண்டாள் எனக் கேட்டபோது, 'ஓ, குறிப்பிட்ட காரணம் ஏதுமில்லை' என்று பதில் சொன்னவள், ஒரு நிமிடத்திற்குப் பிறகு 'திரைப்படங்களுக்கு அது மிகையான அழகுடன் இருக்கிறது' என்றாள்.

ராதா மத நம்பிக்கை உடையவள் என நீங்கள் நினைத்துக் கொள்ளக்கூடும். முற்றிலும் உண்மை இல்லை. அவள் மதத்தையும் சின்னங்களையும் பொருட்படுத்தவே இல்லை. நான் 'பிஸ்மில்லாவின்' எண் மதிப்பான '786' என்பதைப் புதுக்கதை எழுதத் தொடங்கும் முன் முதல் தாளின் மேல் பக்கத்தில் எழுதுவதைப் போல, அவளும் ராதா என்ற பெயரை மிகவும் விரும்பினாள். அவளை ராதா என்று அழைக்கக்கூடாது என்பது அவள் விருப்பம் என்பதால் இனிமேல் நான் அவளை நீலம் என்றே அழைக்கிறேன்.

நீலம் ஒரு பனாரஸ் தாசியின் மகளாயிருந்தாள். மேலும் பனாரஸி உச்சரிப்புடன் பேசினாள். அது காதுக்கு மிகவும் இனிமையாக இருந்தது. என் பெயர் சாதத் என்றபோதிலும் அவள் என்னை எப்போதும் சாதிக் என்றே அழைத்தாள். ஒருமுறை நான் அவளிடம், "நீலம், நீ என்னை எளிதாக சாதத் என்று அழைக்கலாம், அது உன்னால் முடியும் என எனக்குத் தெரியும், ஏன் அவ்வாறு செய்வதில்லை, சத்தியமாக எனக்குப் புரியவில்லை" என்றேன்.

அவளது கருமையான மெல்லிய உதடுகளில் சிறிய புன்னகை தோன்றியது. "நான் ஒருமுறை தவறு செய்துவிட்டால், அதைத் தொடர்ந்து செய்வேன்."

என் பெயர் ராதா ♣ 25

சாதாரண நடிகைதானே எனப் படப்பிடிப்புத் தளத்தில் இருந்தவர்கள் அனைவராலும் கருதப்பட்ட ஒரு நபருக்குத் தனித்துவமான ஆளுமை இருந்ததை மிகச் சிலரே அறிந்திருந்ததாக நான் நினைக்கிறேன். அவளிடம் மற்ற சராசரி நடிகைகளிடம் இருந்ததுபோலக் கீழ்த்தரக் குணங்களோ அறிவற்ற தன்மையோ இல்லை. அங்கு பணிபுரிந்த ஒவ்வொருவரும் அவரவர் கண்ணோட்டம் மூலம் பார்த்துத் தவறாகப் புரிந்துகொண்டிருந்த அவளது ஈர்ப்பு, உண்மையில் ஓர் அழகான அன்பான பண்பாகும்.

இந்த ஈர்ப்பும் குதூகலமூட்டும் ஒருவித நிதானமும் அடர்த்தியான நிறம் கொண்ட அவளின் தெளிந்த, மிருதுவான சருமத்தின் மீது பூசப்பட்ட ஒரு திறன்வாய்ந்த ஒப்பனையென்பதாக இருந்தது. என்றபோதும், துயரத்தின் பெயரிடமுடியாத கசப்பால் அவளது மெல்லிய உதடுகளின் ஓரங்களை அது நிறைத்திருந்தது என்பதையும் மறுக்க முடியாது, நாம் ஒத்துக்கொள்ளத்தான் வேண்டும், அவளை மற்ற பெண்களிடமிருந்து அது வேறுபடுத்திக் காட்டியது.

பன் கி சுந்தரியின் கவர்ச்சிக் கன்னி கதாபாத்திரத்திற்கு அவளை ஏன் தேர்ந்தெடுத்தார்கள் என நான் வியக்காத நாளில்லை. அவள் பேருக்குக் கூடக் கவர்ச்சியாக இல்லை. அந்தக் கதாபாத்திரத்தில் நடிப்பதற்காக, மெல்லிய ரவிக்கையுடன் 'செட்'டிற்குள் அவள் முதன்முதலில் தோன்றியபோது, நான் மிகவும் அதிர்ச்சியடைந்தேன்.

அவள் மக்களின் எதிர்வினைகளை உடனடியாக யூகிப்பவளாக இருந்தாள், என் முகபாவத்தைப் பார்த்ததுமே, "நான் மரியாதைக்குரிய பெண்மணியின் கதாப்பாத்திரத்தில் நடிக்கவில்லை என்பதால், இயக்குநர் ஐயா இந்த உடையை அணியும்படி பணித்தார், நான் அவரிடம் என்ன சொன்னேன் தெரியுமா, 'இதுதான் ஆடை என்றால், நான் உங்களுடன் நிர்வாணமாக நடக்கத் தயாராக இருக்கிறேன்' என்றேன்."

"அதற்கு இயக்குநர் ஐயா என்ன கூறினார்?"

அவள் இதழ்களில் மறுபடியும் மெல்லிய புன்னகை தோன்றியது. "அவர் உடனடியாக என்னை நிர்வாணமாகக் கற்பனை செய்யத் தொடங்கினார்... எப்படி இவ்வாறு கீழ்த்தரமானவர்களாக இருக்கிறார்கள்? என்னை இந்த மெல்லிய உடையில் பார்த்த பின்பும் அவருடைய கற்பனைக்கு என்ன தேவையிருக்கிறது."

புத்திசாலியான வாசகர் ஒருவருக்கு நீலத்தின் அறிமுகமாக இதுவே போதுமானதாக இருக்கும். இக்கதையை முடிக்க நான் பதிவு செய்ய வேண்டிய நிகழ்வுகளை இப்போது தொடர்கிறேன்.

பம்பாயில் பருவமழை ஜூன் மாதம் தொடங்கி செப்டம்பர் மாதத்தின் பாதி நாள்கள் வரை தொடரும். முதல் இரு மாதங்களில் படப்பிடிப்புத் தளத்தில் பணிபுரிய சாத்தியப்படாத வகையில் கடும் மழை பெய்யும். பன் கி சுந்தரியின் படப்பிடிப்பு ஏப்ரல் மாத இறுதியில் தொடங்கியது. முதல் மழை தொடங்கிய போது மூன்றாவது 'செட்' படப்பிடிப்பை முடிக்கும் தருவாயில் இருந்தோம். வசனங்கள் ஏதுமில்லாத சிறுகாட்சி மட்டுமே மீதமிருந்ததால் நாங்கள் படப்பிடிப்பைத் தொடர்ந்தோம். அது முடிந்த பிறகு, நாங்கள் மாதக் கணக்கில் செய்வதற்கு எந்த வேலையும் இல்லாமல் இருந்தோம்.

மக்கள் அனைவரும் ஒன்றாக நேரத்தைக் கழிக்க பல வாய்ப்புகளை இது வழங்கியது. நான் பெரும்பாலான சமயமும் குலாப் உணவகத்தில் அமர்ந்து கோப்பை கோப்பையாகத் தேநீர் உறிஞ்சினேன். உள்ளே நுழைந்தவர்கள் பெரும்பாலும் சொட்டச் சொட்ட நனைந்திருந்தனர். வெளியில் இருந்த ஈக்கள் எல்லாம் உள்ளே திரண்டன. அந்தச்சூழல் தாங்க முடியாத அளவிற்கு அசுத்தமாக மாறியது. சுத்தப்படுத்த உபயோகிக்கும் கந்தல்துணி ஒரு நாற்காலி மேல் இருந்தது,

வெங்காயம் நறுக்கும் கத்தி இன்னொன்றின் மீது. குலாப் ஐயா அருகில் நின்றுகொண்டு, ‘தும் உதர் ஜானே கோ நஹி சக்தா’ (நீ அங்கே போக முடியாது), ‘ஹம் உதர் ஸே ஜா கே ஆதா’ (நான் அங்கே சென்று வருகிறேன்), ‘பஹுத் லஃபரா ஹோகா... ஹான்...பரா வாந்தா ஹோ ஜாயேங்கா’ (அது பெரிய குழப்பத்தை உண்டு பண்ணும்... ஆமாம்.. அது பெரிய இழப்பினை ஏற்படுத்தும்) என்று தன் நோயுற்ற அழுகிய பற்களால், பம்பாய் உருதுவில் இயந்திரத்தனமாய்ச் சொன்னார்.

முதலாளி ஹர்முஸ்ஜி ஃபிரேம்ஜி, அவர் மைத்துனன் இடல்ஜி, கதாநாயகிகள் தவிர அனைவருமே இந்த நெளிந்த தகரக்கூரை கொண்ட உணவகத்திற்கு வந்தனர். அவனுடைய வளர்ப்புப் பிராணிகளான சுன்னி முன்னியின் பொருட்டு நியாஸ் முகமத் இங்கு இருமுறை வர வேண்டியிருந்தது. ராஜ் கிஷோர் ஒருமுறை வந்தான். உயரமான தடகளவீரனைப் போன்ற உடலுடன் அவன் வாயிலை அடைந்த நிமிடத்தில் என்னைத் தவிர எல்லோருடைய கண்களிலும் ஒளி கூடியது. துணை ஆண் நடிகர்கள் உடனடியாகத் தங்களின் இருக்கைகளை ராஜ் அண்ணனுக்கு வழங்க எழுந்துகொள்வார்கள். அவன் அமர்ந்ததும் அனைவரும் அந்துப்பூச்சிகள் போல அவனைச் சுற்றிக் குழுமிக்கொள்வார்கள். அதன்பிறகு நீங்கள் இருவித விஷயங்களைத்தான் கேட்பீர்கள்; ராஜ் அண்ணனின் பழைய படங்களில் அவனுடைய பிரமாதமான நடிப்பைத் துணைநடிகர்கள் புகழ்வது, அல்லது ராஜ் அண்ணன் தான் பள்ளியில் இருந்து நின்றதும், பிறகு திரைத்துறையில் சேர கல்லூரியை விட்டு நின்றதுமான புராதன வரலாற்றை மீண்டும் சொல்வது. தற்சமயம் இதையெல்லாம் நான் மனப்பாடம் செய்துவிட்டிருந்ததால், அவன் நுழைந்ததும் நான் வணக்கம் சொல்லிவிட்டு அந்த இடத்திலிருந்து கிளம்பிவிடுவேன்.

மழை நின்ற நாளொன்றில், ஹர்முஸ்ஜி ஃபிரேம்ஜியின் ஜெர்மன் ஷெப்பர்ட் நாயை நியாஸ் முகமத்தின் பூனைகள் மிகவும் பயமுறுத்தின, அது குலாப் டீக்கடைக்குத் தனது

கால்களுக்கிடையில் வாலைச் செருகிக்கொண்டு ஓடியது. அது உள்ளே ஓடியபோது, நீலமும் ராஜ்கிஷோரும் மால்சிரி மரத்தின் அடியிலிருந்த சுற்று மேடையில் பேசிக்கொண்டிருந்ததைப் பார்த்தேன். ராஜ் கிஷோர் நின்றுகொண்டிருந்தான், வழக்கம் போல் தன் தலையை ஆட்டிக்கொண்டிருந்தான், அதாவது அவனைப் பொறுத்த வரை அவன் சுவாரஸ்யமான உரையாடலை நிகழ்த்திக்கொண்டிருந்தான். அவன் எப்போது அல்லது எவ்வாறு நீலத்திற்கு அறிமுகமாகி இருந்தான் என்பது எனக்கு இப்போது நினைவிற்கு வரவில்லை, ஆனால் அவள் திரைப்படத் துறையில் சேரும் முன்பே அவனை நன்கு அறிந்திருந்தாள். என் ஞாபகம் சரியென்றானால், ஓரிரு முறை அவனது நற்தோற்றத்தை, கச்சித உடலமைப்பை அவள் இயல்பாகப் புகழ்ந்திருந்தாள்.

நான் குலாப் உணவகத்திலிருந்து வெளியில் வந்து, ரெக்கார்டிங் ஸ்டூடியோவிற்குப் போகும் போது, ராஜ் கிஷோர் தன் அகன்ற தோள்பட்டையில் இருந்த காதி பையை இழுத்து, அதிலிருந்து தடித்த குறிப்பேடு ஒன்றை வெளியில் எடுப்பதைப் பார்த்தேன். அது ஒரு நாள்குறிப்பேடு என்பதை உடனடியாகப் புரிந்து கொண்டேன்.

அந்த நாளின் வேலைகளை முடித்துத் தன் சிற்றன்னையின் ஆசீர்வாதங்களைப் பெற்ற பிறகு, படுக்கைக்குச் செல்லும் முன் தன் நாள்குறிப்பேட்டில் எழுதும் பழக்கம் அவனிடம் இருந்தது. அவனுக்கு பஞ்சாபிதான் மிகவும் விருப்பம் என்றாலும், சில இடங்களில் தாகூரின் நுட்பமான பாணியின் சாயலையும், சில இடங்களில் காந்தியின் அரசியல் முறையையும் நினைவுபடுத்தும் விதமாக, அந்தக் குறிப்பேட்டில் ஆங்கிலத்தில் எழுதினான். குறிப்பாக ஷேக்ஸ்பியருடைய நாடகங்களின் தாக்கத்தையும் அது பிரதிபலித்தது. ஆனால், அவன் எழுதிய எதிலும் நான் நேர்மையைப் பார்க்கவில்லை. நீங்கள் எப்போதாவது இந்த நாள்குறிப்பைக் கண்டால், அவனது வாழ்க்கையின் பத்து

அல்லது பதினைந்து வருடங்கள் பற்றி நீங்கள் தெரிந்துகொள்ள வேண்டிய யாவும் உங்களுக்குத் தெரியும். எவ்வளவு பணம் நன்கொடையாக அளித்தான், எத்தனை ஏழைகளுக்கு உணவு அளித்தான், அவன் பங்கேற்ற கூட்டங்கள், அவன் அணிந்த ஆடைகள், எவற்றை ஒதுக்கினான்... மேலும் என் கணிப்பு சரி எனில், நீங்கள் இலக்கம் 35 க்குப் பக்கத்தில் ஏதாவதொரு பக்கத்தில் என் பெயரையும் கண்டுகொள்வீர்கள், ஒருமுறை நான் அந்தத் தொகையைக் கடனாக வாங்கிவிட்டு இன்று வரை திருப்பித் தரவில்லை, ஏனெனில் அது திருப்பித் தரப்பட்டது என ஒருபோதும் அவன் குறித்து வைக்கப்போவதில்லை என நான் கண்டுகொண்டேன்.

எது எப்படியோ, அவன் நீலத்தின் நலனுக்காகத் தன் நாள்குறிப்பேட்டின் சில பக்கங்களைச் சத்தமாக வாசித்துக்கொண்டிருந்தான். நான் அவர்களிடமிருந்து சற்றுத் தொலைவில் இருந்தாலும், ஷேக்ஸ்பியர் பாணியில் இறைவனைப் புகழ்ந்தான் என்பதை அவனது உதடுகளின் அசைவிலிருந்து யூகித்தேன்.

மால்சிரி மரத்தின் கீழிருந்த வட்ட சிமெண்ட் மேடையில் நீலம் அமைதியாக அமர்ந்திருந்தாள். ராஜ் கிஷோரின் வார்த்தைகள் அவள் மீது எவ்விதத் தாக்கத்தையும் ஏற்படுத்தவில்லை என்பது அவளின் தீவிர முகபாவத்திலிருந்து வெளிப்படையாகத் தெரிந்தது. அவள் அவனது புடைத்திருந்த நெஞ்சைப் பார்த்துக்கொண்டிருந்தாள். அவனது சட்டை திறந்திருந்தது, அடர்கருப்பு மயிர் சிவந்த நெஞ்சில் கவர்ச்சியாக இருந்தது.

எப்போதும் அருவருக்கத்தக்கவகையில் அழுக்காயிருக்கும் நியாஸ் முகமதின் இரு பூனைகள் உட்பட, அன்று படப்பிடிப்புத் தளத்தில் இருந்த எல்லாமே மிகவும் சுத்தமாகத் தோன்றியது. எனக்கு எதிரிலிருந்த நீள் இருக்கையில், மிருதுவான வெல்வெட் பாதங்களால் முகத்தைச் சுத்தம் செய்தவாறு அவை இரண்டும் படுத்திருந்தன. அப்பழுக்கற்ற வெள்ளை நிற ஜார்ஜெட் சேலையுடன், அவளது மெல்லிய கைகளின் கருத்த சருமத்துக்கு

இதமான மாறுபாட்டை உருவாக்கிய பொருத்தமான வெள்ளை லினன் ரவிக்கையும் அணிந்திருந்தாள் நீலம்.

நான், 'அவள் ஏன் மிகவும் வித்தியாசமாகத் தெரிகிறாள்?' என அந்தக் கணத்தில் திகைத்தேன்.

சட்டென்று எங்கள் கண்கள் பார்த்துக் கொண்டன, அலைபாய்ந்த அவள் பார்வையில் எனக்கு விடை கிடைத்தது. அவள் காதலில் விழுந்திருந்தாள்.

அங்கு வருமாறு எனக்குச் சைகை செய்தாள். சற்று நேரம் ஏதேதோ பேசினோம். ராஜ் கிஷோர் சென்ற பின், "இன்று என்னுடன் வர முடியுமா?" எனக் கேட்டாள்.

மாலை ஆறு மணிக்கு அவளுடைய வீட்டை அடைந்தோம். நாங்கள் உள்ளே நுழைந்ததும் சோஃபா மீது அவளின் பையைத் தூக்கிப்போட்டாள், என்னை நேருக்குநேர் நோக்காமல், "நீங்கள் நினைப்பது போல் எல்லாம் ஒன்றுமில்லை" என்றாள்.

அதன் அர்த்தம் எனக்குப் புரிந்தது. "நான் என்ன நினைத்தேன் என உனக்கு எப்படித் தெரியும்?" எனக் கேட்டேன்.

அதே புதிரான மெல்லிய புன்னகை அவள் உதடுகளில் மறுபடியும் தோன்றியது.

"ஏனென்றால் இருவரும் ஒரே விஷயத்தைத்தான் நினைத்திருந்தோம்... ஒருவேளை நீங்கள் அதன்பிறகு அதைப் பற்றி நினைக்காமல் இருந்திருக்கக் கூடும், ஆனால் நன்றாக யோசித்தபிறகு நாமிருவருமே தவறாக எண்ணியிருந்தோம் என்ற முடிவுக்கு வந்தேன்."

"நாம் இருவரும் சரியாகத்தான் நினைத்திருந்தோம் என்று நான் சொன்னால்?"

"அப்படியெனில் நாம் இருவருமே முட்டாள்கள்" என சோஃபாவில் விழுந்தபடி சொன்னாள்.

சட்டென அவள் முகத்திலிருந்த வருத்தம் தீவிரமடைந்தது, "அது எப்படி சாதிக்? தன் மனதில் என்ன இருக்கிறது எனத் தெரியாத அப்பாவியான சின்னப்பெண் இல்லை நான். எனக்கு என்ன வயதிருக்கும் என நீங்கள் நினைக்கிறீர்கள்?"

"இருபத்தி இரண்டு."

"மிகவும் சரி. நான் பத்து வயது இருக்கும்போதே காதல் என்றால் என்னவென்று அறிந்திருந்தேன் என்பது உங்களுக்குத் தெரியாது. காதலென்றால் என்னவென்று மட்டுமல்ல, சொல்லப்போனால் காதலித்துக்கொண்டிருந்தேன். சத்தியமாகச் சொல்கிறேன். நான் பதினாறு வயது வரையும் பயங்கரமானதொரு காதலில் விழுந்திருந்தேன். நான் இப்போது எப்படி ஒருவரைக் காதலிக்க முடியும்? வாய்ப்பில்லை."

உணர்வுகளை வெளிக்காட்டாத என்னிடம், பதட்டத்துடன், "எனக்குத் தெரியும், என் அந்தரங்கங்களை உங்களிடம் சொன்னால்கூட நீங்கள் அதை ஒருபோதும் நம்பப்போவதில்லை. எனக்கு உங்களைப் பற்றித் தெரியாதா? உங்களிடம் பொய் சொல்கிறேன் எனில் எனக்கு இறப்பு நேரட்டும், கடவுள் மீது சத்தியம்.. என் இதயம் இனியும் ஒருவரைக் காதலிக்க முடியாது. இருந்தாலும், குறைந்தபட்சம் இவ்வளவுதான் சொல்ல முடியும்..." அவள் தயங்கினாள்.

அவள் ஏற்கெனவே தீவிரமான சிந்தனையில் ஆழ்ந்திருந்ததால் நான் அமைதியாக இருந்தேன். ஒருவேளை அவள் அந்த 'இவ்வளவு' என்பதை வெளிப்படுத்த முயன்றாள் போலும்.

கூடிய சீக்கிரமே, சேட்டை என்றாலும் தெரிந்தே செய்கிறேன் எனும் அவளின் மந்தகாசப் புன்னகை அவளது உதடுகளில் வந்தமர்ந்தது. அவள் சோஃபாவில் இருந்து துள்ளியெழுந்து சொல்லத் தொடங்கினாள், "ஆனால் அது காதல் இல்லை என்பதை என்னால் சொல்ல முடியும். நான் நிச்சயமாகச் சொல்வேன். ஆனால் அது வேறு ஏதாவது நோயா..

என்பதைச் சொல்ல முடியவில்லை. சாதிக், நான் அதை நம்ப விரும்புகிறேன்."

"உன்னை நீயே அதை நம்பச் செய்ய வேண்டுமெனச் சொல்கிறாயா?"

அது அவளை அதீதமாகக் கோபம் கொள்ள வைத்தது. "நீங்கள் மிகவும் மோசமானவர்... எதைச் சொல்லும்போதும் ஒருவர் தனது கண்ணியத்தைத் தவறவிடக் கூடாது... ஆனாலும் நான் உங்களை ஏன் என்னை நம்பச்செய்ய சொல்லப் போகிறேன்... நான் என்னைத்தான் சமாதானப்படுத்த முயல்கிறேன். பிரச்சினை என்னவென்றால், அது கடினமாயிருக்கிறது என்பதுதான். எனக்கு நீங்கள் உதவ முடியாதா?"

அவள் எனக்கருகில் அமர்ந்தாள், தன் சுண்டுவிரலில் விளையாடியவாறு, "நீங்கள் ராஜ் கிஷோரைப் பற்றி என்ன நினைக்கிறீர்கள்? அதாவது, எனக்கான விஷயம் என்று அவரிடம் அப்படியென்ன விஷயமிருக்கிறது என நீங்கள் நினைக்கிறீர்கள்" அந்த விரலை விட்டுவிட்டு ஒவ்வொரு விரலாக விளையாடத் தொடங்கினாள், கவனச் சிதறலுடன், "அவர் சொல்லும் விஷயங்கள் எனக்குப் பிடிக்கவில்லை, அவர் நடிப்பு எனக்குப் பிடிக்கவில்லை, அவர் நாள்குறிப்பேடு எனக்குப் பிடிக்கவில்லை... அவர் உளறித்தள்ளுகிற முட்டாள்தனங்கள் எல்லாம் என்னவென்று கடவுளுக்குத்தான் தெரியும்."

அவள் சோபாவிலிருந்து எரிச்சலுடன் எழுந்தாள். "எனக்கு என்ன ஆயிற்று என்று தெரியவில்லை. எனக்குப் பெரிய கலவரம் வேண்டும்... பெரிய சண்டை, பூனைகள் ஒன்றையொன்று புணர்வது போல... எரிமலைக்குழம்பு உமிழப்படும்... நான் வியர்வையில் நனைந்திருப்பேன்..." பிறகு சட்டென என்புறம் திரும்பி, "சாதிக், நான் எப்படிப்பட்ட பெண் என நீ நினைக்கிறாய்?" என்று கேட்டாள்.

நான் புன்னகைத்துவிட்டுப் பதில் அளித்தேன், "நான் ஒருபோதும் பூனைகளையோ பெண்களையோ புரிந்து கொண்டதில்லை."

"ஏன் அப்படி?"

ஒரு கணம் சிந்தித்து, "எங்கள் வீட்டில் பூனை ஒன்று இருந்தது. வருடத்துக்கு ஒரு முறை பயங்கரமான துக்கத்தால் அது ஆட்கொள்ளப்படும். பிறகு திடீரென்று எங்கிருந்தோ ஓர் ஆண் பூனை வரும், நீ இதுவரைக்கும் பார்த்திராத வகையில், இறுதியில் இரண்டும் காயமடைந்து அடிப்பட்டு ரத்தம் கசியும் அளவிற்கு அதை நோக்கி அத்தனை மூர்க்கமாகச் செல்லும். ஆனால் சீக்கிரமே எங்களின் அத்தைப் பூனை நான்கு குட்டிக்குத் தாயாகிவிடும்."

ஏதோ விரும்பத்தகாத சுவை அவள் வாயில் வழிந்தது போல் உணர்ந்தாள். "ச்சே.. உங்களுக்கு எப்படிப்பட்ட அசிங்கமான மனம்!" பிறகு, வாயின் சுவையை மாற்ற ஏலக்காய் ஒன்றை மென்றுவிட்டு, "நான் குழந்தைகளை வெறுக்கிறேன். ஆனாலும் இந்தப் பேச்சை விடுவோம்" என்றாள்.

அவளுடைய வெற்றிலை செல்லத்தைத் திறந்து, அவளது மெல்லிய தளிர் விரல்களால் எனக்கு ஒன்றைத் தயார்செய்யத் தொடங்கினாள். சின்னஞ்சிறு கரண்டிகளால் சுண்ணாம்பு மற்றும் காசிக்கட்டி சாந்து இருந்த குறுகிய கிண்ணங்களைத் தோண்டினாள், ஏற்கெனவே நடுநரம்பு கிள்ளிய வெற்றிலை ஒன்றில் அவற்றை நேர்த்தியுடன் தடவினாள். வெற்றிலையைக் கூம்புவடிவில் சுருட்டி என்னிடம் அளித்தாள். "சாதிக், நீங்கள் என்ன நினைக்கிறீர்கள்?" என வேறெதோ நினைவில் கேட்டாள்.

"எதனைப் பற்றி?"

வறுத்த பாக்குக் கொட்டையைப் பாக்குவெட்டியால் சிறு துண்டுகளாக்கியவாறு, "எந்த நியாயமான காரணமும்

இல்லாமல் தொடங்கிய இந்த முட்டாள்தனம் பற்றி. இது முட்டாள்தனம் இல்லை எனில், வேறென்னவாக இருக்கக்கூடும்? அதாவது நான் முற்றிலும் குழப்பத்தில் இருக்கிறேன். என்னை நானே கிழித்துக்கொள்கிறேன், என்னை நானே சரிப்படுத்திக்கொள்கிறேன். இந்த முட்டாள்தனம் இப்படியே போனால் எதில் முடியுமென்பதை கடவுளே அறிவார். உங்களுக்குத் தெரியாது, நான் வலிமையான பெண்," என அவள் பதில் சொன்னாள்.

"வலிமையான- நீ என்ன சொல்ல வருகிறாய்?"

அதே மர்மமான புரிந்துகொள்ளவியலாத புன்னகை அவள் முகத்தில் தவழ்ந்தது. "உங்களுக்குச் சுத்தமாக வெட்கமேயில்லை. உங்களுக்கு எல்லாம் தெரியும், இருந்தாலும் நானே வெளிப்படுத்த வேண்டுமென்று மென்மையான இந்த ஊசிகளால் என்னைக் குத்துகிறீர்கள்."

அவள் கண்களின் வெண்மை இளஞ்சிவப்பாக மாறியது.

"நான் மிகுந்த கோபம் கொண்ட பெண்- இதைப் புரிந்து கொள்வது அத்தனை கடினமா?"

அவள் துள்ளியெழுந்து நின்றாள். "இப்போது கிளம்புங்கள். நான் குளிக்க வேண்டும்."

நான் கிளம்பினேன்.

அதன் பிறகு கொஞ்ச காலம் அவள் ராஜ் கிஷோர் பற்றி என்னிடம் பேசவில்லை. இருந்தாலும் நாங்கள் எப்படியோ ஒருவரது எண்ணங்களை மற்றொருவர் அறிந்திருந்தோம். அவள் மனதில் என்ன நினைக்கிறாள் என நானும், நான் என்ன நினைக்கிறேன் என அவளும். இந்த மௌனப் பரிமாற்றம் சில நாள்கள் நீடித்தது.

ஒருநாள், கிருபலானி - பன் கி சுந்தரியின் இயக்குநர், கதாநாயகி தன்னுடைய பாடலுக்கு ஒத்திகை செய்வதைக் கவனித்துக்

கொண்டிருந்தார். நாங்கள் அனைவரும் இசைக் கோர்ப்பு அறையில் குழுமி இருந்தோம். நீலம் வசதியாக நாற்காலியில் அமர்ந்து, இசைக்கேற்ப மெதுவாகத் தன் பாதங்களைத் தட்டிக் கொண்டிருந்தாள். அது சாதாரண பாடல்தான் ஆனால் மெல்லிசை நன்றாக இருந்தது. ஒத்திகை முடிந்ததும், காதி தோள் பையுடன் ராஜ் கிஷோர் உள்ளே நுழைந்தான். இயக்குநர் கிருபலானி, இசையமைப்பாளர் கோஷ், ஒலிப்பதிவாளர் பி.என்.மோஹா என ஒவ்வொருவருக்கும் ஆங்கிலத்தில் முகமன் கூறினான். தன்னுடைய கைகளைக்கூப்பி செல்வி ஈடன்பாய்க்கு வணக்கம் சொன்னான். "சகோதரி ஈடன், நான் நேற்று உங்களை க்ராஃபோர்டு சந்தையில் பார்த்தேன், உங்கள் காரைக் கண்டபோது... நான் உங்கள் அண்ணிக்கு ஆரஞ்சுகளை வாங்கிக்கொண்டிருந்தேன்." தன் தலையைத் திருப்பியபோது பியானோவின் அருகில் தாழ்ந்த நாற்காலியில் அமர்ந்திருந்த நீலம் மீது பார்வை போனது. அவன் கைகள் உடனடியாக அவளுக்கு வணக்கம் சொல்ல முனைந்தது, அவனைப் பார்த்த அந்நொடியில் துள்ளி எழுந்து, "ராஜ் ஐயா, தயவுசெய்து என்னைச் 'சகோதரி' என அழைக்காதீர்கள்" என எச்சரித்தாள்.

ஒரு கணம் அந்த இசைக்கோர்ப்பு அறையில் இருந்த அனைவருமே திகைத்துப் போகுமளவிற்கு அவள் அத்தனை அழுத்தமாகச் சொன்னாள். சங்கடமடைந்த ராஜ் கிஷோர் "ஏன்?" என்று பலவீனமாக முணுமுணுக்க மட்டுமே முடிந்தது.

அவள் பதில் அளிக்கவில்லை. கோபத்துடன் வெளியேறினாள்.

மூன்று நாள்களுக்குப் பிறகு, நான் ஷாம்லாலின் பெட்டிக் கடைக்கு மதியம் மூன்று மணி போல் சென்றபோது, மக்கள் அப்போதும் இந்த நிகழ்ச்சியைப் பற்றி வம்பு பேசியவாறிருந்தார்கள். "கேடுகெட்டவள், அவள் எண்ணங்கள் கீழ்த்தரமானதாக இருக்கக்கூடும்," ஷாம்லால் பெருமையுடன் வலியுறுத்திக்கொண்டிருந்தான், "பிறகு ஏன் ஒரு பெண் ராஜ் அண்ணன் தன்னைச் சகோதரி என அழைப்பதை நினைத்துக்

கவலைகொள்கிறாள்? இதை எழுதி வேண்டுமானால் வைத்துக் கொள்ளுங்கள்- அவள் நினைப்பது நடக்காது. ராஜ் அண்ணன் கீழாடையின் ஸிப்பை எளிதில் திறப்பவரில்லை."

ராஜ் அண்ணனின் ஸிப்பைப் பற்றிய இவ்வார்த்தைகள் என்னைச் சூடேற்றின. நான் ஷாம்லாலிடம் ஒன்றும் கூறவில்லை. அப்படியே அமைதியாக அமர்ந்து அவர்களின் ஊதிப்பெருக்கிய வெற்று அரட்டைகளைக் கேட்டேன்.

இசைக்கோர்ப்பு அறையில் என்ன நடந்தது என படப்பிடிப்புத் தளத்தில் இருந்த அனைவரும் அறிந்திருந்தனர். உண்மையில், தொடர்ந்து மூன்றாவது நாளாக அங்கு விவாதிக்கப்பட்ட ஒரே சங்கதியும் இதுதான். ராஜ் கிஷோர் 'சகோதரி' என அழைப்பதைச் செல்வி நீலம் ஏன் தடுத்தாள்? இது விஷயமாக ராஜ் கிஷோரிடம் இருந்து நேரிடையாக நான் எதுவும் கேள்விப்படவில்லை என்றாலும், தன் நாள்குறிப்பேட்டில் இந்தச் சம்பவம் குறித்து சுவையான குறிப்புகளை எழுதியுள்ளதாகவும், செல்வி நீலத்தின் மனதைக் கற்புள்ளதாக வைக்கும்படி கடவுளிடம் பிரார்த்தித்திருப்பதாகவும் அவன் நண்பர்களுள் ஒருவர் மூலம் எனக்குத் தகவல் வந்தடைந்தது. இந்தச் சம்பவத்திற்குப் பிறகு சில நாள்கள் குறிப்பிடும்படியாக எதுவும் நிகழவில்லை.

நீலம் அதிகமும் அமைதியானவளாக மாறியிருந்தாள். ராஜ் கிஷோரின் தசைப்பிடிப்பான வெண்மார்பின் அடர்கருப்பு மயிர் வெளியில் தெரிந்தபடி அவனுடைய சட்டை எப்போதும் திறந்தே இருந்தது.

இரண்டு நாள்கள் மழை பெய்யாததால் 'பன் கி சுந்தரியின்' நான்காவது அரங்கு மீதான வண்ணப்பூச்சு காய்ந்திருந்தது. இயக்குநர் கிருபலானி படப்பிடிப்பு விரைவில் ஆரம்பிக்கும் எனச் சொல்லி இருந்தார். நீலத்துக்கும் ராஜ் கிஷோருக்கும் இடையேயான காட்சிகள் படமாக்கப்பட வேண்டியிருந்தது. நான் வசனங்களை எழுதியிருந்ததால், அவர்களுடைய

உரையாடலின்போது அவள் கையை முத்தமிடுவான் என்பதை அறிந்திருந்தேன். அக்காட்சியில் முத்தமிடக் காரணம் ஏதுமில்லை, ஆனால் திரைச்சூத்திரங்களின்படி, உணர்வுகளைத் தூண்டும் ஆடைகளில் பெண்களைத் திரையில் தோன்றச் செய்வது போல, அது பொதுமக்களை உற்சாகப்படுத்த வைக்கப்பட்டது.

படப்பிடிப்பு தொடங்கும்போது நான் அங்கிருந்தேன். என் இதயம் படபடத்தது. இருவரும் எப்படி நடந்துகொள்வார்கள் என்று யோசித்துக்கொண்டிருந்தேன். அதை நினைக்கும்போதே என் உடலில் ஒரு மென்நடுக்கம் ஏற்பட்டது. அந்தக் காட்சி முடிந்தது, ஒன்றும் நடக்கவில்லை. சலிப்பூட்டும் வழக்கமாக ஒவ்வொரு வசனத்திற்குப் பின்னும் மின்சார விளக்குகள் எரிந்து அணைந்தன, 'ஸ்டார்ட்' 'கட்' எனும் அழைப்புகள் எழுந்து தணிந்தன.

மாலைவேளையில், க்ளைமாக்ஸ் காட்சியில், ராஜ் கிஷோர் நீலத்தின் கையைக் காதலுடன் பிடித்தான், ஆனால் கேமராவுக்கு முதுகைத் திருப்பி, அவளது கையை விடுவிக்கும் முன்னர் தன் கையை முத்தமிட்டான்.

அவள் கையைப் பின்னால் இழுத்துக்கொண்டு, ஒலிப்பதிவுக் கூடத்தில் இருந்த பி.என். மோகாவின் செவிப்பறை கிழியும் வகையில் சத்தமாக, அவன் முகத்தில் அறைவாள் என எதிர்பார்த்தேன். ஆனால் அதற்கு மாறாக, புண்பட்ட உணர்வுகளின் லேசான தடயம்கூட இல்லாத புன்னகை ஒன்றை அவளின் மெல்லிய உதடுகளில் கண்டேன்.

நான் மிகவும் ஏமாற்றம் அடைந்தேன் ஆனால் அதை நீலத்திடம் சொல்லிக்கொள்ளவில்லை. இரு நாள்களுக்குப் பிறகு, அதுவரை அவளும் அதைப் பற்றி ஒன்றும் சொல்லவில்லையாதலால் அந்த முத்தத்தின் முக்கியத்துவத்தை அவள் உணரவில்லை என நினைத்தேன்; இல்லையெனில் இப்படிச் சொல்லலாம், அது பற்றிய சிந்தனைகூட நுண்ணுணர்வு கொண்ட அவளது

மனதில் வந்து போகவில்லை. மற்ற நேரங்களில் பெண்களைத் தன் சகோதரிகள் என அழைக்கும் ஒருவனின் வாயிலிருந்து காதல் சொற்கள் கொட்டுவதை அந்தத் தருணங்களில் அவள் கவனித்தவாறிருந்தாள் என்பதுதான் அதற்கான ஒரே காரணமாக இருக்கக்கூடும்.

ஆனால் அவன் ஏன் தன் கையையே முத்தமிட்டுக் கொண்டான்? அவளைப் பழி வாங்கவா? அவளை அவமானப்படுத்த முயன்றானா? எந்தத் திருப்தியான பதிலையும் தராத அடுக்கடுக்கான இவ்வகைக் கேள்விகள் என் மனதை ஆக்கிரமித்தன.

நான்காவது நாள், நான் வழக்கம் போல ஷாம்லாலிடம் சென்ற போது, "மண்ட்டோ ஐயா, உங்கள் நிறுவனம் பற்றி எங்களுக்கு எதையுமே சொல்லமாட்டேன் என்கிறீர்கள். சொல்லக்கூடாது என்பதாலா அல்லது உங்களுக்கு எதுவுமே தெரியாதா? ராஜ் அண்ணன் என்ன செய்தார் என்று உங்களுக்குத் தெரியுமா?"

பிறகு அவன் தன் பாணியில் கதையைச் சொல்லத் தொடங்கினான். "பன் கி சுந்தரியில் ஒரு காட்சி வருகிறது, அதில் ராஜ் அண்ணனைச் செல்வி நீலத்தின் உதடுகளில் முத்தமிட இயக்குநர் ஐயா உத்தரவிட்டார். ஆனால் ஐயா, ராஜ் அண்ணன் ஒருவகை, ஆனால் அந்தக் கேடுகெட்டவள், தாசி, முற்றிலும் வேறு வகை. ஒப்பிடவே முடியாது. அண்ணன் சற்றும் யோசிக்காமல் சொன்னாராம், 'இல்லை ஐயா, அது சாத்தியமில்லை. அப்படிப்பட்ட காரியத்தை நான் செய்யவே மாட்டேன். எனக்கு மனைவி இருக்கிறாள். கற்பில்லாத இவளை முத்தமிட்டால் அந்தப் புனிதமான உதடுகளை பிறகு எப்படி நான் தொடமுடியும்?' அந்தக் காட்சியை இயக்குநர் ஐயா அப்படியே மாற்ற வேண்டியிருந்தது, சரி, அவள் உதடுகளை முத்தமிட வேண்டாம், கையை முத்தமிட்டால் போதும் என ராஜ் அண்ணனிடம் சொல்லப்பட்டது. ஆனால் ஏமாறுவதற்கு ராஜ் அண்ணன் ஒன்றும் கத்துக்குட்டி இல்லையே. நிச்சயமாக இல்லை ஐயா! அந்தச் சந்தர்ப்பத்தில், அனைவரும் அந்தக்

கேடுகெட்டவளின் கையை முத்தமிட்டார் என எண்ணும் வகையில் அவர் மிகவும் நேர்த்தியாகத் தன் கையையே முத்தமிட்டுக்கொண்டார்."

நான் இதை நீலத்திடம் சொல்லவில்லை. அந்த விஷயம் முழுவதுமே அவளுக்குத் தெரியாத போது அவளைத் துக்கப்படுத்துவானேன்.

பம்பாயில் மலேரியா பரவலாக இருந்தது. பன் கி சுந்தரியின் ஐந்தாவது 'செட்' அமைக்கப்பட்டபோது கடும் மழையாக இருந்தது என்பதைத் தவிர எனக்கு மாதமோ தேதியோ நினைவில் இல்லை. திடீரென நீலம் கடுமையான காய்ச்சலால் பாதிக்கப்பட்டாள். எனக்குப் படப்பிடிப்புத் தளத்தில் ஒன்றும் வேலையில்லை என்பதால் மணிக்கணக்கில் அவளருகில் அமர்ந்து அவளைப் பார்த்துக்கொண்டேன்.

மலேரியா அவளது பழுப்புநிற முகத்திற்குத் துக்கத்தால் வெளுத்த விநோதமான ஒரு வண்ணத்தைச் சேர்த்திருந்தது. அவள் கண்களையும் மெல்லிய உதடுகளின் ஓரங்களையும் விட்டு அகலாத அந்த விவரிக்க முடியாத கசப்புணர்வில் ஏதோ பகையார்ந்த பாதிப்பைக் காண முடிந்தது.

ஏதோ எனக்கும் காது கேட்காது என்பதாக நினைத்து அவள் பேசும்போது குரலுயர்த்திப் பேச வேண்டிய அளவிற்கு அவள் கேட்கும் திறனைக் குயினைன் ஊசிகள் பாதித்திருந்தன.

காய்ச்சல் விட்டபிறகு ஒரு நாள், அவள் படுக்கையில் படுத்திருந்தாள், அவளைப் பற்றி விசாரித்ததற்காகப் பலவீனமான குரலில் ஈடன்பாய்க்கு நன்றி தெரிவித்துக் கொண்டிருந்த போது, கீழே தெருவில் ஒரு கார் ஒலித்தது. அந்த ஒலி நீலத்தின் உடலில் நடுக்கம் ஒன்றைத் தோற்றுவித்ததை நான் கவனித்தேன்.

சில நிமிடங்களுக்குப் பிறகு அறையின் கனமான தேக்குக்கதவு திறந்தது. தன் பழங்காலத்து மனைவியை இழுத்துக்கொண்டு,

ராஜ் கிஷோர் வெள்ளைநிறக் காதி சட்டையும் இறுக்கமான பைஜாமாவிலுமாகத் தோன்றினான். சகோதரி என விளித்து ஈடன்பாய்க்கு முகமன் கூறினான், என்னோடு கைகுலுக்கினான், சாதாரணமாகத் தோற்றமளித்த இல்லத்தரசி என்றபோதும் எடுப்பான அம்சங்களைக் கொண்ட அவன் மனைவியை அறிமுகம் செய்தான் - பிறகு நீலத்தின் படுக்கையில் அமர்ந்தான். சில கணங்கள் வெறுமனே வெளியை வெறித்துக் கொண்டிருந்துவிட்டு, பின் புன்னகையுடன் அவளைப் பார்த்தான். முதன்முறையாகத் தெளிவான அவன் கண்களில் தெளிவற்ற உணர்ச்சிகளின் தடயங்களை நான் கண்டுகொண்டேன். வழக்கம்போல அவன் தனது விளையாட்டுத்தனமான பாணியில் தொடங்கியபோது நான் இன்னும் முழுமையாக ஆச்சரியத்துக்குள் மூழ்கியிருக்கவில்லை. “இங்கே வந்து உன்னை விசாரிக்க வேண்டுமென்று வெகுகாலம் நினைத்திருந்தேன் ஆனால் இந்த விளங்காத கார், அதன் என்ஜின் என்னைக் கைவிட்டுவிட்டது. இதைச் சரி செய்ய ‘கேரெஜில்’ பத்து நாள் ஆனது. இன்றுதான் நான் திரும்பப் பெற்றுக்கொள்ள முடிந்தது. நான் உடனே சாந்தியிடம் (அவன் தன் மனைவியைச் சுட்டினான்) ‘உடனடியாக இப்போதே கிளம்பு... நாம் போகலாம்... வேறு யாரேனும் சமையலறைப் பணிகளைப் பார்ப்பார்கள். அதிர்ஷ்டவசமாக இன்று ரக்ஷாபந்தன் பண்டிகையும் கூட. நாம் இருவரும் சென்று சகோதரி நீலமை விசாரிப்போம், அவர் என் மணிக்கட்டிலும் ராக்கி கயிறு கட்ட வேண்டும்.’” அவன் உடனே ஒரு பட்டு கஜ்ராவைத் தன் காதி சட்டைப் பையிலிருந்து எடுத்தான். நீலத்தின் முகவெளுப்பு சற்றுக் கூடியது.

நீலத்தின் கண்களை வேண்டுமென்றே ராஜ் கிஷோர் தவிர்த்தான். மாறாக அவன் ஈடன்பாயிடம் இப்படிச் சொன்னான், “ஆனால் இவ்வாறு வேண்டாம், இது மகிழ்வான பண்டிகை. சகோதரி நீலம் உடல்நிலை சரியில்லாத உணர்வுடன் ராக்கி கட்டக்கூடாது... சாந்தி, எழுந்து அவருக்குச் சற்று உதட்டுச்சாயம் இடு.”

“ஒப்பனைப்பெட்டி எங்கே?”

அது கணப்படுப்பின் அலமாரித்தட்டின் மீது இருந்தது. ராஜ் கிஷோர் நீண்ட காலடிகள் வைத்து அதைக் கொண்டு வந்தான். நீலம் அமைதியாக இருந்தாள். அவள் அலறுவதைத் தடுக்கச் சிரமப்படுவதைப் போல, அவளுடைய மெல்லிய உதடுகள் இறுகியிருந்தன.

பணிவான மனைவி போல சாந்தி அவளுக்கு ஒப்பனை செய்ய முனைந்தபோது நீலம் மறுக்கவில்லை. சடலம் போலிருந்த உயிர்ப்பில்லா அவளின் உடம்பை ஈடன்பாய் முட்டுக் கொடுத்து ஆதரித்தாள்.

சாந்தி சங்கடத்துடன் உதட்டுச்சாயம் இடத் தொடங்கினாள். நீலம் என்னைப் பார்த்து புன்னகை செய்தாள். அப்புன்னகையில் அடக்கப்பட்ட அலறலின் அதிர்வுகளை என்னால் உணர முடிந்தது.

இல்லை, கண்டிப்பாக ஏதோ நடக்கப் போகிறது என நினைத்தேன். நீலத்தின் இறுகிய உதடுகள் வெடிக்கப் போகின்றன, கடும் மழையின் தாக்குதலால் மிகவும் வலிமையான தடுப்புச்சுவர்களை உடைக்கும் மலை நீரோடைகளைப் போல, தனக்குள் அணை கட்டி அடக்கி வைத்த உணர்வுகளைக் கட்டுப்பாடற்ற ஒரு வெள்ளம் போன்று அவள் வெளிப்படுத்துவாள், அவற்றின் ஆவேசத்தில் எங்களை அவை மூழ்கடித்து எத்தகைய ஆழங்களுக்குள் இட்டுச் செல்லுமென்பதைக் கடவுள் மட்டுமே அறிவார். மாறாக, அவள் முற்றிலும் மௌனமாயிருந்தாள், துக்கத்தில் வெளுத்திருந்த தன்னுடைய முகத்தை அந்த மிதமான சிகப்புத்தூளின் பின்னால் மறைக்க முயன்றாள். செதுக்கப்பட்ட உருவத்தைப் போல அவள் ஜடமாக இருந்தாள். ஒப்பனை முடிந்தபின் அவள் ராஜ் கிஷோரிடம், “தயவுசெய்து என்னிடம் ராக்கியைக் கொடுங்கள், நான் அதை உங்கள் மணிக்கட்டில்

இப்போது கட்டிவிடுகிறேன்” என்று விநோதமான ஓர் உறுதியுடன் சொன்னாள்.

நொடியில் குஞ்சம் கொண்ட பட்டு ராக்கி அவன் மணிக்கட்டில் இருந்தது, மிக நிதானமாக நீலம் கயிற்றை முடிச்சிட்டாள், அவளுடைய கைகள் நடுங்கியிருக்க வேண்டும். இதெல்லாம் நடந்துகொண்டிருக்கும்போது, நான் ராஜ் கிஷோரின் தெளிந்த கண்களில் தெளிவற்ற உணர்ச்சிகள் மிதந்ததை மீண்டும் கண்டேன், அது சட்டென அவன் சிரிப்பில் மறைந்துவிட்டது.

வழக்கப்படி பரிசுப் பணத்தை உறையிலிட்டு அளித்தான். அவள் நன்றி சொல்லிவிட்டு அந்த உறையைத் தலையணைக்குக் கீழ் பத்திரப்படுத்தினாள்.

அவர்கள் போன பின் நானும் நீலமும் மட்டும் இருந்தோம், அவள் வெறுமையான பார்வை ஒன்றை என் மீது வீசிவிட்டு, தலையணையில் தலைசாய்த்து அமைதியாகப் படுத்திருந்தாள். ராஜ் கிஷோர் அவன் பையை எடுத்துச் செல்ல மறந்திருந்தான், அது கட்டிலின் மீதுதான் இருந்தது. அவள் அதைப் பார்த்தபோது, தன் காலால் ஒதுக்கித் தள்ளினாள். நான் சுமார் இரண்டு மணி நேரம் அவள் பக்கத்தில் அமர்ந்து செய்தித்தாளைப் பார்த்துக்கொண்டிருந்தேன். அவள் ஒன்றும் சொல்லாததால், அவளிடம் அனுமதி கேட்காமல் கிளம்பினேன்.

மூன்று நாள்கள் கழித்து, நக்பாராவில் மாதம் ஒன்பது ரூபாய் வாடகைக்கு நான் தங்கியிருந்த இடத்தில், சவரம் செய்துகொண்டே பக்கத்து வீட்டில் வசித்த திருமதி ஃபெர்னான்டஸின் பழிச்சொற்களைக் கேட்டுக் கொண்டிருந்தபோது, யாரோ உள்ளே வந்தனர்.. யாரென திரும்பிப் பார்த்தேன். அது நீலம்.

நானொரு கணம் வேறு யாரோவென நினைத்தேன்... ரத்தத்தைத் துப்பியபின் துடைக்காத வாய்போலத் தோற்றமளித்தது, அவள்

உதடுகளில் அப்பியிருந்த அடர்சிவப்பு உதட்டுச்சாயம்... பயங்கரமாகக் கலைந்திருந்த அவள் தலைமுடி, கந்தலான அவளுடைய வெள்ளைநிறச் சேலை, அவள் ரவிக்கையின் முன்புறம் பிய்ந்த பொத்தான்கள் அவளது வெளிர்பாதாம் நிற மார்புகளின் கீறல்களை வெளிப்படுத்தின.

அவளை இந்நிலையில் பார்த்த நான், என்ன நடந்தது என்றோ, என் அறையின் முகவரியை அவள் எப்படிக் கண்டுபிடித்தாள் என்றோ கேட்கக்கூட முடியாமல் மிகவும் திகைத்துவிட்டேன்.

நான் செய்த முதல் காரியம் கதவை மூடியதுதான். நான் நாற்காலி ஒன்றை இழுத்துப் போட்டு, அவள் எதிரே அமர்ந்த பிறகு, உதட்டுச்சாயம் பூசிய தன் உதடுகளைத் திறந்து, "நான் நேராக இங்கே வந்தேன்" என்றாள்.

"எங்கிருந்து?" என நான் மென்மையான தொனியில் கேட்டேன்.

"என்னுடைய இடத்திலிருந்து.. அந்த முட்டாள்தனம் இப்போது முடிவுற்றது என உங்களிடம் சொல்ல வந்திருக்கிறேன்."

"எப்படி ஆயிற்று?"

"நான் மட்டும் தனியாக இருக்கும் போது அவன் திரும்பி வருவான் என எனக்குத் தெரியும். அவன் வந்தான்... தன் பையைத் திரும்பப் பெறுவதற்கு." இப்போது உதட்டுச் சாயத்தால் முற்றிலும் உருக்குலைந்த அவளுடைய மெல்லிய உதடுகள் அதே மர்மமான புன்னகையால் வளைந்தது. "அவன் தன் பையை எடுக்க வந்தான்... 'வாருங்கள், அது மற்றொரு அறையில் இருக்கிறது', அவனிடம் சொன்னேன். ஒருவேளை என் தொனி வித்தியாசமாக இருந்திருக்க வேண்டும். ஏனெனில் அவன் சிறிது பதட்டமடைந்தான். 'பதட்டமாக வேண்டாம்' என்றேன். மற்ற அறையில் நான் அவன் பையைத் திருப்பித் தரவில்லை. ஒப்பனை மேஜையின் முன் அமர்ந்து அலங்காரம் செய்துகொள்ளத் தொடங்கினேன்."

அவள் நிறுத்தினாள், என் உடைந்த மேஜையின் மீதிருந்த கண்ணாடி டம்ளரை எடுத்து விரைந்து காலி செய்தாள், தன் சேலை நுனியால் வாயைத் துடைத்துக்கொண்ட பிறகு தொடர்ந்தாள். "முழுமையாக ஒரு மணி நேரம் முழுவதும் ஒப்பனை செய்துகொண்டே இருந்தேன். என்னால் எவ்வளவு முடியுமோ அவ்வளவு உதட்டுச்சாயத்தை உதடுகளின் மீது அப்பிக்கொண்டே இருந்தேன், எவ்வளவு முடியுமோ அவ்வளவு கன்னப்பூச்சைக் கன்னங்களில் தேய்த்துக்கொண்டே இருந்தேன், அப்போது என் முகத்தைக் கண்ணாடியில் பார்த்தவாறு அவன் மூலையில் நின்றிருந்தான். முற்றிலும் சூனியக்காரியாக என்னை மாற்றிக்கொண்ட பிறகு, அழுத்தமான நடையுடன் கதவை நோக்கிச் சென்று அதைத் தாழிட்டேன்."

"அதன் பிறகு?"

நான் பதிலுக்காக அவளைப் பார்த்தபோது அவள் முழுக்க மாறி இருந்ததாகத் தோன்றியது. இப்போது துடைக்கப்பட்டிருந்ததால் அவளது உதடுகள் வேறாகத் தோன்றின; சூடான இரும்புத்துண்டைச் சுத்தியலால் அடிப்பதுபோல அவளது தொனி ஒலித்தது.

எல்லாவித ஒப்பனைகளும் செய்துகொண்டபிறகு, தான் சூனியக்காரியாகத் தோற்றமளிப்போம் எனத் திடமாக எண்ணிய அவள், அந்தத் தருணத்தில் அவ்வாறு தோற்றமளிக்கவில்லை.

அவள் உடனே பதில் சொல்லவில்லை. என் கட்டிலிலிருந்து எழுந்து மேஜையின் மீது தன்னை இருத்திக்கொண்டாள், "நான் அவனைக் கடித்தேன்.. காட்டுப்பூனை போல அவன் மீது தாவினேன். அவன் என் முகத்தில் கீறினான். நான் அவன் முகத்தில் நகங்களால் பிறாண்டினேன். சற்று நேரம் ஒருவரையொருவர் கடுமையாகத் தாக்கிக்கொண்டோம். ஓ... அவன் பலசாலியாக இருந்தான். ஆனால்... உங்களிடம்

என் பெயர் ராதா ♣ 45

ஒரு முறை சொன்னதுபோல், நான் வலிமையான பெண். மலேரியாவால் ஏற்பட்டிருந்த பலவீனம் மறைந்தது. என் உடல் தீப்பற்றி எரிந்தது... கண்களில் தீப்பொறி பறந்தது... என் எலும்புகள் விறைத்துக்கொண்டன. நான் அவனைப் பிடித்தேன், கோபமான பூனை போல அவன் மீது பாய்ந்தேன்... ஏனென்று எனக்குத் தெரியவில்லை... கொஞ்சமும் சிந்திக்காமல் நான் ஏன் அவ்வாறு அவனுடன் பிணைத்துக்கொண்டேன் எனத் தெரியவில்லை. யாரும் புரிந்துகொள்ளக் கூடிய எதையும் நாங்களிருவருமே சொல்லவில்லை. நான் அலறியவாறிருந்தேன், 'ஆம் ஆம்' என அவன் சொல்லிக்கொண்டிருந்தான். என் விரல்களால் அவன் வெள்ளைநிறக் காதி குர்தாவைத் துண்டுத் துண்டாகக் கிழித்தேன்.. அவன் என் முடியைக் கொத்தாக வேருடன் பிடுங்கினான்..."

"....அவன் தனது அதிகபட்ச சக்தியைப் பயன்படுத்தினான், ஆனால் எப்படியும் வெற்றி பெற வேண்டும் என்பதில் நான் உறுதியாக இருந்தேன். இது எங்களை முற்றிலும் சோர்வடையச் செய்திருந்தது. அவன் கம்பளத்தின் மீது சடலம் போல் படுத்திருந்தான், எந்தக் கணத்திலும் என் இதயம் நின்றுவிடும் என்பதாக உணர்ந்தேன், எனக்குக் கடும் மூச்சுத்திணறல் இருந்தது. மூச்சுவிட முடியாத நிலையிலும் அவன் குர்தாவைத் துண்டுத் துண்டாகக் கிழித்தேன். அவனுடைய பரந்த மார்பைப் பார்த்ததும் அந்த முட்டாள்தனத்தின் சாரத்தை உணர்ந்தேன்... நாங்களிருவரும் பார்த்து வியந்த ஆனால் ஒருபோதும் எங்கள் இருவராலுமே அர்த்தப்படுத்திக்கொள்ள முடியாத அந்த முட்டாள்தனத்தை..."

அவள் வேகமாக எழுந்தாள், அவளது கலைந்த கேசத்தைத் தன் ஒரு தோளின் மீது ஒதுக்கிக்கொண்டு தொடர்ந்தாள், "சாதிக்... அந்தத் தேவடியா பையன், உண்மையில் நேர்த்தியான தேகம் கொண்டிருக்கிறான்... எனக்குள் என்ன வந்தது என்று தெரியவில்லை, திடீரென அவன்புறமாகக் குனிந்து அவனைக் கடிக்கத் தொடங்கினேன். அவன் வலியால்

துள்ளினான். ஆனால் நான் எனது இரத்தம் வடியும் உதடுகளை அவனது உதடுகளில் பதித்து, வேட்கையுடன் முத்தமிட்டபோது, திருப்தியடைந்த ஒரு பெண்ணைப் போலச் சட்டென்று அமைதியானான்... நான் எழுந்தேன்... ஒரு நொடியில் அந்த மனிதன் மீது எனக்குள் வெறுப்பு எழ, நான் அவனைக் கூர்ந்து பார்த்தேன்... என் ரத்தத்தின் சிவப்பும் உதட்டுச் சாயத்தின் சிவப்பும் அவனது பரந்த மார்பில் பயங்கரமான வடிவங்களைத் தடம்பதித்து இருந்தது... சுற்றிமுற்றி எனது அறையைப் பார்த்தேன், சட்டென்று எல்லாமே நாடகமென்பதாகத் தோன்றியது. எனக்கு மூச்சுத் திணறல் ஏற்படும் எனப் பயந்தேன், விரைந்து கதவைத் திறந்து கொண்டு நேராக உங்களிடம் வந்தேன்."

அவள் அமைதியாக இருந்தாள், பிணம் போல் அவள் அமைதியாக இருந்தாள். நான் பயந்துவிட்டேன். கட்டிலின் விளிம்பில் தொங்கிய அவளது கையைத் தொட்டேன். அது தீயைப் போல் தகித்தது.

நான் பலமுறை சத்தமாக அவளுடைய பெயர் சொல்லி அழைத்தேன். ஆனால் அவள் பதில் சொல்லவில்லை. முடிவில் நான் மிகவும் பயந்து "நீலம்!" என அலறிய பிறகு அவள் சுயநினைவடைந்தாள்.

அவள் போகும்போது "என் பெயர் ராதா", என்று மட்டும் சொன்னாள்.

வாசனை

அந்த நாள் - இன்று போலவே மழைக்காலத்தின் ஒரு நாள். சாளரத்தின் வெளியே அரச மரத்தின் இலைகள் மழையில் நனைந்திருந்தன. தேக்குக் கட்டிலின் மெத்தையில், ரந்தீருக்கு அருகில் இளமையான மலைவாழ்ப் பெண்ணொருத்தி வசதியாகப் படுத்திருந்தாள். இப்போது அந்தக் கட்டில் சற்றுத் தள்ளி வைக்கப்பட்டிருக்கிறது.

வெளியே மழை நனைத்த இலைகள் இரவின் மென் இருளில் காதணிகள் போல் அசைந்துகொண்டிருந்தன. அவன் உடலெங்கும் அந்தப் பெண் தோற்றுவித்த மெல்லிய அதிர்வுகளைப் போல.

அன்று பகல் முழுவதும் ரந்தீர் ஆங்கில நாளிதழைப் படித்துக் கொண்டிருந்தான். செய்தித் துணுக்குகள் மட்டுமல்ல விளம்பரங்களையும் விட்டுவைக்கவில்லை. மாலையில் தன்னைச் சற்று ஆசுவாசப்படுத்திக்கொள்ள மாடத்தில் வந்து நின்றான். புளியமரம் ஒன்றின் கீழ், மழைக்கு ஒதுங்கி நின்ற இந்தப் பெண்ணைக் கண்டான். அவள் அருகிலிருந்த கயிற்றுத் தொழிற்சாலையில் வேலை செய்பவளாக இருக்கக்கூடும். ஓரிரு முறை தொண்டையைச் செருமி அவளது கவனத்தை ஈர்த்ததும், மேலே வரும்படி சமிக்ஞை செய்தான்.

கடந்த சில தினங்களாக அவன் மனம் நொந்திருந்தான். போர் நடந்துகொண்டிருந்தது. பம்பாயில் சலுகை விலையில் கிடைக்கக் கூடிய கிறிஸ்தவப் பெண்கள் எல்லோரும் துணைப் படையினருடன் இருந்தனர். சிலர் கோட்டைப் பகுதிக்குக்

குடிபெயர்ந்து, நடனப் பள்ளிகளைத் தொடங்கியிருந்தனர். அங்கு பிரிட்டிஷ் வீரர்கள் மட்டுமே அனுமதிக்கப்பட்டனர். ரந்தீர் மிகவும் மனம் சோர்ந்திருந்தான். கிறிஸ்தவப் பெண்கள் உடனடியாக கிடைக்கவில்லை என்பதொரு காரணம், மற்றொன்று அவனது தோல் நிறம். மற்ற இளைஞர்களை விட அழகு, படிப்பு, ஆரோக்கியம் என எல்லாம் இருந்தாலும் வெள்ளையனாக இல்லாததால் கோட்டைப் பகுதியிலிருந்த விபச்சார விடுதிகளில் அவன் அனுமதிக்கப்படவில்லை.

போர் வருவதற்கு முன்பு அவன் நக்பாரா மற்றும் தாஜ் ஹோட்டல் பகுதிகளில் இருந்த எண்ணற்ற கிறிஸ்தவப் பெண்களுடன் உடலுறவு கொண்டிருந்தான். இந்தப் பெண்கள், எவனாவது முட்டாளைக் கல்யாணம் செய்து கொள்ளும்வரை, தங்களைப் பகட்டாகக் காட்டிக்கொள்ள, பொழுதுபோக்காகப் பையன்களுடன் அலைந்தனர். இவன் 'அந்த' விஷயங்களில், அத்தகைய கிறிஸ்துவப் பையன்களைக் காட்டிலும் திறமையானவனாக இருந்தான்.

அகந்தையுடன் தன்னை மிகையாகக் காட்டிக்கொள்ளும் ஹெசலைப் பழிவாங்க அந்த மலைப் பெண்ணை அழைத்திருந்தான். ஹெசல் அவன் குடியிருப்பின் கீழ்த் தளத்திலிருந்தாள். தினமும் காலையில், இராணுவச் சீருடை அணிந்து, அவளின் குட்டையான தலைமுடியின் மீது கவர்ச்சியான கோணத்திலிருக்கும் காக்கித்தொப்பியுடன் தன் வீட்டிலிருந்து வெளிவருவாள். அவள் மிடுக்காக நடைபோடும்போது, ஏதோ மற்றவர்களெல்லாம் தங்களைக் கம்பளமாக மாற்றிக்கொள்ள வேண்டுமென எதிர்பார்ப்பவள் போலிருக்கும்.

தனக்கு ஏன் கிறிஸ்தவப் பெண்கள் மீது இத்தனை ஈர்ப்பு என்று அவன் அடிக்கடி நினைத்துக்கொள்வான். தங்களின் உடலைக் கவர்ச்சியாக வெளிப்படுத்திக்கொண்டதுடன் அவர்கள் திறமையாகவும் செயலாற்றினார்கள். ஒழுங்கற்ற மாதவிடாய் பற்றியோ முன்னாள் காதல்களைப் பற்றியோ

கூட கூச்சமின்றிப் பேசினர். ஏதாவது நடன இசை காதில் விழுந்தால், தன்னிச்சையாகக் கால்களை நளினத்துடன் அசைத்தனர். இத்தகைய இயல்புகளுக்காக எந்தப் பெண்ணும் தற்பெருமைகொள்ள முடியும் அல்லவா?!

ரந்தீர் அந்தப் பெண்ணை மேலே வர சமிக்ஞை செய்தபோது கூட அவளுடன் படுக்கையைப் பகிர எண்ணவில்லை. அவள் முற்றிலும் நனைந்திருந்ததைப் பார்த்து, பாவம் அவளுக்கு ஜன்னி பிடித்துவிடும் என்றுதான் நினைத்தான். "ஈரத் துணிகளைக் களைந்துவிடு, உனக்கு ஜலதோஷம் பிடித்து விடப்போகிறது" என்றான்.

அந்தச் சொற்களின் 'வேறு' பொருளைத் தான் புரிந்து கொண்டதான அர்த்தத்தில், அவள் வெட்கப்பட்டாள். ரந்தீர் அவளுக்கு ஒரு புதிய வெள்ளை வேட்டியைக் கொடுத்தபோது ஒரு கணம் தயங்கினாள். பிறகு மழையால் மேலும் அழுக்கடைந்திருந்த கீழ் உடையைக் களைந்தாள். சட்டென அதை ஒதுக்கிவிட்டு வெள்ளை வேட்டியை இடுப்பில் சுற்றிக்கொண்டாள். இருமுனையும் சேர்த்து முடிச்சிடப்பட்டிருந்த இறுக்கமான ரவிக்கையைக் களையத் தொடங்கினாள். அழுக்காக இருந்தாலும் கவர்ச்சியாக இருந்த அவள் மார்புப் பிளவில் அம்முடிச்சு புதைந்திருந்தது.

அந்த முடிச்சை அவிழ்க்க முயன்றாள். ஆனால், மழைநீரால் இறுகியிருந்த முடிச்சை அவளின் உடைந்த நகங்களால் நெகிழ்த்த முடியவில்லை. அதைக் கைவிட்டு ரந்தீரிடம் மராத்தியில் முணுமுணுத்தாள், "நானென்ன செய்ய? இதை அவிழ்க்க முடியவில்லை."

ரந்தீர் அவளருகில் அமர்ந்து அதை அவிழ்க்க முயன்றபோதும் முடியவில்லை. எரிச்சலுடன் அதன் இருமுனைகளையும் பிடித்துத் தீவிரமாக இழுத்ததும் அவிழ்ந்தது. அந்த வேகத்தில் சட்டென நழுவிய அவன் கைகள், இரு மார்புகளைத் தாங்கியிருந்தன. அவை மெல்ல அதிர்ந்துகொண்டிருந்தன. தான்

திறமையான குயவன் என்பதாகவும், மென் களிமண்ணால் லாவகத்துடன் ஒரு ஜோடி அழகிய கிண்ணங்களை அவள் நெஞ்சில் கைகளால் வனைந்ததாகவும் அவன் ஒரு கணம் உணர்ந்தான்.

புதிதாக வனையப்பட்ட மண்பாண்டங்களிலிருந்து கசியும் அந்த ஈரமான புத்துணர்ச்சியும் இதமான வெம்மையும் போல, மென்மையும் கவர்ச்சியும் நிறைந்ததாக இருந்தன அவளின் இளம் மார்புகள். அழகான அந்தப் பழுப்பு நிற மார்புகளில் புரிபடாத ஒரு பிரகாசம் மறைந்திருந்தது. கறுப்பு நிறத்தின் அடியில் மென்மையாகப் பிரகாசித்த தோல்தான் அந்த வினோத ஒளிர்வைத் தந்தது, அதன் பளபளப்பு அல்ல. குளத்து நீரில் மிதக்கும் ஒரு ஜோடி அகல் விளக்குகள் போலிருந்தன அவள் நெஞ்சின் மேலிருந்த இரண்டு மேடுகள்.

ஆம், அந்த நாள் - இன்று போலவே மழைக்காலத்தின் ஒருநாள். ஜன்னலுக்கு வெளியே அரச மரத்தின் இலைகள் சலசலத்துக் கொண்டிருந்தன. அவளது ஈரமான உடைகள் அலங்கோலமாகத் தரையில் கிடந்தன. அவள் ரந்தீரைத் தழுவியிருந்தாள். கழுவப்படாத அவள் வெற்றுடம்பின் கதகதப்பு - அழுக்கான முடி திருத்துமிடத்தில் எடுத்துக் கொள்ளும் பனிக்கால நீராவிக் குளியலின் அதே உணர்வுகளை அவனுள் கிளர்த்தியது.

இருவரின் தேகங்களும் ஒன்றோடொன்று ஒட்டப்பட்டதைப் போல இரவு முழுவதும் அவனுடன் பிணைந்திருந்தாள். ஓரிரண்டு வார்த்தைகள்தான் பேசியிருப்பார்கள். பேசவும் தேவை எழவில்லை. அவர்களின் பெருமூச்சுகள், உதடுகள், கைகள் - சொல்ல வேண்டியதையெல்லாம் சொல்லின. இரவு முழுவதும் அவன் கைகள் இளங்காற்றின் மிருதுவுடன் அவள் மார்புகளை வருடின. அவனது மெல்லிய ஸ்பரிசத்திற்கும் கூட, அவளுடைய கருத்த முலையின் சிறிய முலைக் கண்கள் சிலிர்ப்பான இன்ப அலையை அவள் உடல் முழுவதும் அனுப்பின. அவன் தேகமும் இன்பத்தில் சிலிர்த்தது.

ரந்தீருக்கு இத்தகைய சிலிர்ப்புகள் புதிதல்ல. நிறைய முறை அவை அளித்த சுகங்களை அவன் அனுபவித்திருந்தான். மென்மை, அழுத்தம் எனப் பெண்களின் பலவகையான மார்புகளைத் தழுவிக்கொண்டு பல இரவுகள் இருந்திருக்கிறான். முன்பின் அறியாதவரிடம் சொல்லக்கூடாத குடும்ப அந்தரங்கங்களை, எவ்வித மன உறுத்தலுமின்றித் தன்னிடம் பகிரும் பெண்களுடனும் இரவுகளைக் கழித்திருக்கிறான். இவனுக்கு வேலையே வைக்காமல், அனைத்தையும் முனைப்புடன் தாங்களே கையாண்ட பெண்களுடனும் உடலுறவு கொண்டிருக்கிறான். ஆனால் இந்த மலைப்பெண் முற்றிலும் வேறானவளாக இருந்தாள்.

இரவு முழுவதும் அவள் உடலிலிருந்து கசிந்த வினோதமான வாசனை அவனுடைய உணர்வுகளைத் திக்குமுக்காடச் செய்தது. ஒரே நேரத்தில் அது மனதிற்கு உகந்ததாகவும் தோன்றியது, குமட்டலாகவும் இருந்தது. அவளுடைய அக்குள், மார்பகங்கள், கூந்தல், வயிறு என ஒவ்வொரு உறுப்பிலிருந்தும் கசிந்த அந்த மணம், அவனது மூச்சுக்காற்றில் கலந்தது. இரவு முழுதும் அவ்வாசனையைப் பற்றியே நினைத்துக் கொண்டிருந்தான். இல்லாத அவ்வாசனை அவனுடைய மற்ற சிந்தனைகளை வெளியேற்றிவிட்டு, மனச்சுவரின் வெடிப்புகளில் எல்லாம் மெல்ல நுழைந்துகொண்டிருந்தது. அவன் இப்போது நினைத்துக்கொள்வதைப் போல அச்சமயம் நெருக்கமாக உணர்ந்திருப்பானா? ஒருபோதும் இல்லை.

இரவில் அந்த வாசனை அவர்களை ஒன்றிணைத்திருந்தது. எல்லையற்ற நீல வானில் வெகு உயரத்தில் பறக்கும் பறவை முற்றிலும் அசையாமல் இருப்பதைப் போல் - இயங்கினாலும் உறைந்தாற்போல் தோன்றும், அவ்வாறு அவர்கள் ஒருவரையொருவர் உடைமையாக்கிக் கொண்டிருந்தனர். ஒருவரில் ஒருவர் முழுமையாக மூழ்கி, பேரின்ப நிலையில் இருந்தனர்.

அவளுடம்பின் துளைகளில் பொங்கும் அந்த வாசனை அவனுக்குப் பரிச்சயம் ஆனதாக இருந்தாலும், அது எப்படிப்பட்ட வாசனை என்று அவனால் விளக்க முடியவில்லை. அது நிலத்தின் மீது நீர் தெளித்தால் கிளர்த்தும் மண்வாசனையைப் போலிருந்தது. ஆனாலும், உறுதியாகச் சொல்ல முடியவில்லை. லாவண்டர் அல்லது அத்தர் போன்ற செயற்கை வாசனைத் திரவியங்களின் மணமும் அல்ல அந்த வாசனை. ஆண் - பெண் உறவு போல ஆதியும் நித்தியமுமானதாக இருந்தது.

ரந்தீர் வியர்வையின் துர்நாற்றத்தை வெறுத்தான். வழக்கமாக, குளித்தபிறகு அவன் உடம்பில் முகப்பூச்சுத்தூளைப் பூசிக்கொண்டான், அக்குளில் வாசனைத் திரவியங்களைத் தடவிக் கொண்டான். ஆனால் ஆச்சரியப்படத்தக்க வகையில், அந்த மலைப்பெண்ணின் மயிர் நிறைந்த அக்குளைத் திரும்பத் திரும்ப முத்தமிட்டான். ஆம், அருவருப்பு கொள்ளாமல், அதில் விசித்திரமான இன்பம் துய்ப்பவனாக, திரும்பத் திரும்ப வெறித்தனமாக முத்தமிட்டான். வேர்வையில் நனைந்த அவள் அக்குளின் மென்மயிர், வாசனை ஒன்றை வெளிப்படுத்தியது. அது அவனை ஈர்ப்பதாயிருந்தாலும் எவ்விதமான மணம் என்பது புரியவில்லை. அது அவனுக்கு மிகப் பரிச்சயமானதாகத் தெரிந்தது, அதன் அர்த்தமும் புரிந்தது. ஆனால் அதைப் பிறருக்கு விளக்கிச் சொல்ல முடியாமலிருந்தது.

இன்று போலவே அன்றும் ஒரு மழை நாள். இதே சாளரத்திலிருந்துதான் பார்த்துக்கொண்டிருந்தான். கொட்டும் மழையில் நடுங்கிக்கொண்டிருந்தன அரச இலைகள். அவற்றின் சலசலப்பொலி காற்றில் கரைந்துகொண்டிருந்தது. இருட்டாக இருந்தது என்றாலும் நட்சத்திரங்களிலிருந்து கொஞ்சம் வெளிச்சம் தப்பித்து பூமியில் இறங்கியதுபோல், மென்மையான ஒளி இருட்டில் விரவியிருந்தது.

ஆம், அதொரு மழைக்காலம். அவன் அறையில் அப்போது தேக்குக்கட்டில் ஒன்றிருந்தது. இப்போது இரண்டிருக்கிறது. புதிய கட்டில் அதன் இணைக்கு அருகில் வைக்கப்பட்டிருக்கிறது. புத்தம்புதிய ஒப்பனை மேஜை ஒன்று அறையின் மூலையில் வைக்கப்பட்டிருந்தது. அதே பருவகாலம், அதே வானிலை. மழைத்துளியோடு நட்சத்திரங்களின் மென்வெளிச்சம் பரவியிருந்தது. ஆனால் இப்போது சூழலில் மருதாணியின் மிதமிஞ்சிய வாடை பரவியிருந்தது.

ஒரு கட்டில் காலியாயிருக்க ரந்தீர் மற்றொரு கட்டிலில் குப்புறப்படுத்திருந்தான். ஜன்னலுக்கு அப்பால் படபடக்கும் இலைகளில் மழைத்துளிகளின் நடனத்தை வேடிக்கைப் பார்த்துக்கொண்டிருந்தான். தன் நிர்வாணத்தை மறைக்க முயன்று தோற்றவளாக, அவனுக்கருகில் அந்தச் சிவந்த நிறப் பெண் தூங்கிக்கொண்டிருந்தாள். அவளுடைய சிவப்பு வண்ணப்பட்டு சல்வார் காலியான கட்டிலில் கிடந்தது. அடர் சிவப்பு நிறத்தில் அதன் இடுப்புக் கயிற்றின் குஞ்சம் பக்கவாட்டில் தொங்கிக்கொண்டிருந்தது. அவளின் மற்ற உடைகளும் அந்தக் கட்டில் மேலிருந்தன. அவளுடைய பொன்னிற பூக்களிட்ட மேற்சட்டை, மார்புக்கச்சை, உள்ளாடை, துப்பட்டா - அதீத மருதாணி வாடையுடன், பளீரென்ற அடர்சிவப்பில் இருந்தன.

அவள் கருங்கூந்தலில் தூசிபோல் சிதறியிருந்த ஜிகினாத் துகள்கள் மினுமினுத்தன. கனத்த முகப்பூச்சும் கன்னச் சாந்தும் அவள் முகத்திற்கு வினோத நிறத்தைக் கொடுத்தன. அதனால் அவள் முகம் உயிர்ப்பில்லாமல் வெளுத்திருந்ததாகப்பட்டது. மார்ப்புக் கச்சையின் சிவப்புச் சாயம் கசிந்ததால் அவள் நெஞ்சில் கறை படிந்திருந்தது.

மென்நீலம் படர்ந்து, பால் - வெள்ளை நிறத்திலிருந்தன அவள் மார்புகள். சுத்தமாகச் சவரம் செய்திருந்த அக்குள் பகுதியில் மெலிதான சாம்பல் நிறம் படர்ந்திருந்தது. ரந்தீர் அவள் மீது பார்வையைச் செலுத்திய போதெல்லாம் - புத்தகங்கள் அல்லது

பீங்கான் கொண்ட சரக்குப் பெட்டியைப் போன்று, பெட்டி ஒன்றை நெம்பித் திறந்து அவளை வெளியில் எடுத்ததாக நினைத்துக்கொண்டான். போக்குவரத்தின்போது அவற்றின் மீது ஏற்படும் கீறல்களும் தடங்களும் போலவே அவள் உடம்பின் மேல் சில இடங்களில் இருந்தன.

அவளுடைய இறுக்கமான மார்புக் கச்சைகளின் கொக்கிகளை அவிழ்த்தபோது, அது அவளின் முதுகிலும் மார்புகளின் மென்சதையிலும் மிகவும் அழுந்தி இருந்தது. அவள் இடுப்பைச் சுற்றித் தடம் ஏற்படும் வகையில் சல்வாரின் நாடா எப்போதும் இறுக்கிக் கட்டப்பட்டிருந்தது. அவளது கனமான கல் பதித்த கழுத்து மாலையின் கூரான முனைகள், முரட்டு நகங்களால் கீறப்பட்டதைப் போல அவளின் மென்மையான மார்புச் சதையைப் பதம் பார்த்திருந்தது.

சொல்லப்போனால் இன்றைய தினமும் அந்நாளைப் போலவே இருந்தது. அரச மரத்தின் தளிர் இலைகளின் மீது விழுந்த மழைத்துளியின் சத்தம், வெகு காலத்திற்கு முன், அந்த இரவில் அவன் காதுகளை நனைத்த அதே லயத்தில் கேட்டது. அற்புதமான வானிலை. தென்றல் காற்று மென்மையாக வீசியது... ஆனால் அதில் ஒவ்வாத மருதாணியின் வாடை நிரம்பியிருந்தது.

மெல்லிய பூங்காற்றைப் போல நெடுநேரம் அவனது கைகள் அவள் பால் - வெண்மை மார்புகளை வருடிக்கொண்டிருந்தன. அவனுடைய ஸ்பரிசத்தால் உண்டான சிலிர்ப்பின் அலைகளில், புதைந்திருந்த வேட்கை கிளர்ந்து அவளுடம்பு மென்நடுக்கம் கொள்வதை உணர்ந்தான். அவளைத் தன் நெஞ்சோடு சேர்த்தணைத்த போது, அவளுடல் கொடுத்த ரகசியக் குறிப்புகளை அவனுடல் உணர்ந்தது. ஆனால், அந்த 'அழைப்பு' எங்கே! மலைப்பெண்ணின் உடல் வெளிப்படுத்திய அதீத வாசனையின் அழைப்பு. பாலுக்குத் தவிக்கும் குழந்தையின் அழுகையைப் போன்றது. சொற்களுக்கும் சப்தத்திற்கும் அப்பாற்பட்ட அழைப்பு அது.

வாசனை 55

ரந்தீர் ஜன்னல் கம்பிகளின் வேலைப்பாடுகளுக்கு அப்பால் பார்த்துக்கொண்டிருந்தான். சலசலத்த அரச இலைகளைத் தாண்டி எங்கோ தொலைவில் வெறித்தான். மலைப் பெண்ணின் மார்பில் ரகசியமாக ஒளிர்ந்த மென் பளபளப்பைப் போலவே கறுத்த மேகங்களில் ஒளிர்ந்த வெளிச்சத்தைக் கண்டுகொண்டான் அத்தொலைவில்.

அவனுக்குப் பக்கத்தில் அசையாமல் படுத்திருந்த பெண்ணைப் பார்த்தான். பாலும் வெண்ணெய்யும் சேர்த்துப் பிசைந்த மாவைப் போல் மென்மையும் வெண்மையுமாக இருந்தாள். அவளிடமிருந்து வீசிய மருதாணியின் வாடை இப்போது சற்றுக் குறைந்திருக்கிறது. ஒரு மாதிரி கசந்த புளிப்புச் சுவையுள்ள அஜீரணத்தின் ஏப்பங்களைப் போல இந்த அருவருப்பான வாசனை இருப்பதாக நினைத்தான். ஒவ்வாத, வெறுப்பூட்டுகிற வாடை!

அவனுக்கு அருகில் படுத்திருந்த அந்தப் பெண்ணை மறுபடியும் பார்த்தான். அவளிடமிருந்த பெண்மை வினோதமாக ஒடுங்கியிருந்தது... பால் திரிந்து போனால் நிறமற்ற நீரில் தனியாக மிதக்கும் வெள்ளைத் திப்பி போல. அவன் புலன்களில், மலைப் பெண்ணிடமிருந்து இயல்பாக வழிந்த வாசனை இன்னமும் வியாப்பித்திருந்தது. முகர உவப்பில்லாததாக இருந்தாலும் மருதாணியின் வாடை அவனுள் மெல்லப் புகுந்தது. ஆனால், மலைப்பெண்ணின் மணமோ மனம் மயக்கும் மென்வாசனை.

ரந்தீர் கடைசி முயற்சியாக வெண்மையாக இருந்த அவள் உடலைக் கையால் வருடியபோது, அவன் எவ்வித சிலிர்ப்பையும் உணரவில்லை. அவனுடைய புது மனைவி - மேன்மையான ஒரு மாஜிஸ்திரேட்டின் மகள், இளங்கலை படிப்பு படித்தவள், கல்லூரியின் எண்ணற்ற ஆண்களின் இதயக் கன்னியாக இருந்தவள் - அவள் கணவனின் ஆசையைத் தூண்டவில்லை.

மூச்சுமுட்டும் மருதாணி வாடையிலிருந்து விடுபட்டு, அந்த மலைப்பெண்ணின் கழுவாத உடம்பிலிருந்து மிதந்து வந்து அவன் புலன்களை நிறைத்த வாசனையை மீட்டெடுக்க முயன்றான். இதோ, ஜன்னலுக்கு வெளியில் அரச இலைகள் மழையில் நனைந்திருந்த இந்த நாளைப் போல், அன்றும் ஒரு மழை நாள்தான்.

ஜானகி

புனாவில் பந்தயங்கள் நடந்துகொண்டிருந்தன. பெஷாவரிலிருந்து அஜீஸ் கடிதம் எழுதியிருந்தார்: 'எனக்குத் தெரிந்த ஜானகி எனும் பெண்ணை அனுப்புகிறேன். புனாவிலோ பம்பாயிலோ சினிமா நிறுவனத்தில் வேலை வாங்கித் தரவும். சினிமாத்துறையில் உங்களுக்கு நிறைய நபர்களைத் தெரியும் என்பதால் இது சிரமமாக இருக்காதென நினைக்கிறேன்.'

இது பந்தயம் நடக்கும் காலம் என்பது பிரச்சினை இல்லை. நான் இதற்கு முன் இத்தகைய விஷயங்களைச் செய்ததில்லை என்பதே பிரச்சினை. வழக்கமாக சினிமா நிறுவனத்தில் பெண்களை வேலைக்குச் சேர்க்கும் ஆண்கள் அந்தப் பெண்களின் வருமானத்தில் வாழ்பவர்களாக இருந்தனர். எனவே, இந்தக் கோரிக்கை என்னைச் சங்கடப்படுத்தியது. நான் அவருக்கு ஏமாற்றத்தை அளிக்கக்கூடாதென நினைத்தேன். நீண்ட காலம் நாங்கள் ஒருவரையொருவர் அறிந்திருந்தோம். என்மேல் இத்தனை நம்பிக்கை வைத்து அவளை அனுப்புகிறார். எந்தவொரு சினிமா நிறுவனத்திலும் ஓர் இளம்பெண்ணுக்கு வேலை கிடைக்குமென்ற நம்பிக்கையும் எனக்கிருந்தது. என் உதவியுடனோ அல்லது இல்லாமலோ, அவளுக்கு ஏதாவது சினிமா நிறுவனத்தில் வேலை கிடைக்குமென்பதால் வருத்தப்படத் தேவையில்லை.

அவள் நான்கு நாள்களுக்குப் பிறகு வந்தாள். பெஷாவரிலிருந்து பம்பாய், பின் அங்கிருந்து பூனா என்று நீண்ட தூரம் பயணித்திருந்தாள். ரயில் நின்ற பின், நான் இதுவரை

பார்த்திராத அவளைத் தேடத் தொடங்கினேன். சில ரயில் பெட்டிகளைக் கடந்ததும், என் புகைப்படத்தைக் கையில் வைத்துக்கொண்டு, இரண்டாம் வகுப்புப்பெட்டியிலிருந்து இறங்கினாள். எனக்கு முதுகைக் காட்டி நின்றிருந்தவள், தன் பாதங்களை எக்கிக் கூட்டத்தில் என்னைத் தேடினாள். நான் அவளுக்கருகில் சென்று, "நீ தேடிக் கொண்டிருக்கும் ஆள் நான்தான்" என்றேன்.

அவள் திரும்பினாள், "ஓ நீங்களா" எனப் புகைப்படத்தைப் பார்த்துக்கொண்டாள். "சாதத் ஐயா, பம்பாயில் ஃப்ரான்டியர் மெயிலிலிருந்து இறங்கி இந்த ரயிலுக்குக் காத்திருந்ததில் மிக நொந்துவிட்டேன், நீண்ட பயணத்தில் முற்றிலும் சோர்ந்து போனேன்" என இயல்பாகப் பேசினாள்.

"உன் பயணப் பெட்டிகள்?"

"அதைக் கொண்டுவருகிறேன்," என்றவள் பெட்டிக்குள் சென்று இரண்டு பயணப்பெட்டிகளுடன் படுக்கை ஒன்றையும் கொண்டு வந்தாள்.

நான் கூலியாளைக் கூவி அழைத்தேன்.

நிலையத்திலிருந்து வெளியே வந்ததும், "நான் விடுதியில் தங்கிக் கொள்கிறேன்" என்றாள்.

அந்தச் சாலையின் எதிரிலிருந்த விடுதியில் அறை ஒன்றை ஏற்பாடு செய்துகொடுத்தேன். அவள் குளித்துவிட்டு, கொஞ்சம் ஓய்வெடுக்க வேண்டும். ஆகவே எனது முகவரியை அளித்துவிட்டு, காலை பத்து மணிக்கு என்னை வந்து பார்க்குமாறு கூறிய பிறகு நான் கிளம்பினேன்.

மறுநாள் பத்தரை மணிக்கு பிரபாத் நகரிலிருந்த என் இடத்திற்கு வந்தாள். புதிதாகக் கட்டப்பட்டிருந்த என் நண்பனின் சிறிய குடியிருப்பில் தங்கியிருந்தேன். அந்த இடத்தைத் தேடுவதில் சற்று நேரமானதால் ஜானகி தாமதமாக வந்தாள். என் நண்பன்

வெளியில் சென்றிருந்தான். இரவு வெகுநேரம் படத்திற்கான திரைக்கதை வேலைகளில் மூழ்கியிருந்ததால் நான் தாமதமாக விழித்திருந்தேன். நான் குளித்த பிறகு தேநீர் அருந்திக் கொண்டிருந்த நேரத்தில் திடீரென அவள் வந்தாள்.

பயணக் களைப்பு இருந்தபோதிலும் நேற்று அவள் உற்சாகமாக இருந்ததாகத் தோன்றியது. இப்போதோ மிகவும் கவலை கொண்டவளாகவும் உடல்நிலை கெட்டவளாகவும் தெரிந்தாள். அறைக்குள் அவள் நுழைந்தபோது நான் பைஜாமாவும் பனியனும் அணிந்து அமர்ந்திருந்தேன்.

ரயில் நிலையத்தில் இருந்தபோது அத்தனை உற்சாகம் கொண்டவளாக இருந்தாள். இப்போது கதவு எண்: 11, பிரபாத் நகருக்கு என்னைக் காண வந்தபோது அப்படியில்லை. ஏதோ அப்போதுதான் ஒரு பிண்ட்* இரத்ததானம் அல்லது கருக்கலைப்பு செய்தவள் போலிருந்தாள். நான் சொன்ன மாதிரி, திரைக்கதையை எழுதி முடிக்க, என் நண்பனின் இடத்தில் தங்கியிருந்தேன். ஒரு முட்டாள் வேலையாள் தவிர்த்து அங்கே என்னுடன் யாருமில்லை. அது தனித்த வீடு. மஜூத் எப்படிப்பட்ட பணியாள் என்றால், அவனுடைய இருப்பு தனிமை உணர்வை மேலும் அதிகப்படுத்தும் வகையில்தான் இருந்தது.

நான் கோப்பையில் தேநீர் ஊற்றி ஜானகிக்கு அளித்தேன். "நீ உன் காலை உணவை விடுதியில் சாப்பிட்டிருக்க வேண்டும், இருப்பினும், கொஞ்சம் டீ சாப்பிடு" என்று கூறினேன்.

அவள் உதடுகளைப் பதட்டமாகக் கடித்துக்கொண்டாள். தேநீர்க் கோப்பையை எடுத்துக்கொண்டு, உறிஞ்சி குடிக்கத் தொடங்கினாள். அப்போது வலது காலை ஆட்டிக்கொண்டே இருந்தாள். என்னிடம் ஏதோ சொல்ல விரும்பியதைப் போலவும், ஆனால் சில காரணங்களினால் தயங்கியதாகவும், துடித்துக்கொண்டிருந்த அவளுடைய உதடுகள் எண்ண வைத்தன. ஒருவேளை விடுதியில் தங்கியிருந்த பயணி

எவனாவது அவளிடம் தப்பாக நடக்க முயன்றிருப்பான் என்று நான் நினைத்தேன்.

“உனக்கு விடுதியில் பிரச்சினை ஏதாவது இருந்ததா?” என்று கேட்டேன்.

“இல்லை, ஒன்றுமில்லை.”

அவளுடைய இந்தப் பதிலால் மேற்கொண்டு பேசாமல் அமைதியாக இருந்தேன். நாங்கள் தேநீர் அருந்திய பிறகு, நான் ஏதாவது பேசவேண்டும் என்பதற்காக, “அஜீஸ் ஐயா எப்படி இருக்கிறார்?” என்று கேட்டேன்.

அவள் பதில் சொல்லாமல் தேநீர்க் கோப்பையை டீபாயின் மீது வைத்துவிட்டு விரைந்தெழுந்தாள். “மண்டட்டோ ஐயா, உங்களுக்கு யாரும் நல்ல மருத்துவரைத் தெரியுமா?” என்றாள் அவசரமாக.

“இங்கே பூனாவில் தெரியாது.”

“ஓஹ்!”

“ஏன், உனக்கு உடம்பு சரியில்லையா என்ன?”

“ஆமாம்.”

அவள் மறுபடியும் நாற்காலியில் அமர்ந்துகொண்டாள்.

“என்ன பிரச்சினை?”

அவள் புன்னகைக்கையில் இயல்பாக அல்லது தெரிந்தே சுருங்கிய அவளது உதடுகள், இப்போது மலர்ந்தன. அவள் ஏதோ சொல்ல முயன்றாள், ஆனால், முடியவில்லை. அவள் மறுபடியும் எழுந்து நின்றாள். என்னுடைய சிகரெட் பாக்கெட்டில் ஒன்றை வெளியில் எடுத்து அதைப் பற்ற வைத்தாள். “தயவு செய்து என்னை மன்னித்துவிடுங்கள், நான் புகைப்பேன்” என்றாள்.

பிறகுதான் நான் ஒன்றைக் கண்டுகொண்டேன். அவள் வெறுமனே பேருக்குப் புகைக்கவில்லை. பொதுவில் ஆண்களிடம் தென்படும் உற்சாகத்துடனும் மகிழ்ச்சியுடனும் புகைத்தாள். அவர்களைப் போல் விரல்களுக்கிடையில் சிகரெட்டைப் பிடித்தாள், அவர்கள் செய்வதைப்போல் ஆழமாக உள்ளிழுத்தாள், ஒரு நாளைக்கு எழுபத்தைந்து சிகரெட்கள் புகைத்ததைப் போல் அத்தனை புகையை வெளியிட்டாள்.

"என்ன ஆயிற்று என்று சொல்லேன்?"

எரிச்சலுற்ற இளம்பெண் போல, கோபத்துடன் தன் கால்களை உதைத்தாள்.

"ஓ அல்லா! உங்களிடம் நான் அதை எப்படிச் சொல்வேன்..." அவள் சிரித்தாள். அவள் உதடுகளின் வளைவுகள் வழியே மிக அழகிய பல் வரிசை பளிச்சிட்டது. அவள் மறுபடியும் அமர்ந்தாள். அவளின் பதட்டம் நிறைந்த கண்களால் என் கண்களை நேருக்கு நேர் பார்க்காமலிருக்க முயன்றாள். "அது என்னவென்றால்... பதினைந்து நாள்கள் தாமதமாகி இருக்கிறது. நான் பயப்படுகிறேன்..."

அவள் என்ன சொல்ல வந்தாள் என்று எனக்கு முதலில் புரியவில்லை. ஆனால், அவள் சட்டென நிறுத்தியபோது, அவள் சொல்ல வந்ததை நான் புரிந்துகொண்டதாக உணர்ந்தேன்.

"சரி, இது போன்ற விஷயம் அவ்வப்போது நடப்பதுதான்."

அவள் ஆழமாக இழுத்து, ஆண்களைப்போல் வலிந்து புகையை வெளியிட்டாள். "இல்லை இம்முறை வித்தியாசமாகத் தோன்றுகிறது. நான் கருவுற்றிருக்கலாம் என்று பயப்படுகிறேன்" என்றாள்.

"ஓஹ்"

அவள் சிகரெட்டைக் கடைசி முறையாக இழுத்து, தேநீர் கோப்பை வைக்கும் சிறு தட்டில் நசுக்கினாள். அவ்வாறு

நடந்திருக்குமானால், எனக்குப் பெரும் சிக்கல். இதேபோல ஒருமுறை இதற்கு முன்பு பெஷாவரில் இப்படி நடந்தது. அதிர்ஷ்டவசமாக அஜீத் சார் எனக்கு உடனே அவருடைய *ஹக்கீம் நண்பரிடமிருந்து வீரியமான மருந்தை வாங்கித் தந்தார். உடனடியாகக் கரு கலைந்தது.

"உனக்குக் குழந்தைகளைப் பிடிக்காதா?" என்று கேட்டேன்.

அவள் புன்னகைத்தாள். "எனக்குப் பிடிக்கும், ஆனால் அவர்களை வளர்ப்பது சிரமம்."

"கருச்சிதைவு செய்வது குற்றம் என்று உனக்குத் தெரியும் அல்லவா?"

அவள் உடனடியாக யதார்த்தத்திற்கு வந்தாள், பிறகு குரலில் பெரு வியப்பை வெளிப்படுத்தியவள், "அஜீஸ் ஐயாவும் இதேதான் கூறினார். ஆனால் சாதத் ஐயா, இது ஏன் குற்றமாகக் கருதப்படுகிறது? இது ஒரு தனிப்பட்ட விஷயம் அல்லவா? மேலும் சட்டங்களை இயற்றுபவர்கள் கருச்சிதைவு செய்துகொள்வது எத்தனை வலிமிக்கது என்பதையும் அறிய வேண்டும். குற்றமாமே... ஹூம்" என்றாள்.

என்னால் சிரிக்காமலிருக்க முடியவில்லை. "ஜானகி, நீ வினோதமான பெண்தான்."

அவளும் சிரித்தாள். "அஜீஸ் ஐயாவும் இதையேதான் சொல்வார்."

சிரித்துக்கொண்டிருக்கும்போதே அவள் கண்களில் கண்ணீர் துளிர்த்தது. நேர்மையானவர்கள் சிரிக்கும்போது அவர்களுடைய கண்கள் எப்போதும் தளும்புவதை நான் கவனித்திருக்கிறேன். பையிலிருந்து ஒரு கைக்குட்டையை வெளியில் எடுத்துக் கண்ணீரைத் துடைத்துக்கொண்டு, ஒரு குழந்தையின் அப்பாவித்தனத்துடன் கேட்டாள், "சாதத் ஐயா, நான் சொல்வது சுவாரசியமானதாக இருக்கிறதா?"

"நிச்சயமாக" என்றேன் நான்.

"அது பொய்."

"அதற்கு உன்னிடம் என்ன அத்தாட்சி இருக்கிறது?"

அவள் மீண்டும் உற்சாகமானாள். "ஓ, இப்படி இருக்கக்கூடும். எனக்குத் தெரிந்ததெல்லாம் நான் கொஞ்சம் அறிவில்லாதவள், நிறைய சாப்பிடுவேன், 'லொட லொட' எனப் பேசுவேன், நிறைய சிரிப்பேன். அதிகமாகச் சாப்பிட்டு என் வயிறு மிகவும் பெருத்திருப்பதை நீங்களே பார்க்கலாம். அஜீஸ் ஐயா அதிகம் உண்ணாதே என்று என்னை எப்போதும் கடிந்துரைப்பார். ஆனால், நான்தான் கேட்பதில்லை. சாதத் ஐயா, விஷயம் என்னவென்றால், நான் குறைவாகச் சாப்பிட்டால், யாரிடமோ எதையோ சொல்ல நினைத்து, அதை மறந்தது போல் உணர்வேன் என்பதுதான்.'

அவள் மீண்டும் சிரிக்கத் தொடங்கினாள். நானும் சேர்ந்து சிரித்தேன். அவளின் இந்தச் சிரிப்பு வினோதமாயிருந்தது. அது கொலுசின் சத்தத்தைப் போலிருந்தது.

அவள் கருக் கலைப்பைப் பற்றி மீண்டும் பேசத் தொடங்குமுன், நான் யாருடன் தங்கியிருந்தேனோ அந்த நண்பன் திரும்பினான். அவனுக்கு ஜானகியை அறிமுகப்படுத்தி, அவள் சினிமாவில் வேலை செய்ய விரும்பினாள் என்று சொன்னேன். அவன் அவளைத் தன் படப்பிடிப்புக்கூடத்திற்கு அழைத்துச் சென்றான். எந்த இயக்குநரிடம் அவன் உதவியாளனாக வேலை செய்தானோ, அவர் தன்னுடைய புதிய படத்தில் குறிப்பிட்ட பாத்திரத்தில் நடிக்க இவளைத் தேர்ந்தெடுப்பார் என நம்பினான்.

நான் பூனாவிலிருந்த அத்தனை படப்பிடிப்புக் கூடங்களிலும் அவளுக்கு வேலை கிடைக்கப் பிரயத்தனங்களை மேற்கொண்டேன். ஓர் இடத்தில் குரல் ஒத்திகை என்றால், இன்னொன்றில் படப்பிடிப்புக் கருவி முன் ஒத்திகை,

மற்றொன்றில் அவளுக்குப் பலவித ஆடைகள் அணியச் சொல்லிப் பார்த்தனர். கடைசியில் ஒன்றும் சரிப்படவில்லை. அவள் ஏற்கெனவே தன் மாதவிடாய் தள்ளிப்போன பதட்டத்தில் இருந்தாள். அவ்வாரம் முழுதும் பல்வேறு படப்பிடிப்புக் கூடங்களின் மனதைச் சோர்வுறச் செய்யும் மந்தமான சூழல்களில் வீணாகக் கழிக்க நேர்ந்தது விஷயங்களை இன்னும் மோசமாக்கியது. கரு கலைய வேண்டுமென அவசரமாக அவள் முழுங்கிய இருபது பச்சைக் குனைன் மாத்திரைகள் அவளை மேலும் மந்தமானவளாக ஆக்கியது. பெஷாவரில் அஜீஸ் ஐயா இவள் இல்லாமல் எப்படி இருந்தார் என்றும் கவலைப்பட்டாள். பூனாவிற்கு வந்தடைந்ததும் தந்தி அனுப்பியிருந்தாள். அதன் பிறகு எழுதும் கடிதங்களில் எல்லாம், அவர் மருந்துகளைத் தவறாமல் எடுத்துக் கொள்ளுமாறும் அவருடைய உடல்நலனைப் புறக்கணிக்க வேண்டாமெனவும் வலியுறுத்துவாள்.

அஜீஸ் ஐயாவிற்கு என்ன நோயென எனக்குத் தெரியவில்லை. ஆனாலும், அவளை மிகவும் அவர் நேசித்தார் எனவும் அவள் சொன்னதை எல்லாம் அவர் உடனடியாகச் செய்தார் என்றும் ஜானகியிடமிருந்து நான் அறிந்துகொண்டேன். மருந்து எடுத்துக்கொள்வதில் அசட்டையாக இருந்தது குறித்து அவர் மனைவி அவருடன் பலமுறை சண்டை போட்டார். அதையே ஜானகி சொன்னபோது அவர் ஒரு வார்த்தை கூட எதிர்த்துப் பேச மாட்டார்.

அஜீஸ் ஐயா மேல் அக்கறையிருப்பதை அவள் மிகையாக வெளிப்படுத்துகிறாள் என நான் முதலில் நினைத்தேன். பின் அவளுடைய போலியற்ற பேச்சுகள் அவர் மீது அவள் மிகவும் அக்கறை கொண்டவள் என்பதை உணர்த்தின. அவர் அவளுக்குக் கடிதங்கள் எழுதும்போது, அவற்றைப் படிக்கும் தருணங்களில் அவளுடைய கண்கள் கண்ணீரால் தளும்பும்.

திரைப்பட நிறுவனங்களுக்கு நாங்கள் பலமுறை படையெடுத்தும் ஒன்றும் பலனில்லை. ஒருநாள் அவளது

பயங்கள் ஆதாரமற்றவை என்று மிக மகிழ்ச்சிகொண்டாள். தன் மாதவிடாயைத் தவறவிட்டிருந்தாள் ஆனால் கருவுறவில்லை.

அவள் பூனாவுக்கு வந்து சேர்ந்து இருபது நாட்களாகியிருந்தன. அஜீஸுக்கு ஒன்றன் பின் ஒன்றென கடிதங்கள் எழுதுவதைத் தொடர்ந்தாள். அவளுக்கு அவரும் நீள் காதல் கடிதங்கள் எழுதினார். அதிலொன்றில், பூனாவில் வேலை கிட்டவில்லை என்றால் பம்பாயில் முயற்சி செய்யலாமென்று ஆலோசனையும் சொல்லியிருந்தார். அங்கே நிறைய சினிமா நிறுவனங்கள் இருந்தன. அது நல்ல ஆலோசனைதான். ஆனால் தற்போது நான் திரைக்கதை எழுதும் பணி நெருக்கடியில் இருந்ததால் அவளுடன் செல்வது கடினம். எனவே, ஒரு படத்தில் கதாநாயகனாக நடித்துக்கொண்டிருந்த என் நண்பன் சயீத்துக்குத் தொலைபேசியில் அழைத்தேன். அவன் அங்கே இல்லை, ஆனால் நரேன் இருந்தான். தொலைபேசியில் நான்தான் அழைத்திருக்கிறேன் என்பதை அறிந்த நரேன் அதை எடுத்துச் சப்தமாகப் பேசினான், "ஹல்லோ, மண்ட்டோ... நரேன் பேசுகிறேன். என்ன வேண்டும், சொல்? சயீத் இங்கே இல்லை. அவன் வீட்டில் இருக்கிறான்... ரசியாவிடம் கணக்கு தீர்க்கிறான்."

"நீ என்ன சொல்கிறாய்?" என நான் கேட்டேன்.

"அவர்கள் சண்டையிட்டுக்கொண்டனர். ரசியா வேறொருவனுடன் தொடர்பில் இருக்கிறாள்."

"ஏதோ கணக்கு என்றாயே... என்ன கணக்கு?"

"ஆமாம், இந்த சயீத் இருக்கிறானே.. பெரிய கஞ்சன். அவன் அவளுக்கு வாங்கித் தந்த ஆடைகளை எல்லாம் திருப்பித் தரக் கேட்கிறான்."

"சரி, என் நண்பர் ஒருவர் பெஷாவரில் இருந்து ஒரு பெண்ணை இங்கே அனுப்பியிருக்கிறார். அவள் திரைப்படங்களில் பணிபுரிய ஆவலாக இருக்கிறாள்."

ஜானகி மிக அருகில் நின்றிருந்தாள். நான் கூற நினைத்ததை விரிவாகச் சொல்லவில்லை என்பதை உணர்ந்து, என்னை நானே திருத்திக்கொள்ள இருந்தபோது, நரேனின் சத்தமான குரல் என் காதுகளில் மோதியது. "பெண், ஆஹா! பெஷாவரிலிருந்தா? பிரமாதம்! அதி சீக்கிரமாக அனுப்பி வை. நானும் பதான்... குஸூரைச் சேர்ந்த பதான்."

"முட்டாள்தனமாகப் பேசாதே. கவனி, நாளை நான் அவளை பம்பாய்க்கு டெக்கான்குயின் ரயிலில் அனுப்புகிறேன். நீயோ சயீத்தோ ரயில் நிலையத்தில் இருந்து அவளை அழைத்துப்போக வேண்டும். நினைவுகொள், டெக்கான்குயின்."

"ஆனால், நான் அவளை எப்படி அடையாளம் காண்பேன்?" என்றவன் கேட்டது என் காதில் விழுந்தது.

"அவள் உன்னை அடையாளம் கண்டுகொள்வாள். ஆனால் அவளுக்கு வேலை தேடிக்கொடு."

நான் ஜானகியிடம், "நாளை நீ டெக்கான்குயினில் பம்பாய் செல்கிறாய்" என்றேன். "உனக்கு சயீத் மற்றும் நரேனின் புகைப்படங்களைக் காட்டுகிறேன். இருவரும் நல்ல உடற்கட்டுடன் உயரமும் அழகும் கொண்டவர்கள். அவர்களைக் கண்டுபிடிப்பதில் உனக்குச் சிரமம் இருக்காது."

அவளுக்கு அவர்களின் புகைப்படங்களைக் காண்பித்தேன். அவர்களை நீண்ட நேரம் பார்த்துக்கொண்டிருந்தாள் என்றாலும், அவள் சயீதை அதிகம் பார்த்தாள் என்பதை நான் கவனித்தேன். அவள் புகைப்பட ஏடை ஒதுக்கி வைத்துவிட்டு, என் கண்களை நேராகப் பார்க்க முயன்று தோற்றவளாக, "இவர்கள் எப்படிப்பட்ட ஆண்கள்?" எனக் கேட்டாள்.

"நீ என்ன சொல்கிறாய்?"

"இவர்கள் எப்படிப்பட்டவர்கள் எனக் கேட்கிறேன். திரைப்படத் துறையில் இருக்கும் பெரும்பாலான ஆண்கள் மிக மோசமானவர்கள் எனக் கேட்டிருக்கிறேன்."

அவளுடைய கடுமையான தொனியில் ஆய்வு செய்யும் தடயம் இருந்ததை நான் கண்டுகொண்டேன்.

"ஆம், முற்றிலும் உண்மைதான். திரைப்படங்களில் நல்ல ஆண்கள் பணிபுரிய வேண்டுமென ஏன் எவரும் விரும்பப் போகிறார்கள்?"

"ஏன் கூடாதா?"

"இந்த உலகத்தில் இரண்டு வகையான மக்கள் இருக்கிறார்கள். தங்களுக்கு ஏற்படும் துன்பங்களிலிருந்து வேதனையின் அளவைப் புரிந்துகொள்பவர்கள், அல்லது மற்றவர்களின் துன்பத்தைப் பார்த்து அதனைப் புரிந்துகொள்பவர்கள். இந்த இருவகை மக்களில் யார் உண்மையில் வலியையும் வேதனையையும் உணர்ந்துகொள்வார்கள் என நினைக்கிறாய்?"

சற்றுச் சிந்தித்துவிட்டு, "யார் துன்பத்தை அனுபவித்து இருக்கிறார்களோ, அவர்கள்தான்" என்று பதில் கூறினாள்.

"அதேதான்" என்றேன். நிஜத்தில் வேதனையை அனுபவித்தவர்களால்தான் அதைத் திரையில் சிறப்பாகச் சித்திரிக்க முடியும். காதலில் தத்தளித்த ஒருவனுக்குத்தான் அதன் மனவேதனை புரியும். விரிப்பின் மீது அமர்ந்து நாள் ஒன்றுக்கு ஐந்து முறை தொழும் பெண், பன்றியின் மாமிசத்தைச் சாப்பிடுவது போலவே காதலிப்பதும் தவறு என நினைப்பவள், படப்பிடிப்புக் கருவிக்கு முன்பாக ஆணிடம் எப்படிக் காதலைச் சொல்வதுபோல் நடிக்க முடியும்?"

அவள் மீண்டும் சிந்தனையில் ஆழ்ந்தாள். "ஆகவே ஒரு பெண் திரைத்துறையில் நுழைவதற்கு முன்பு எல்லாவற்றைப் பற்றியும் தெரிந்திருக்க வேண்டுமென்று சொல்கிறீர்களா?"

"அப்படியில்லை, அவள் நுழைந்தபிறகும் கூடக் கற்றுக் கொள்ளலாம்."

ஜானகி இதையெல்லாம் பொருட்படுத்தவில்லை. முதலில் கேட்ட கேள்வியைத் திருப்பிக்கேட்டாள். "சயீத் ஐயாவும் நரேன் ஐயாவும் எப்படிப்பட்டவர்கள்?"

"அவர்களைப் பற்றி நான் விரிவாக விளக்க வேண்டுமா?"

"விரிவாக - என்றால்?"

"இவர்களில் யார் உனக்குப் பொருத்தமானவன் என்று."

இப்படி நான் சொன்னது அவளுக்குப் பிடிக்கவில்லை.

"என்ன விதமான பேச்சு இது?"

"நீ வேண்டிய விதமானதுதான்."

"போதும் நிறுத்துங்கள்" எனப் புன்னகைத்தாள். "இனி நான் எதையும் உங்களிடம் கேட்க மாட்டேன்."

"ஒருவேளை நீ தேர்வு செய்ய விரும்பினால், நான் நரேனை சிபாரிசு செய்வேன்."

"ஏன்?"

"ஏனென்றால் அவன் சயீத்தை விடவும் மேலானவன்."

நான் இப்போதும் அப்படித்தான் நினைக்கிறேன். சயீத் ஒரு கவிஞன். கொஞ்சம்கூட இதயமில்லாத கவிஞன். அவன் ஒரு கோழியைக் கத்தியால் கொல்லமாட்டான். அதன் கழுத்தைத் திருகுவான், இறகுகளைப் பிடுங்குவான், பிறகு அதிலிருந்து வடிசாறு தயாரிப்பான். பின் அதைக் குடித்துவிட்டு எலும்புகளைச் சாப்பிட்டுவிட்டு, ஒரு மூலையில் வசதியாக அமர்ந்துகொண்டு கோழியின் மரணத்தைப் பற்றிக் கண்களில் கண்ணீருடன் கவிதை எழுதுவான்.

அவன் குடிக்கும்போது அவனுக்கு போதையே ஏறுவதில்லை. இது எனக்கு மிகுந்த எரிச்சலூட்டும் விஷயமாகும். குடிப்பதின் நோக்கத்தை அது கொன்றுவிடுகிறது. அவன் காலையில்

எழுந்து கொள்வதற்கு நீண்ட நேரம் எடுத்துக்கொள்வான். பணியாள் அவனுக்குப் படுக்கையில் தேநீர் பரிமாறுவான். முந்தின இரவு மிச்சம் வைத்த ரம் ஏதாவது பக்கத்து மேசையில் இருந்தால் சயீத் அதை அதனோடு கலப்பான். பிறகு சுவையுணர்வே இல்லாதவன் போல் அதை ஒவ்வொரு மிடறாகக் குடிப்பான்.

அவன் உடலில் ஒரு புண் தோன்றி, அது மோசமாகத் தொடங்கி சீழ்பிடிக்க ஆரம்பித்தாலும் அவன் கண்டுகொள்வதில்லை, சீழ் வெளியேற ஆரம்பித்து அந்தப் புண் ஆபத்தான சீழ்பிடித்த கட்டியாக உருவெடுத்து அச்சுறுத்தினாலும் அதைக் கொஞ்சம்கூடக் கவனிப்பதே இல்லை. அவன் மருத்துவரைப் பார்க்க இறங்கி வர மாட்டான். ஏதாவது சொல்ல முயன்றால், "நோய்கள் பெரும்பாலும் உடலின் நிரந்தரமான அங்கம் போன்றவை. இந்தக் காயம் என்னைத் தொந்தரவு செய்யாதபோது, எதற்கு சிகிச்சையைப் பற்றிக் கவலை கொள்ள வேண்டும்?" என்பதே அவனது பதிலாக இருக்கும். அதேநேரம், யதார்த்தமாக கவிதையின் அழகான ஒரு வரி கிடைத்தது போல அவன் அந்தக் காயத்தை நோக்குவான்.

அவன் ஒருபோதும் நடிப்பைப் பற்றி அறிந்துகொள்ளப் போவதில்லை ஏனெனில் அவன் நுட்பமான உணர்ச்சிகளை இழந்துவிட்டிருந்தான். கதாநாயகி பாடிய பாடல்களால் பிரபலமாகியிருந்த படமொன்றில் அவன் நடிப்பை ஒருமுறை பார்த்தேன். படத்தின் ஒரு காட்சியில், அவளுடைய கைகளைப் பற்றிக்கொண்டு அவன் கதாநாயகியிடம் தன் காதலைச் சொல்ல வேண்டுமென திரைக்கதை எழுதப்பட்டிருந்தது. சத்தியமாகச் சொல்கிறேன், அவன் ஒரு நாயின் காலைப் பிடித்துக் கொண்டிருப்பதுபோல் அவள் கைகளைப் பற்றிக்கொண்டிருந்தான். நீ நடிக்கும் எண்ணத்தைக் கைவிடு என அவனிடம் அடிக்கடி சொல்லி இருக்கிறேன். நீ நல்ல கவிஞன். வீட்டிலிருந்து கவிதைகள் எழுது. ஆனால், அவன்

அதைக் கேட்பானா? என்ன ஆனாலும், அவன் நடிகனாவதில் மிகவும் வெறி கொண்டு இருந்தான்.

இதுவே நரேன் என்றால், அவனை எனக்கு மிகவும் பிடிக்கும். படப்பிடிப்புக் கூடத்தில் வேலை செய்வதற்கு அவன் வகுத்துக் கொண்டிருக்கும் விதிகளும் என்னை ஈர்க்கிறது.

1. ஒருவன் நடிப்புப் பணியில் இருக்கும்போது ஒருபோதும் திருமணம் செய்துகொள்ளக் கூடாது. அப்படித் திருமணம் செய்துகொள்ள வேண்டுமென்றால், உடனே அவன் நடிப்பை விட்டு விலகி, பால்பொருள்கள் விற்கும் கடையைத்தான் வைக்க வேண்டும். அவன் நல்ல நடிகனாக இருந்திருந்தால் நல்ல பணம் சம்பாதிப்பான்.

2. 'அண்ணன்' அல்லது 'தம்பி' என்று ஒரு நடிகை விளித்தால், 'உன் மார்புக் கச்சையின் அளவு என்ன?' என்று அடுத்த நிமிஷம் அவள் காதில் முணுமுணுக்க வேண்டும்.

3. ஒரு நடிகையின் மேல் பித்தாக இருந்தால், ரகசியமாக வைத்திருந்து நேரத்தை வீணடிக்காமல் இருங்கள். அவளைத் தனியாகச் சந்தித்து வெளிப்படையாகச் சொல்லிவிடுங்கள். "எனக்கும் வாய்க்குள் நாக்கு இருக்கிறது." அதை அவள் நம்பவில்லை என்றால், அவளிடம் உங்கள் முழு நாக்கையும் நீட்டுங்கள்.

4. ஒரு நடிகையுடன் தொடர்பு வைத்திருக்கும் அளவிற்கு நீங்கள் அதிர்ஷ்டக்காரர் என்றால், அதை அவள் கணவனும் சகோதரர்களும் அறிந்திருந்தாலும் கூட, அவள் வருமானத்தில் இருந்து ஒரு பைசாவும் எடுத்துக்கொள்ளாதீர்கள்.

5. அவளுக்கு உங்களால் குழந்தை பிறக்கவில்லை என்பதை உறுதி செய்துகொள்ளுங்கள். ஆனால் (இந்தியாவின்) சுதந்திரத்திற்குப் பிறகு உங்கள் குழந்தையை அவள் பெற்றுக்கொள்ளலாம்.

6. நினைவில் கொள்ளுங்கள், நடிகனும் இறுதித்தீர்ப்புநாளை எதிர்கொள்ளத்தான் வேண்டும். சீப்பும் சவரக்கத்தியும் கொண்டு உங்கள் ஆவணங்களை அழகுபடுத்திவிடலாமென முயலாதீர்கள்; பதிலுக்கு ஏதும் கரடுமுரடான வழியைப் பின்பற்றுங்கள், அவ்வப்போது ஒரு சில நற்செயல்களைச் செய்வதுபோன்று.

7. படப்பிடிப்புக் கூடத்திலுள்ள பதான் காவலாளிக்கு மிகுந்த மரியாதை செலுத்துங்கள். காலையில் உள்நுழையும்போது முதல் வேலையாக வணக்கம் சொல்லுங்கள். அவ்வாறு செய்தால், நீங்கள் தற்போதைய உலகில் இல்லையெனினும், அடுத்த உலகிலாவது அதற்கான வெகுமானத்தை அறுவடை செய்வீர்கள், ஏனெனில் அந்த உலகில் எந்தப் படநிறுவனமும் இருக்கப் போவதில்லை.

8. மதுவுக்கும் நடிகைகளுக்கும் அடிமையாகக் கூடாது. யாருக்குத் தெரியும், ஒருநாள் காங்கிரஸ் இரண்டிற்கும் தடை விதிக்கக் கூடும்.

9. ஒரு முஸ்லீம் அல்லது இந்து - தொழிலதிபராக இருக்கலாம் ஆனால் நடிகர் ஒருவர், இந்து நடிகராகவோ முஸ்லீம் நடிகராகவோ இருக்க முடியாது.

10. பொய் சொல்லக்கூடாது.

இவற்றையெல்லாம் 'நரேனின் பத்து கட்டளைகள்' என்று தன் குறிப்பேட்டில் பதிவு செய்துள்ளான். இவற்றிலிருந்து அவன் எத்தகைய மனிதன் என்று நாம் அறிந்துகொள்ளலாம். இதன்படி அவன் நடப்பதில்லை என்று சிலர் சொல்கிறார்கள் ஆனால் அது உண்மையல்ல.

ஜானகி கேட்கவில்லை என்றாலும், நான் இந்த இருவரைப் பற்றிய எனது எண்ணங்களை அவளுடன் பகிர்ந்து கொண்டேன். அவள் சினிமா உலகிற்கு வந்தால், அவளுக்கு யாராவது ஒரு ஆணின் ஆதரவு தேவைப்படுமென்று நான்

வெளிப்படையாகச் சொன்னேன். என்னைப் பொறுத்தவரை நரேன் ஒரு நல்ல நண்பனாக இருப்பான்.

நான் சொல்வதைக் கேட்டுக்கொண்டு அவள் பம்பாய்க்குப் புறப்பட்டாள். அடுத்தநாள் திரும்பி வந்தபோது அவள் மிகவும் மகிழ்ச்சியாக இருந்தாள். நரேன் அவளுக்கு மாதம் ஐநூறு ரூபாய்ச் சம்பளத்தில் முழு வருடத்திற்குத் தன் நிறுவனத்தில் ஒப்பந்தம் செய்திருந்தான். அவளுக்கு எப்படி வேலை கிடைத்தது என்பதைப் பற்றி நாங்கள் சிறிது நேரம் பேசிக்கொண்டிருந்தோம். அவள் சொன்னவற்றைக் கேட்ட பிறகு, "நீ சயீத், நரேன் இருவரையும் சந்தித்தாய் அல்லவா? உனக்கு யாரை மிகவும் பிடித்திருந்தது?" என்று கேட்டேன்.

அவள் இதழ்களில் மெல்லிய புன்னகை தோன்றியது. தயங்கிய கண்களுடன் அவள் மீண்டும் என்னைப் பார்த்தாள். "சயீத் ஐயா" என்றாள். பிறகு சட்டென அவள் தீவிரமடைந்து, "சாதத் ஐயா, நீங்கள் ஏன் நரேனை வானளாவப் புகழ்ந்தீர்கள்?"

"ஏன்? என்னாயிற்று?"

"அவர் மிகவும் மோசமானவர். மாலையில் அவர்கள் இருவரும் குடிக்க அமர்ந்த போது நான் நரேனை 'அண்ணா' என்று அழைத்தேன். அவர் உடனே குனிந்து, 'உன் மார்புக்கச்சையின் அளவு என்ன?' என்று என் காதுகளில் முணுமுணுத்தார். கடவுளுக்குத்தான் தெரியும், இது என்னை உச்சந்தலையிலிருந்து உள்ளங்கால் வரை அப்படியே எரித்துவிட்டது. எத்தனை காமவெறி பிடித்தவராயிருக்கிறார்?"

அவள் நெற்றி வியர்க்கத் தொடங்கியது. நான் சத்தமாகச் சிரித்தேன்.

"நீங்கள் ஏன் சிரிக்கிறீர்கள்?" என அவள் அலறினாள்.

"ஓ, அவனுடைய முட்டாள் தனத்தை எண்ணி" நான் சிரிப்பதை நிறுத்திவிட்டுக் கூறினேன்.

சற்றுநேரம் நரேனைக் கடுமையாக விமர்சித்தபிறகு, அவள் அஜீஸைப் பற்றி அக்கறையுடன் பேசத் தொடங்கினாள். பல நாள்களாக அவரிடமிருந்து கடிதம் வரவில்லை. அனைத்து விதமான சந்தேகமும் கவலையும் அவள் மூளையை ஆட்கொண்டிருந்தன. அவருக்கு மீண்டும் கடும் ஜலதோஷம் பிடித்துக்கொண்டதோ? ஏதும் விபத்து நேர்ந்ததோ? அவர் சிறிதுகூடப் பொறுப்பில்லாமல் வண்டி ஓட்டுவார். ஒருவேளை அவர் பூனாவிற்கு வந்துகொண்டிருக்கக் கூடும். ஏனென்றால் எப்போதாவது அவளை ஆச்சரியப்படுத்த திடீரென இங்கே வருவாரென்று அவள் கிளம்பி வரும் சமயம் சொல்லியிருந்தார்.

தனது கவலைகளை உரக்கச் சொல்லியது அவளுடைய மனப் பதட்டத்தைக் கொஞ்சம் அமைதிப்படுத்தியது. அவள் அஜீஸை உற்சாகமாகப் புகழத் தொடங்கினாள். அவர் தன்னுடைய குழந்தைகளை வீட்டில் நன்றாகப் பார்த்துக் கொள்கிறார். உடற்பயிற்சி செய்யும் வழக்கத்தை அவர்களுக்கு ஏற்படுத்தி இருக்கிறார். அவர்களைக் குளிக்க வைத்து பள்ளிக்கு அழைத்துச் செல்கிறார். அவர் மனைவி அத்தனை இங்கிதம் தெரிந்தவரில்லை என்பதால் உறவினர்களிடம் இவரே தகுந்தபடி நடந்து உறவைப் பேண வேண்டியிருந்தது. ஜானகிக்கு ஒருமுறை டைஃபாய்ட் காய்ச்சல் வந்தபோது, கடமையில் தவறாத செவிலிபோலத் தொடர்ந்து இருபது நாள்களுக்கு அவளைக் கவனித்துக்கொண்டார். இன்னும் இவ்வாறாக நிறைய விஷயங்கள்.

அடுத்தநாள் மனதிற்கினிய வார்த்தைகளால் எனக்கு நன்றி சொன்ன பிறகு அவள் பம்பாய்க்குப் புறப்பட்டாள். அங்கே ஒளிமயமான புதிய வாழ்க்கைக்கான கதவுகள் அவளை அணைத்துக்கொள்ளத் திறந்திருந்தன.

***

எனது படத்தின் திரைக்கதையை முடிக்க மேலும் இரண்டு மாதங்கள் ஆனது. நான் எனது கட்டணத்தைப்

பெற்றுக்கொண்டு பம்பாய்க்குப் புறப்பட்டேன். அங்கே இன்னொரு ஒப்பந்தம் காத்திருந்தது. அந்தேரியை வந்தடைந்தேன். அந்தேரியில் இருந்த பெரிய வீடொன்றில் சயீத்தும் நரேனும் பகிர்ந்து வாழ்ந்தனர். தாழ்வரத்தைக் கடந்து பார்த்தபோது, முன்பக்க வாசல் பூட்டப்பட்டிருந்தது. அவர்கள் 'இருவரையும் தொந்தரவு செய்ய வேண்டாம், தூங்கிக்கொண்டிருப்பார்கள்' என நினைத்தேன். பின்புறக்கதவு வேலையாட்களுக்காக அனேகமும் திறந்து வைக்கப்பட்டிருக்கும். அதன்வழி நுழைந்தேன். வழக்கமாக இருப்பதைப் போலவே சமையலறையும் அதனருகிலிருக்கும் உணவருந்தும் கூடமும் மிகவும் அசுத்தமாக இருந்தது. அதன் எதிரில் இருந்த அறை விருந்தினருக்கென ஒதுக்கப்பட்டு இருந்தது. நான் கதவைத் திறந்து நுழைந்தேன். அங்கே இரண்டு படுக்கைகள் இருந்தன. அதில் ஒன்றில் கம்பளி போர்த்திக் கொண்டு சயீத்துடன் யாரோ தூங்கிக்கொண்டிருந்தார்கள்.

நான் மிகவும் தூக்கக் கலக்கத்தில் இருந்ததால் உடைகளைக் கூட மாற்றவில்லை. நான் மற்றொரு படுக்கையில் படுத்தேன். காலடியிலிருந்த கம்பளியால் போர்த்திக்கொண்டேன். நான் கண்ணயரும் நேரம், சயீத்திற்குப் பின்புறத்திலிருந்து வளையலணிந்த கரம் ஒன்று நீண்டது. பக்கத்தில் இருந்த நாற்காலியில் தொங்கிக்கொண்டிருந்த வெள்ளை மஸ்லின் சல்வாரை அந்தக் கரம் எடுக்க முனைந்தது.

நான் திடுக்கிட்டு எழுந்து அமர்ந்தேன். படுக்கையில் சயீத்துடன் ஜானகி இருந்தாள். நான் சல்வாரை எடுத்து அவள்புறம் எறிந்தேன்.

நான் நரேனின் அறைக்குச் சென்று அவனை எழுப்பினேன். காலை இரண்டு மணி வரை அவன் படப்பிடிப்பில் இருந்திருந்தான். அவனை எழுப்பியதற்காக வருத்தப்பட்டேன். குறிப்பிட்ட விஷயம் என்றில்லாவிட்டாலும், அந்நேரத்திலும் அவன் அரட்டையடிக்க மிகுந்த ஆர்வத்துடன் இருந்தான். என் திடீர் வருகை அவனை வெட்டி அரட்டை அடிக்கத்

ஜானகி ♣ 75

தூண்டியிருக்க வேண்டும். நாங்கள் ஒன்பது மணி வரை அவ்வாறு பேசிக்கொண்டிருந்தோம். புறணி பேசும்போது நடுவில் ஜானகி குறித்தான பேச்சும் பலமுறை வந்தது.

நான் அந்த மார்ப்புக் கச்சைப் பற்றி நிகழ்வைக் குறிப்பிட்டுப் பேசியதும் அவன் உரக்கச் சிரித்தான். "ரசமான விஷயம் ஒன்றைச் சொல்கிறேன்: அவள் காதோடு என் வாயைப் பொருத்தி ரகசியமாக, 'உன் மார்புக் கச்சையின் அளவு என்ன?' எனக் கேட்டதும் அவள் உடனடியாக 'இருபத்தி நான்கு' என்றாள். சிறிது நேரம் கழித்துத்தான் அந்தக் கேள்வியின் விகல்பம் அவளுக்கு உரைத்தது. என்னை சபிக்கத் தொடங்கினாள். அவள் அறியாமை நிரம்பிய சிறுமி போன்றவள். நாங்கள் ஒருவரையொருவர் யதார்த்தமாகப் பார்த்துக்கொள்ள நேர்ந்தால், தன் மார்பின் மீதுள்ள துப்பட்டாவை இழுத்துக்கொள்கிறாள். மண்ட்டோ, நானொன்று சொல்கிறேன், அவள் உண்மையில் மிகவும் விசுவாசமான நன்றியுள்ள பெண்" என்றான்.

"அது உனக்கு எப்படித் தெரியும்?" எனக் கேட்டேன்.

"எப்படியா?", அவன் புன்னகைத்தான்.

"முன்பின் தெரியாத அந்நியனிடம் மார்புக் கச்சையின் அளவைக் கூறும் பெண் யாரையும் ஏமாற்ற முடியாது."

அது, விநோதமான தர்க்கம்! ஆனால் நரேன், ஜானகி உண்மையில் நேர்மையான பெண் என என்னைச் சமாதானப்படுத்த மிகக் கடினமாக முயன்றான். "மண்ட்டோ, அவள் சயீத்திடம் எவ்வளவு அர்ப்பணிப்புடன் இருக்கிறாள் என உனக்குத் தெரியாது," என்றான். அலட்சியப்போக்கு கொண்ட அவனைப் போன்றவனைப் பார்த்துக் கொள்வதென்பது அத்தனைச் சுலபமில்லை. தனக்குத்தானே சுமத்திக்கொண்ட இந்தக் கடினமான பொறுப்பை அவள் நல்லவிதமாக நிறைவேற்றுவதை நான் பார்க்கிறேன். அவள் பெண்ணாக மட்டுமல்ல விடாமுயற்சியும் நேர்மையும்

கொண்ட பணிப் பெண்ணாகவும் இருக்கிறாள். காலையில் அந்தக் கழுதையை எழுப்பிவிட அரைமணி நேரத்திற்கும் மேலாகச் செலவிடுகிறாள். அவனைப் பல்துலக்க வைக்கிறாள், உடை அணிய உதவுகிறாள், காலையுணவை ஊட்டுகிறாள், இரவில் அவன் ரம் குடித்துவிட்டு படுக்கைக்குப் போகும்போது, கதவுகளை மூடிவிட்டு அவனருகில் படுக்கிறாள். படப்பிடிப்புத் தளத்தில் யாரைச் சந்திக்க நேர்ந்தாலும் சயீதைப் பற்றி மட்டுமே பேசுகிறாள். "சயீத் ஐயா மிகவும் நல்லவர், சயீத் ஐயா மிக நன்றாகப் பாடுகிறார். சயீத் ஐயாவிற்குக் கொஞ்சம் எடை கூடிவிட்டது. சயீத் ஐயாவின் கம்பளிச் சட்டை தயாராக இருக்கிறது. சயீத் ஐயாவிற்காக நான் பெஷாவரிலிருந்து ஒரு ஜோடி போடோஹரி காலணிகளை வரவழைத்திருக்கிறேன். சயீத் ஐயாவிற்குக் கொஞ்சம் தலைவலி. நான் அவருக்காக ஆஸ்பரோ மாத்திரை வாங்கிவரப் போகிறேன். சயீத் ஐயா இன்று எனக்காக இரு வரி கவிதை ஒன்றை எழுதினார்." ஆனால், என்னைச் சந்திக்க நேர்ந்தால், அந்த மார்புக் கச்சை சம்பவத்தை நினைவில் கொண்டு எப்போதும் முகம் சுளிக்கிறாள்."

நான் சுமார் பத்து நாள்கள் சயீத்துடனும் நரேனுடனும் தங்கினேன். ஆனால், சயீத் ஒருமுறை கூட ஜானகியைப் பற்றிப் பேசவில்லை. ஒருவேளை அவர்கள் உறவு அந்த நேரத்தில் பழைய கதையாகிவிட்டது என்பதால் இருக்கலாம். ஆனால், நானும் ஜானகியும் சிறிது பேசினோம். அவனது பொறுப்பற்ற மனநிலையைப் பற்றி நிறைய புகார் செய்தாள். எனினும், அவள் சயீத்துடன் மிகவும் மகிழ்ச்சியாக இருந்தாள். "சாதத் ஐயா, அவர் தன்னுடைய உடல்நிலை குறித்துக் கொஞ்சம்கூட கவனம் செலுத்துவதில்லை. மிகவும் அஜாக்கிரதையாக இருக்கிறார். எப்போதும் தன் எண்ணங்களுக்குள் மூழ்கியிருக்கும் அவர் மற்றவற்றில் கவனம் செலுத்துவதில்லை. நீங்கள் என்ன சிரிக்கிறீர்கள்? சொன்னால் நம்புவீர்களா, கழிப்பறைக்குச் சென்றாரா இல்லையா என்று கூட நான் தினமும் அவரைக் கேட்க வேண்டும்."

ஜானகியைப் பற்றி நரேன் என்னிடம் சொன்ன யாவுமே மிகவும் சரிதான். அவள் எப்போதும் சயீத்தைப் பற்றிக் கவலைகொள்வதைப் பார்த்தேன். அந்தேரியில் நான் தங்கியிருந்த பத்து நாள்களில், சயீத் மீதான ஜானகியின் தன்னலமற்ற அர்ப்பணிப்பு என்னை மிகவும் ஈர்த்தபோதும் அஜீஸைப் பற்றியும் நினைத்தேன். ஜானகி அவரைப் பற்றியும்தான் கவலைப்பட்டாள். "சயீத்தைச் சந்தித்தபிறகு இப்போது அவரை முற்றிலும் மறந்துவிட்டாளா என்ன?" எனத் திகைத்தேன்.

நான் இன்னும் சில நாள்கள் தங்கியிருந்தால், ஜானகியிடம் நிச்சயம் அது பற்றிக் கேட்டிருப்பேன். என்னை ஒப்பந்தம் செய்யவிருந்த திரைப்பட நிறுவனத்தின் முதலாளியுடன் சில விஷயங்களில் வாக்குவாதம் ஏற்பட்டதால், என்னுடைய கவலையைத் தணித்துக்கொள்ள உடனே பூனாவிற்குப் புறப்பட்டேன். இரண்டு நாள்கள்தான் கடந்திருந்தது, அஜீஸின் தந்தி கிடைக்கப் பெற்றேன் - அவர் பூனாவிற்குப் போகும் வழியில், தற்போது பம்பாயில் இருப்பதாக. அவர் ஆறு மணி நேரங்களுக்குப் பிறகு என்னுடன் இருந்தார்.

அடுத்தநாள் அதிகாலையில் ஜானகி வந்துவிட்டாள்.

அஜீஸூம் ஜானகியும் ஒருவரையொருவர் சந்தித்துக்கொண்டனர். ஆனால் நீண்ட பிரிவுக்குப் பின் சந்திக்கும் காதலர்களின் உள்ளக் கிளர்ச்சியை அல்லது பொறுமையின்மையை அவர்கள் வெளிக்காட்டிக் கொள்ளவில்லை. ஏனெனில் அஜூஸ் உடனான என் உறவுமுறை எங்கள் நட்பின் தொடக்கக் காலத்திலிருந்தே மிகவும் சம்பிரதாயமானதாகவே இருந்து வந்துள்ளது. நான் இருக்கும்போது கட்டுக்கடங்காதவர்களாகத் தங்களை வெளிக்காட்டிக்கொள்ள அவர்கள் விரும்பவில்லை.

அஜீஸ் விடுதியில் தங்கலாம் என்று நினைத்தார். என் நண்பன் வெளிப்புறப் படப்பிடிப்பு வேலைக்காக கோலாப்பூருக்குச் சென்றிருந்தான். எனவே அஜீஸையும் ஜானகியையும்

என்னுடன் தங்க வைத்தேன். அந்த வீட்டில் மூன்று அறைகள் இருந்தன. அவர்கள் இருவரும் தனித்தனி அறைகளில் தூங்கிக் கொள்ளலாம். நான் இருவரையும் ஒரே அறையில் தங்க வைக்க வேண்டுமென நினைத்தேன், ஆனால் என்னால் முடியவில்லை. நான் அஜீஸுடன் அத்தனை நெருக்கமானவன் இல்லை என்பதோடு அவர் ஜானகியுடனான தன் உறவு பற்றி எந்தச் சமயத்திலும் அவர் வெளிப்படுத்திக்கொள்ளவே இல்லை.

மாலையில் இருவரும் படம் பார்க்க வெளியில் சென்றனர். புதிய படம் ஒன்றின் திரைக்கதை வேலைகளைத் தொடங்க வேண்டுமென்பதால் நான் வீட்டில் இருந்தேன். அதிகாலை இரண்டு மணி வரை நான் விழித்திருந்துவிட்டுப் பிறகு தூங்கினேன். மாற்றுச்சாவியை நான் அஜீஸிடம் முன்பே கொடுத்திருந்ததால், அவர்களை உள்ளே அனுமதிப்பது பற்றி கவலைப்படும் தேவையிருக்கவில்லை.

நான் வெகுநேரம் வேலை செய்தாலும், தண்ணீர் அருந்த மூன்றரையிலிருந்து நான்கு மணிக்குள் ஒருமுறை விழித்துக் கொள்வது வழக்கம். பழக்கத்தினால் அன்று இரவும் விழித்தேன். நீர் கூஜாவுடன் எனது படுக்கை அமைக்கப்பட்டிருந்த அறையில்தான் அஜீஸ் தங்கியிருந்தார்.

நான் அதீத தாகத்துடன் இல்லாமல் இருந்திருந்தால் அஜீஸைத் தொந்தரவு செய்திருக்கவே மாட்டேன். பெருமளவில் குடித்திருந்த விஸ்கியால் என் தொண்டை வறண்டிருந்தது. நான் கதவைத் தட்டினேன். கதவைத் திறக்கச் சிறிது நேரமானது. தூக்க மயக்கத்திலிருந்த தன் கண்களைக் கசக்கிக் கொண்டே 'சாதத் ஐயா!' என்றாள் ஜானகி. ஆனால் என்னைக் கண்டதும், அவள் உதடுகள் மெதுவாக 'ஐயோ' என்று முணுமுணுத்தன.

உள்ளே படுக்கையில் அஜீஸ் உறங்கிக்கொண்டிருந்தார். நான் இயல்பாகப் புன்னகைத்தேன். ஜானகியும் புன்னகைத்தாள். அவள் இதழ்கள் ஒரு பக்கமாக இழுத்துக்கொண்டன. நான் கூஜாவை எடுத்துக்கொண்டு கிளம்பினேன்.

நான் காலையில் கண் விழிக்கும்போது என் அறையில் ஒரே புகை மண்டலமாக இருந்தது. சமையலறைக்கு விரைந்தேன். அங்கு ஜானகி, அஜீஸின் குளியலுக்குச் சுடு தண்ணீர் காய்ச்ச காகிதங்களை எரித்துக்கொண்டிருந்தாள். புகையினால் ஏற்பட்ட கண்ணீர் அவள் கன்னங்களில் வழிந்துகொண்டிருந்தது. அவள் என்னைக் கண்டதும் புன்னகைத்தபடி அடுப்பை ஊதினாள். "அஜீஸ் ஐயாவிற்குக் குளிர்ந்த நீரில் குளித்தால் சளி பிடித்துக் கொள்ளும்" என விளக்கம் சொன்னாள். நான் பெஷாவரில் அவரைப் பார்த்துக்கொள்ள முடியாமல் போன அந்த முழு மாதமும் அவருக்கு உடம்பு சரியில்லை. அவர் தன் மருந்துகளை எடுத்துக்கொள்ளவில்லை. ஹூம்.. பிறகு எப்படி உடல்நிலை கெடாமல் இருக்கும்! அவர் நிறைய எடையை இழந்திருப்பதைக் கவனித்தீர்களா!"

அஜீஸ் குளித்தவுடன் அவருடைய வேலை நிமித்தம் வெளியில் சென்றார். ஜானகி சயீத்துக்கு ஒரு தந்தி அனுப்பும்படி என்னிடம் சொன்னாள். "நான் இங்கு வந்து சேர்ந்ததும், உடனடியாக அவருக்குத் தெரிவித்திருக்க வேண்டும், ஐயோ, பெரிய தவறு செய்துவிட்டேன்! அவர் மிகவும் கவலை கொண்டிருப்பார்."

அவள் என்னை எழுதச் சொன்னாள். அவள் புனாவிற்கு நலமுடன் வந்து சேர்ந்ததை அவனிடம் தெரிவித்தாள். அவன் எப்படி இருக்கிறான் எனவும், அவன் மருந்துகளைத் தவறாமல் எடுத்துக்கொள்கிறானா என்பதைப் பற்றியும் அவள் மிகவும் கவலைப்பட்டாள்.

ஜானகி, நான்கு நாள்களுக்குள் ஐந்து தந்திகளை சயீத்துக்கு அனுப்பியிருந்தாள். அவன் பதில் எழுதவில்லை. அவள் பம்பாய்க்குத் திரும்பிச் செல்லத் திட்டமிட்டாள். திடீரென்று அன்றைய மாலைப்பொழுதில் அஜீஸுக்கு உடல்நலக் கோளாறு ஏற்பட்டது. ஜானகி சயீத்துக்கு இன்னொரு தந்தி அனுப்புமாறு என்னிடம் கூறினாள். அன்றிரவு முழுவதும் அஜீஸைக் கவனித்துக்கொண்டாள். அது சாதாரண

காய்ச்சல்தான் என்ற போதிலும் ஜானகி அளவுக்கதிகமாகக் கவலைப்பட்டாள். சயீத் மௌனமாக இருந்ததாலும் கூடப் பதட்டம் இருந்திருக்கும் என நான் நினைக்கிறேன். "சயீத் ஐயாவிற்கு உடல்நிலை சரியில்லை, இல்லையென்றால் எனக்கு நிச்சயம் பதில் எழுதியிருப்பார் என நம்புகிறேன்" என்றாள்.

ஐந்தாம்நாள் மாலை சயீத்தின் தந்தி வந்தது. அப்போது அஜீஸ் உடனிருந்தார். "என் உடல்நிலை மோசமாக இருக்கிறது" என்றும் அவளை உடனடியாக புறப்பட்டு வருமாறும் அறிவுறுத்தி இருந்தான். அந்தத் தந்தி வருவதற்குச் சற்று முன்புதான், நான் சொன்ன ஏதோ விஷயத்திற்காக ஜானகி விழுந்து விழுந்து சிரித்திருந்தாள். சயீத்தின் உடல்நிலை பற்றித் தெரிந்த அடுத்த நிமிடம் அவள் மிகவும் அமைதி கொண்டாள். அவளுடைய மௌனத்தை அஜீஸ் தவறாக எடுத்துக்கொண்டார். அவளை விளித்தபோது அவருடைய தொனியில் வழிந்த கசப்பை உணர்ந்தேன். நான் எழுந்து வெளியில் சென்றேன்.

மாலையில் நான் திரும்பும்போது அவர்கள் வெகுநேரம் சண்டையிட்டுக் கொண்டவர்கள்போல் தனித்தனியே அமர்ந்திருந்தனர். ஜானகியின் கன்னத்தில் கண்ணீர்க் கறைகள் உலர்ந்திருந்தன. சிறிது நேரம் ஏதோ பேசிய பின் ஜானகி அவள் கைப்பையை எடுத்துக்கொண்டு, "நான் போகிறேன், ஆனால் விரைவில் திரும்பி வருவேன்" என அஜீஸிடம் கூறினாள். "சாதத் ஐயா, தயவு செய்து அவரைக் கவனித்துக் கொள்ளுங்கள், அவரது காய்ச்சல் இன்னும் விடவில்லை" என்று என்னிடம் சொன்னாள்.

ரயில் நிலையத்திற்கு அவளுடன் சென்றேன். அவளுக்குக் கள்ளச்சந்தையில் சீட்டு வாங்கிக் கொடுத்துவிட்டு, அவளைப் பெட்டியில் அமர வைத்தபிறகு திரும்பினேன்.

வீட்டில் அஜீஸிற்கு மிதமான காய்ச்சல் இருந்தது. ஜானகியைக் குறித்து ஏதும் பேசாமல், நாங்கள் நீண்ட நேரம் பேசிக்கொண்டிருந்தோம்.

மூன்றுநாள் கழித்து, காலை சுமார் ஐந்தரை மணி இருக்கும், யாரோ வாசற்கதவைத் திறக்கும் ஓசையைக் கேட்டேன். ஜானகி நுழைந்தாள். அவள் அஜீஸிடம் அவர் ஆரோக்கியம் பற்றியும், அவள் இல்லாத சமயத்தில் தவறாமல் மருந்துகளை எடுத்துக் கொண்டாரா எனவும் அக்கறையான சொற்களில் கேட்டாள். அஜீஸ் என்ன பதில் சொன்னார் என்று நான் கேட்கவில்லை. ஆனால் அரைமணி நேரத்திற்குப் பிறகு, அதீத உறக்கத்தால் என் கண்கள் மூடிய சமயத்தில், தாழ்ந்த ஒலியில், அஜீஸின் கோபமான குரலைக் கேட்டேன். அவளிடம் கோபமாகப் பேசினார் என்பது தவிர எனக்கு ஒன்றும் புரிபடவில்லை.

பத்து மணிக்கு, ஜானகி அவருக்காகச் சுடவைத்த நீரைத் தொடாமல், குளிர்ந்த நீரில் குளித்தார். நான் இதை ஜானகியிடம் தெரிவித்தபோது அவள் கண்கள் கண்ணீரால் தளும்பின.

அஜீஸ் குளித்தபிறகு உடையணிந்து வெளியில் கிளம்பி விட்டார். ஜானகி படுத்திருந்தாள். நான் பிற்பகல் மூன்று மணிபோல அவளைப் பார்த்த சமயத்தில் அவளுக்கு மிகவும் காய்ச்சலடித்துக்கொண்டிருந்தது. நான் மருத்துவரை அழைக்க வெளியில் சென்றபோது, அஜீஸ் சாமான்களைக் குதிரை வண்டியில் ஏற்றுவதைப் பார்த்தேன்.

"எங்கே கிளம்பிவிட்டீர்கள்?" எனக் கேட்டேன்.

என்னுடன் கைகுலுக்கிக்கொண்டே, "பம்பாய். மீண்டும் சந்திப்போம்" என்றார்.

நான் ஜானகியின் அதீதக் காய்ச்சல் பற்றி எதுவும் சொல்லும் முன்னர் அவர் வண்டியில் தாவி ஏறிச் சென்றிருந்தார்.

மருத்துவர் அவளைக் கவனத்துடன் பரிசோதனை செய்து 'மார்புச்சளி நோய்' என ஆய்வுறுதி செய்தார். போதிய அக்கறை எடுத்துக்கொள்ளாவிட்டால் அது நிமோனியா காய்ச்சலாக மாறிவிடும் என்றார். அவர் மருந்துச் சீட்டு எழுதிவிட்டு புறப்பட்டார். ஜானகி என்னிடம் அஜீஸ் பற்றிக் கேட்டாள்.

சொல்லாமல் மறைத்துவிடலாம் என முதலில் நினைத்தேன். அப்படிச் செய்வதால் ஒன்றுமாகப் போவதில்லை. அவர் சென்றுவிட்டார் என்பதைச் சொன்னேன். அவள் அதிர்ச்சி அடைந்தாள். தலையணையில் முகம் புதைத்து நெடுநேரம் அழுதாள்.

அடுத்தநாள் காலை அவளுடைய காய்ச்சல் ஒரு டிகிரி மட்டும் குறைந்திருந்தது. சுமார் பதினோரு மணிக்கு, பம்பாயிலிருந்து சயீத்தின் தந்தி வந்ததால் சற்று நலமாக உணர்ந்தாள். "நினைவில் கொள், நீ உன் வாக்கைக் காப்பாற்றவில்லை" எனக் கடுஞ்சொற்களால் அவளை நிந்தித்திருந்தான்.

நான் என்னால் முடிந்தவரை கடுமையாக முயற்சி செய்தேன் ஆனாலும், அவள் உடனடியாகப் புறப்பட்டுச் செல்வதைத் தடுக்க முடியவில்லை. ஆபத்தான உடல்நிலையுடன் அவள் பூனா எக்ஸ்பிரஸ்ஸில் புறப்பட்டுப் போனாள்.

ஐந்தாறு நாள்களுக்குப் பின், "மிக அவசரமான விஷயம், உடனே கிளம்பி வரவும்" என எனக்கு நரேன் தந்தி அனுப்பியிருந்தான்.

யாராவது தயாரிப்பாளரிடம் எனக்காக ஒப்பந்தம் பேசி இருப்பான் என நினைத்தேன். ஆனால் விஷயம் அதுவல்ல. நான் பம்பாயை அடைந்தவுடன், ஜானகியின் உடல்நிலை மிகவும் கவலைக்குரியதாக இருப்பதைக் கூறினான். அவளுடைய மார்புச்சளி நிமோனியாவாக மாறியிருந்தது. அத்துடன் அவள் பம்பாய் வந்து சேர்ந்தபோது, அந்தேரிக்குப் புறப்பட்ட ரயிலில் ஏற முயன்ற சமயம், அது நகர்ந்து கொண்டிருந்த வண்டி என்பதால் கீழே விழுந்து தன் தொடைகளில் பலமாகக் காயப்பட்டிருந்தாள்.

ஜானகி உடல் வலிகளைத் தைரியமாக எதிர்கொண்டாள். ஆனால் அந்தேரிக்கு வந்ததும் சயீத் அவள் பெட்டிகளைச் சுட்டி 'உடனடியாக வெளியேறு' எனச் சொன்னபோது மனமுடைந்து போனாள். "சயீத்தின் இரக்கமற்ற வார்த்தைகள் அவளை ஒருகணம் உறைய வைத்தன. ரயிலில் விழுந்து தன்னை மாய்த்துக்

கொள்ள அவள் நினைத்திருப்பாள் என நான் உறுதியாகச் சொல்வேன். சாதத்! நீ சயீத்தைப் பற்றி என்ன சொன்னாலும் சரி, அவன் பெண்களிடம் நடந்துகொள்வது கொடூரமாகவும் சற்றும் மனிதத்தனம் இல்லாததாகவும் இருக்கிறது. பாவம் அவள்! இந்தக் கழுதையிடம் விரைந்து வந்து சேர வேண்டும் என்பதற்காக, மிகுந்த காய்ச்சலுடன் ரயிலில் வேறு அடிபட்டிருந்தாள். ஆனால் அவன் சற்றும் கவலைப்படவில்லை. சிறிதளவு இரக்கமுமின்றி, உணர்ச்சிகள் இல்லாதவனாக, அச்சியந்திரம் செய்தித்தாள்களை வரிசையாக வெளித்தள்ளுவதைப்போலத் திரும்பத் திரும்ப 'தயவு செய்து சென்று விடு!' என்று சொன்னான். அது என்னை மிகவும் காயப்படுத்தியது. நான் எழுந்து வெளியில் புறப்பட்டேன். நான் மாலையில் திரும்பியபோது, ஜானகியைக் காணவில்லை. சயீத் படுக்கையில் அமர்ந்துகொண்டு, தனக்கு முன்னால் ஒரு கண்ணாடிக் கோப்பையில் ரம் இருக்க, கவிதை எழுதிக்கொண்டிருந்தான். அவனிடம் ஒரு வார்த்தையும் பேசாமல் நான் எனது அறைக்குப் போனேன். நான் மறுநாள் படப்பிடிப்புத் தளத்தில், துணை நடிகையாகப் பணிபுரியும் ஒரு பெண்ணின் வீட்டில் அபாயமான கட்டத்தில் ஜானகி இருப்பதை அறிந்துகொண்டேன். நான் அந்தத் தளத்தின் சொந்தக்காரருடன் பேசிய பின் அவளை மருத்துவமனையில் சேர்த்தேன். நேற்றிலிருந்து அவள் அங்கிருக்கிறாள். நான் வேறென்ன செய்வது என்று சொல். அவள் என்னை வெறுக்கிறாள், எனவே அவளை நான் சென்று பார்க்க முடியாது. நீ போய் அவளுடைய நிலைமையை அறிந்து வா" என நரேன் கூறினான்.

நான் மருத்துவமனை சென்றேன். சயீத்தும் அஜீஸும் எப்படி இருக்கிறார்கள் என்பதைத்தான் முதலில் கேட்டாள். அவர்கள் இருவரும் அவளை அத்தனை இழிவாக நடத்திய பிறகும் அவர்கள் மீதான அவளுடைய அக்கறையைக் கண்டு நான் மிகவும் நெகிழ்ந்து போனேன்.

அவளுடைய நிலை கவலைக்கிடமாக இருந்தது. மருத்துவர்கள் அவளது இரண்டு நுரையீரல்களும் பாதிப்புக்குள்ளாகி உள்ளன என்றும், அவள் உயிருக்கு ஆபத்திருக்கிறது என்றும் என்னிடம் தெரிவித்தார்கள். எது என்னைத் திகைப்பில் ஆழ்த்தியது என்றால், இவற்றையெல்லாம் ஜானகி மனத்திடத்துடன் எதிர்கொண்டாள் என்பதே.

நான் படப்பிடிப்புத் தளத்திற்குத் திரும்பி வந்து நரேனைத் தேடினேன். காலையில் சென்றவன் இன்னும் வரவில்லை என்று தெரிவிக்கப்பட்டேன். மாலையில் அவன் திரும்பியபோது, என்னிடம் ரப்பர் மூடி கொண்டு இறுக்கமாக அடைத்திருந்த மூன்று குப்பிகளைக் காண்பித்து, "இவை என்னவென்று தெரியுமா?" என்று கேட்டான்.

"இல்லை. ஏதோ மருந்துபோலத் தெரிகிறது"

அவன் புன்னகைத்தான். "ஆம், மருந்துதான். பென்சிலின் மருந்து."

நான் அதிர்ச்சி அடைந்தேன். அந்நாள்களில் அமெரிக்காவிலும் இங்கிலாந்திலும் பென்சிலின் மருந்துகள் மிகச் சிறிய அளவில் தயாரிக்கப்பட்டன. அவையும் கூட இராணுவ மருத்துவமனைகளுக்காக மட்டுமே ஒதுக்கீடு செய்யப்பட்டன. "பென்சிலின் அரிதானதாயிற்றே, எப்படி அதை வாங்கினாய்?" எனக் கேட்டேன்.

அவன் புன்னகைத்துவிட்டு, "நான் சிறுவனாக இருந்தபோது, பணத்தைத் திருடுவதற்கு எங்கள் குடும்பத்தின் பணப் பெட்டியை உடைப்பதில் நிபுணனாக இருந்தேன். அதைத்தான் இன்று மீண்டும் செய்தேன். இராணுவ மருத்துவமனைக்குள் ரகசியமாகச் சென்று இம்மூன்று குப்பிகளைக் குளிர்சாதனப் பெட்டியிலிருந்து திருடினேன். ஜானகியைத் தங்கும்விடுதிக்கு அழைத்துச் செல்வோம். வா, விரைந்து செயல்படுவோம்" என்றான்.

நான் வாடகைக் காரில் மருத்துமனைக்குச் சென்று ஜானகியைத் தங்கும்விடுதிக்கு அழைத்து வந்தேன். நரேன் அங்கே இரண்டு அறைகளை முன்பதிவு செய்திருந்தான்.

நான் இங்கு ஏன் அவளை அழைத்து வந்திருக்கிறேன் என்று மிகவும் பலவீனமான குரலில் திரும்பத் திரும்பக் கேட்டுக் கொண்டிருந்தாள். அவள் விரைவில் அறிந்துகொள்வாள் என்று ஒவ்வொரு முறையும் நான் பதில் சொன்னேன். நரேன் மருந்துக் குழலை கையில் பிடித்தபடி அறைக்குள் நுழைந்தபோது, அவள் அறிந்துகொண்டாள். ஏமாற்றத்துடனும் வருத்தத்துடனும் முகத்தைத் திருப்பிக்கொண்டாள். அவள் என்னிடம், “சாதத் ஐயா, அவனை வெளியில் போகச் சொல்லுங்கள்” என்றாள்.

நரேன் புன்னகைத்தான். “அன்பே, உன் கோபத்தை விட்டுத் தள்ளு, உன் உயிருக்கு ஆபத்தான நிலையில் இருக்கிறாய்.”

ஜானகி ஆத்திரம் கொண்டாள். அவள் பலவீனமாக இருந்தபோதிலும் எழுந்து அமர்ந்தாள். “சாதத் ஐயா, இந்தத் தேவடியா மகனை வெளியில் தூக்கி எறியுங்கள் அல்லது நான் போகிறேன்” என்றாள்.

நரேன் அவளைப் படுக்கையில் அழுத்தினான். “இந்தத் தேவடியா மகன் உனக்கு ஊசி செலுத்தாமல் நகரமாட்டான். இதை எதிர்க்க முயலாதே என உன்னை எச்சரிக்கை செய்கிறேன்” எனப் புன்னகைத்துக்கொண்டே சொன்னான்.

அவன் மருந்துக் குழலை என்னிடம் கொடுத்தான். ஒரு கையால் அவளுடைய கையைப் பிடித்துக்கொண்டு, மேற்பகுதியை ஆல்கஹாலில் தோய்த்த பஞ்சுகொண்டு தேய்த்துவிட்டுப் பஞ்சை என்னிடம் கொடுத்தான். மருந்துக் குழலை எடுத்து ஊசியைத் தசையில் செலுத்தினான். அவள் அலறினாள் என்றாலும் பென்சிலின் மருந்து அவள் உடலுக்குள் போய்விட்டது.

நரேன் கையை விடுவித்ததும் அவள் அழத் தொடங்கினாள். அவன் கொஞ்சமும் சட்டை செய்யவில்லை. ஊசி செலுத்திய இடத்தைப் பஞ்சுகொண்டு சுத்தப்படுத்திவிட்டு அடுத்த அறைக்குப் போனான்.

முதல் ஊசி இரவு ஒன்பது மணிக்குப் போடப்பட்டது. அடுத்த மூன்றாவது மணி நேரத்தில் இரண்டாவது ஊசியைச் செலுத்த வேண்டும். அரைமணி நேரம் தாமதித்தாலும் பென்சிலினின் பலன் முழுதுமாக வீணாகிவிடும் என்று நரேன் என்னிடம் எச்சரித்திருந்தான். அதனால், அவன் விழித்தே இருந்தான். இரவு பதினோரு மணிக்கு மண்ணெண்ணெய் அடுப்பைப் பற்ற வைத்துக் கொதிக்கும் நீரில் ஊசியைத் தூய்மைப்படுத்திய பிறகு அடுத்த தவணை மருந்தைக் குழலில் நிரப்பினான்.

ஜானகியின் கண்கள் மூடியிருந்தன. அவள் சுவாசம் இரைந்தது. அவளுடைய மற்றொரு கையில் ஆல்கஹாலில் நனைத்த பஞ்சைத் தேய்த்துவிட்டு ஊசியைக் குத்தினான். அவள் கீச்சென்று கத்தி அழுதாள். நரேன் ஊசியை வெளியில் இழுத்துவிட்டு, அந்த இடத்தில் பஞ்சால் தேய்த்துவிட்டான். "அவளுக்கு மூன்றாவது தவணை மருந்தை மூன்று மணிக்குச் செலுத்துவோம்" என்றான்.

அவன் எப்போது மூன்றாவது, நான்காவது ஊசியைப் போட்டான் என்று எனக்குத் தெரியவே இல்லை. எனக்கு விழிப்பு வந்த நேரத்தில் எரியும் அடுப்பின் சீறல் ஒலியும், அவன் பணியாளரிடம் பனிக்கட்டி கேட்டுக்கொண்டிருந்ததையும் பார்த்தேன். பென்சிலினைக் குளிர்ச்சியாக வைத்துக்கொள்ள வேண்டியிருந்தது.

காலை ஒன்பது மணிக்கு ஐந்தாவது ஊசியைச் செலுத்த அவள் அறைக்குள் நுழைந்தோம். அவள் கண்களைத் திறந்துகொண்டு படுக்கையில் இருந்தாள். அவள் கண்களில் கொப்பளிக்கும் வெறுப்புடன் நரேனைப் பார்த்தாள், ஆனால் ஒன்றும்

ஜானகி ♣ 87

சொல்லவில்லை. நரேன் புன்னகைத்தான். "என் அன்பே, இப்போது எப்படி இருக்கிறாய்?" என்றான்.

ஜானகி மௌனமாக இருந்தாள்.

நரேன் அவள் அருகில் சென்று நின்றான். "உனக்குச் செலுத்தும் இந்த ஊசிகள் காதல் ஊசிகள் அல்ல. அவை உன்னுடைய நிமோனியாவைக் குணப்படுத்தச் செலுத்தப்படுகின்றன. நான் இவற்றை இராணுவ மருத்துவமனையில் இருந்து திருடினேன்... சரி வா, குப்புறப் படுத்துக்கொண்டு, உன் சல்வாரைக் கொஞ்சம் கீழிறக்கு. உனக்கு எப்போதாவது அங்கு ஊசி செலுத்தப்பட்டிருக்கிறதா?" என்றான்.

ஜானகியின் பிட்டத்தில் ஓர் இடத்தில் அவன் விரலால் குத்தினான். வெறுப்பும் திகைப்பும் அவள் கண்களில் மண்டியது.

அவள் திரும்பிப் படுத்தபோது, "சபாஷ்" என்று நரேன் கூறினான். அவள் எதிர்ப்பைக் காட்டும் முன், அவளுடைய சல்வாரை இழுத்துவிட்டு, "விரைந்து இங்கே ஆல்கஹாலைத் தேய்த்து விடு" என்று எனக்குக் கட்டளையிட்டான்.

அவள் எல்லாத் திசைகளிலும் காலை உதறத் தொடங்கினாள். "இப்படிச் செய்யாதே, உனக்கு எப்படியும் ஊசி செலுத்தத் தான் போகிறேன்" என்று நரேன் கத்தினான்.

வெற்றிகரமாக ஐந்தாவது ஊசியும் செலுத்தப்பட்டது. மூன்று மணிக்கு ஒருமுறை செலுத்தப்பட வேண்டிய ஊசிகள், இன்னும் பதினைந்து இருந்தன. அந்த மருந்து முழுவதையும் செலுத்த மொத்தம் நாற்பத்தைந்து மணி நேரங்கள் தேவையாக இருந்தது.

ஐந்து ஊசிகள் போட்ட பிறகும் ஜானகியின் உடல் நிலையில் முன்னேற்றத்துக்கான எவ்வித அறிகுறியும் தென்படவில்லை. ஆனால் நரேன் பென்சிலினின் அதிசய ஆற்றலில் நம்பிக்கை கொண்டிருந்தான். அவள் முழுமையாகக் குணமடைந்து

இங்கிருந்து வெளியில் வருவாள் என்று அவன் உறுதியாக நம்பினான். இந்த மருந்தைப் பற்றி நாங்கள் நெடுநேரம் பேசிக் கொண்டிருந்தோம்.

பதினோரு மணி போல நரேனின் பணியாள் எனக்கான ஒரு தந்தியுடன் வந்தான். அது பூனாவிலிருந்த திரைப்பட நிறுவனத்திலிருந்து வந்திருந்தது. அவர்கள் என்னை உடனடியாக வரச் சொல்லி இருந்தனர். நான் கிளம்ப வேண்டியிருந்தது.

நான் பத்து பதினைந்து நாள்களுக்குப் பிறகு நிறுவன வேலையாக பம்பாய்க்குத் திரும்பினேன். என் வேலைகளை முடித்தபிறகு அந்தேரிக்குச் சென்றேன். நரேன் இன்னமும் விடுதியில் மறைந்திருப்பதாக சயீத் சொன்னான். நகரத்திலிருந்து விடுதி தொலைவில் இருந்ததால் நான் அந்தேரியில் அன்றிரவைக் கழித்தேன்.

மறுநாள் காலை சுமார் எட்டு மணியளவில் விடுதியை அடைந்தேன். நரேனின் அறை திறந்திருந்தது. நான் நுழைந்து பார்த்தபோது அது காலியாக இருந்தது. அடுத்த அறையின் கதவைத் தள்ளினேன். சட்டென்று கண்முன் ஏதோ பட்டு மறைந்தது. என்னைப் பார்த்த நொடியில் ஜானகி கம்பளிக்குள் நழுவினாள். அவளருகில் நரேன் பரப்பிக்கொண்டு படுத்திருந்தான். நான் வெளியேறுவதைக் கண்டு, "வா மண்ட்டோ, உள்ளே வா." எனக் கத்தினான். "நான் எப்போதும் அறையைத் தாழிட மறந்துவிடுகிறேன். வாய்யா, இந்த நாற்காலியில் உட்கார். ஆனால், அதற்கு முன்னால் ஜானகியின் சல்வாரை அவளிடம் எடுத்துக்கொடுக்கிறாயா?"

சாலையோரம்

அன்றும் இதே பருவக்காலம்தான், அவன் கண்களைப் போல் நீலநிறத்தில் தெளிவாக இருந்தது வானம், இன்றைய தினம் போலவே. இனிமையான கனவுகள் தரும் இதமான வெம்மையைத் தந்தது சூரிய ஒளி. என் உணர்வுகளைத் திரளச் செய்த நிலத்தின் வாசனை இப்போதிருப்பதைப் போல் அப்போதும் இருந்தது. இன்று படுத்திருப்பதைப் போல்தான் அன்று படுத்துக்கொண்டு, பரிதவிக்கும் என் ஆன்மாவை அவனுக்கு வழங்கினேன்.

"என்னை நம்பு, நீ எனக்கு அளித்திருப்பது போன்ற தருணங்களை என் வாழ்வு இழந்திருந்தது", என்றான். "நீ இன்று என்னுள் நிரப்பி இருக்கும் என் உயிரின் வெற்றிடங்கள் யாவும் உனக்கு நன்றியுடையவை. நீ எனது வாழ்வில் வரவில்லை எனில் அது முழுமையில்லாததாக இருந்திருக்கும். நான் நஷ்டப்பட்டிருப்பேன், வேறென்ன சொல்ல. நான் நிறைவாக உணர்கிறேன், இனிமேலும் எனக்கு நீ தேவை என்று நான் நினைக்காத அளவிற்கு மிகவும் நிறைவாக உணர்கிறேன்."

அவன் விலகிச் சென்றுவிட்டான், திரும்பி வரவே இல்லை.

என் கண்கள் கண்ணீர் சிந்தின, இதயம் அழுதது. நான் அவனிடம் கெஞ்சினேன். அவனிடம் மீண்டும் மீண்டும் கேட்டேன்: "ஏன் - ஏன் உனக்கு நான் இனி தேவையில்லை, தகிக்கும் பேரார்வத்துடன் உனக்கான தேவை இப்போது எனக்குள் தொடங்கியுள்ள நிலையில்... நீ கூறியது போல,

உன் உயிரின் வெற்றிடங்களை நிரப்பி இருக்கும் இந்தத் தருணங்களுக்குப் பிறகு"

"இத்தருணங்கள் என்னை முழுமைப்படுத்தத் தேவையான உனது உயிரின் அணுக்களை, ஒவ்வொன்றாக என் மீது அருளியுள்ளன" என்றான். "இப்போது என் வாழ்வின் இலக்கு நிறைவேறியதால், இயல்பாகவே நமது உறவும் முடிவுக்கு வருகிறது."

ஐயோ, அந்தச் சொற்கள் ஏற்படுத்திய காயங்களின் கொடூரம்! என்னால் அந்தக் கடும்தாக்குதலைத் தாங்க முடியவில்லை. நான் வலியில் அலறினேன், அது அவனை அசைக்கவில்லை. அவனிடம் கூறினேன், "உன்னை முழுமையாக்கிய அவ்வணுக்கள் என்னுயிரின் ஒரு பகுதி. அவற்றுக்கு என்னுடன் உறவு உண்டல்லவா? நான் அவற்றை விட்டுத்தள்ள முடியுமா? என்னை இரு துண்டாக்கிவிட்டு உன் அனுபோகத்தை அடைந்திருக்கிறாய். நான் இதற்காகவா உன்னை என் தலைவனாக ஆக்கிக்கொண்டேன்?"

"தேனீக்கள் தேனை உற்பத்தி செய்ய பூக்களின் அமிழ்தை உறிஞ்சும், ஆனால் அதைச் சுவைக்க அவை அனுமதிக்கப்படுவதில்லை, சக்கையைக் கூடச் சுவைக்க முடியாது. கடவுள் வழிபாட்டைக் கோருகிறார், ஆனால் தன்னைத்தானே வழிபடுவதில்லை. அவர் தனிமையில் சில கணங்களை இருப்பின்மையுடன் இருந்து இருப்பை உருவாக்கினார். இப்போது இருப்பின்மை எங்கே? இருப்பிற்கு அதன் தேவை இனி உண்டா? இருப்பிற்குப் பிறப்பு கொடுத்துவிட்டு இறந்த தாய் அது."

"பெண்ணால் செய்ய முடிந்ததெல்லாம் அழுவதுதான்," என நான் அவனிடம் சொன்னேன். "அவள் விவாதிக்க முடியாது. அவள் கண்களிலிருந்து விழும் கண்ணீர்த் துளியே அவளின் வலுவான வாதம். என்னைப் பார் - நான் அழுகிறேன், தொடர்ந்து கண்ணீர் சிந்துகிறேன். என்னை

விட்டுப் போவதெனில், அவற்றின் சில துளிகளையாவது உன் கைக்குட்டை என்ற கோடித்துணியில் சேகரித்து வை. என் வாழ்நாள் முழுதும் இனி அழுதுகொண்டிருப்பேன், ஆனால் குறைந்தபட்சம் என் கண்ணீர்த்துளிகளின் இறுதிச்சடங்குகளில் நீயும் பங்கெடுத்தாய் என்ற நினைவை போற்றுவேன்... ஹூம்.. என் மனம் மகிழும்."

"ஏற்கெனவே நான் உன்னை சந்தோஷப்படுத்திவிட்டேன். தூரத்தில் தெரிந்த கானல்நீராக இருந்த மகிழ்ச்சியை, நீ உணர்ந்துகொள்ளும் அனுபவமாக அளித்திருக்கிறேன். நீ அந்தப் பேரின்ப, பரவசத் தருணங்களின் நினைவுகளில் வாழ்ந்து விட முடியாதா என்ன? என் அனுபோகம் உன்னை முழுமையற்றதாக மாற்றியுள்ளதாகக் கூறுகிறாய். உன் வாழ்வு இயங்க இந்த முழுமையற்ற தன்மையே போதுமல்லவா? நான் ஒரு ஆண். இன்று நீ கொடுத்த அனுபோகத்தை நாளை வேறொருவர் அளிப்பர். எனது இருப்பு எப்படிப்பட்ட இடத்திலிருந்து தோன்றியிருக்கிறதென்றால் முழுமையற்றதாக என்னை நான் உணரும் பல தருணங்கள் தோன்றும், அப்போது அத்தருணங்கள் உருவாக்கும் வெற்றிடத்தை நிரப்ப உன்னைப் போன்று பல பெண்கள் என் வாழ்வில் நுழைவர்."

நான் அழுதேன், மிகவும் வேதனை அடைந்தேன்.

இந்தத் தருணங்கள் யாவும் என் பிடிக்குள் இருந்ததாக இப்பொழுதுதான் நினைத்திருந்தேன் - ஆனால் இல்லை, நான்தான் அவற்றின் பிடிக்குள் இருந்திருக்கிறேன். நான் ஏன் என்னை அவற்றிடம் ஒப்புக்கொடுத்தேன்? ஏன் எனது பரிதவிக்கும் ஆன்மாவை அவற்றின் திறந்த கூண்டுகளுக்குள் நுழைய அனுமதித்தேன்? அதில் இன்பம் இருந்தது, மிகுந்த உற்சாகமும் பேரின்பமும் கூட இருந்தது - ஆம் நிச்சயமாக இருந்தது, ஆனால் எங்கள் உடல்களின் சேர்க்கையில் அவன் முழுமையானவனாகவும் நான் நொறுங்கியவளாகவும் ஆனது எப்படி? நான் மிகுந்த ஆசையுடன் அவனுக்காக ஏங்குகிறேன், ஆனால் நான் ஏன் இப்போது அவனுக்குத்

தேவைப்படவில்லை? அவன் அதிலிருந்து வலிமையானவனாக வெளிவந்திருக்கிறான், நானோ பலவீனம் அடைந்தவளாக. அதென்ன, வானத்தில் ஒன்றிணையும் இரண்டு மேகத் திட்டுகளில் ஒன்று மட்டும் கண்ணீர் மழை பொழிகிறது. மற்றொன்று இதனுடன் விளையாடிய பிறகு அதைத் தவிர்த்து விட்டு, மின்னல் வெளிச்சம் போல் ஓடிவிடுகிறது. இது என்ன சட்டம்? இதை யார் இயற்றினார்கள் - வானமா? பூமியா? அல்லது அவற்றைப் படைத்தவரா?

நான் கண்ணீர் விட்டு அழுதபடி நடுங்கிக்கொண்டிருந்தேன்.

இரு ஜீவன்கள் ஒன்றாக இணைவதும், பிறகு ஆற்றல் வாய்ந்த பெரும் பரப்பில் விரிவதும் - இது வெறும் பாடல் வரியா? இணையும் இரு ஜீவன்கள், பிரபஞ்சமாக விரியும் அந்த நுண்ணியபுள்ளியை நிச்சயம் அடைகின்றன. ஆனால் ஏன் சில சமயங்களில் ஒரு ஜீவன் மட்டும் வேதனையுடன் காயப்படுத்தப்பட்டு அப்பிரபஞ்சத்தில் தனித்து விடப்படுகிறது - அந்தப் புள்ளியை அடைய தன் இணைக்கு உதவிய ஒரே காரணத்தினாலா?

என்ன விதமான பிரபஞ்சம் அது?

***

அன்றும் இதே பருவ காலம்தான், அவன் கண்களைப் போல் நீல நிறத்தில் தெளிவாக இருந்தது வானம், இன்றைய தினம் போலவே. இனிமையான கனவுகள் தரும் இதமான வெம்மையைத் தந்தது சூரிய ஒளி. இன்று படுத்திருப்பதைப் போல்தான் அன்றும் படுத்துக்கொண்டிருந்தேன், என் பரிதவிக்கும் ஆன்மாவை அவனுக்கு வழங்கினேன். இங்கு அவன் இப்போதில்லை. ஒரு மின்னற்கீற்றுபோல எத்தகைய மேகப்பொதிகளோடு அவன் விளையாடிக் கொண்டிருக்கிறான் என்பதின் ஆற்றவியலாத கடுந்துயர் யாதென்று கடவுளுக்கு மட்டும்தான் தெரியும். அவன் தன் அனுபோகத்தை அடைந்துவிட்டுச் சென்றுவிட்டான்... என்னைக் கடித்து

விட்டு நழுவிய பாம்பு. ஆனால் அவன் விட்டுச் சென்ற தடம் என் வயிற்றில் ஏன் அசைகிறது? நான் இப்போதுதான் என் முழுமையை அடைகிறேனா?

இல்லை, இல்லை, இது முழுமையில்லை. இது அழிவு. ஆனால் ஏன் என் உடம்பின் வெற்றிடங்கள் நிறைகின்றன? என் உடம்பின் ஓட்டைகளை எந்தக் கழிவுப் பொருள்கள் அடைக்கின்றன? என் நரம்புகளில் பாய்ந்தோடும் இந்தச் சலசலப்புச் சத்தங்கள் என்ன? எனக்குள் இருக்கும் அந்த நுண்ணிய இடத்தை அடைய நான் ஏன் என்னை என்னுள் சுருட்டிக்கொண்டு தீவிரமாக முயற்சி செய்கிறேன்? என் படகு எந்தக் கடலில் மூழ்கிய பிறகு எழுகிறது?

எந்த விருந்தாளிக்காக என்னுள் கனன்று எரியும் நெருப்பில் பால் சூடாகிறது? யாருக்காக என் இதயம், மென்மையான சிறு மெத்தை செய்யும் சுத்திகரித்த பருத்திநூல் போல் இரத்தத்தை ஆக்குகிறது? பலவண்ண நூல்களால் ஆன என் எண்ணங்களைக் கொண்டு யாருக்காகச் சின்னஞ்சிறு உடைகளை நெய்கிறது என் மனம்?

யாருக்காக எனது மேனி பொலிவுபெறுகிறது? ஏன் என் உடம்பின் ஒவ்வொரு அங்கங்களிலும் துவாரங்களிலும் அகப்பட்ட விம்மல்கள் இனிய தாலாட்டுகளாக மாறுகின்றன?

அன்றும் இதே பருவகாலம்தான், அவன் கண்களைப் போல் நீல நிறத்தில் தெளிவாக இருந்தது வானம், இன்றைய தினம் போலவே. ஆனால் எனக்குள் வந்து விரிவதற்கு ஏன் இந்த வானம் அதன் உயரத்திலிருந்து கீழே விழுந்திருக்கிறது? ஏன் அதன் நீலக் கண்கள் என் நரம்புகள் வழியே இப்படி விரைந்து ஓடுகிறது?

ஏன் என் மார்புகளின் வட்டத்தன்மை மசூதிகளின் புனிதமான வளைவுகளைப் போல் மாறத் தொடங்கியுள்ளன? இல்லை, இல்லை, இது புனிதமில்லை. நான் இந்த வளைவுகளைக் கீழே இழுத்துவிடுவேன். எனக்குள் இருக்கும் நெருப்பை

அணைப்பேன், அது அழையாத விருந்தாளிக்காக விருந்தை ஏற்பாடு செய்கிறது. என் எண்ணங்களின் பல வண்ண நூல்களைப் பந்தாக்கிச் சுருட்டி எறிவேன்.

அன்றும் இதே பருவக் காலம்தான், அவன் கண்களைப் போல் நீல நிறத்தில் தெளிவாக இருந்தது வானம், இன்றைய தினம் போலவே. ஆனால், அவன் தனது காலடித் தடங்களின் கடைசித் தடயத்தையும் எடுத்துச் சென்ற அந்த நாள்களை நான் ஏன் நினைவில் வைத்திருக்கிறேன்?

ஆனால், இது யாருடைய காலடித்தடம், எனது அடிவயிற்றின் ஆழத்தில் சாட்டையடியாகப் பதிந்திருப்பது? இது பரிச்சயமானதாக இருக்கிறதே!

நான் அதைச் சுரண்டி எடுப்பேன்... நான் அதை அழிப்பேன். அது ஒரு புற்றுநோய், மிகவும் வீரியம் மிக்க புண்.

ஆனால், அது ஏன் பஞ்சு உருண்டையைப் போலிருக்கிறது? அது பஞ்சு என்றால் எந்தப் புண்களுக்குக் கட்டுப்போடுவதற்கு? அவன் போகும் முன்பு எனக்கு ஏற்படுத்திய காயமா? இல்லை, இல்லை. என் பிறப்பிலிருந்தே என்னோடு இருக்கும் காயத்திற்கு எனத் தோன்றுகிறது. நான் இதற்கு முன் பார்த்தேயிருக்காத, நெடு நாள்களாக என் கருப்பையில் செயலற்று உறங்கும் ஒரு காயத்திற்கு.

குழந்தையின் விளையாட்டுப் பொருளான களிமண்பானையா, கருப்பை என்பதுதான் என்ன? நான் அதைச் சுக்குநூறாக உடைப்பேன்.

யார் இது என் காதுகளில் முணுமுணுப்பது, "உலகம் ஒரு முச்சந்தி. இங்கிருக்கும் ஒவ்வொருவருக்கும் உன் ரகசியங்களை வெளிப்படையாக அளிக்க ஏன் விரும்புகிறாய்? உன்னை நோக்கி விரல்கள் சுட்டப்படும் என்பதை நினைவில்கொள்."

ஆனால் ஏன், அவன் உயிரை முழுமைப்படுத்திக்கொண்ட பிறகு சென்ற திசையை நோக்கி விரல்கள் சுட்டப்படுவதில்லை? விரல்களுக்கு வழி தெரியாதா? ஆனால், அவன் அன்று என்னை நிறுத்தியது, நிறைவின்மையையும் கண்ணீரையும் மட்டுமே அளித்த இருபுறம் கிளை பிரியும் சாலையின் நடுவில். ஆனால் அன்றைய தினம் ஒரு சாலையின் முச்சந்தியில் அல்லவா என்னை அவன் தவிக்க விட்டுச் சென்றான், அதன் இருபுறங்களும் மிகவும் ஆழமான முழுமையின்மையைத்தான் எனக்கு வழங்கின, உடன் கண்ணீரையும்.

யாருடைய கண்ணீர்த்துளி என் சிப்பிக்குள் முத்தாக மாறுகிறது? அது எங்கே கோர்க்கப்படும்?

விரல்கள் நீளும். ஆம், விரல்கள் நீளும். சிப்பி வாய்திறந்து முச்சந்தியின் நடுவில் அதன் முத்தை உதிர்க்கும்போது, சிப்பியையும் முத்தையும் நோக்கி விரல்கள் நீளும். இரண்டையும் கடித்து, விஷத்தால் நீலமாக்கும் விதத்தில் விரல்கள் பாம்புக்குட்டிகளாக உருமாறும்.

***

இன்று போன்றே, வானம் அவன் கண்களைப் போல நீல நிறத்தில் இருந்தது. ஏன் அது விழவில்லை? கண்ணுக்குத் தெரியாத எத்தூண்கள் அதை உயரத்தில் வைத்திருக்கின்றன? அதன் அடித்தளத்தில் இருந்து உருண்டு விழச் செய்ய அந்நாளில் நிகழ்ந்த பூகம்பம் போதவில்லையா? முன் போலவே இந்த வானம் ஏன் எனக்கு மேலே இன்னும் விரிந்து கிடக்கிறது?

என் ஆத்மா வேர்வையில் நனைந்திருக்கிறது. அதன் ஒவ்வொரு துளையும் திறந்திருந்தது. சுற்றிலும் நெருப்பு கனன்று எரிகிறது. என் உடலுக்குள் இருக்கும் பாத்திரத்தில் தங்கம் உருகுகிறது. துருத்திகள் தீப்பிழம்புகளைக் கொழுந்துவிட்டு எறியச் செய்கின்றன. எரிமலையிலிருந்து வெளிவரும் குழம்பு போலத் தங்கத் திரவம் கொட்டுகிறது. நீலக் கண்கள் என் நரம்புகள் வழியே மூச்சுத் திணற ஓடுகின்றன. மணிகள் ஒலிக்கின்றன.

யாரோ நெருங்கி வருகிறார்கள். கதவை மூடு! கதவை இறுக்கமாக மூடு!

தங்கத் திரவம் வழிந்தோடும்படியாக அந்தக் கொப்பரை கவிழ்க்கப்பட்டது. மணிச் சத்தம் கேட்கிறது. அது வருகிறது. என் கண்கள் மூடத் தொடங்குகின்றன.

வானம் இருண்டு விழுகிறது.

இந்த அழுகைகள் யாருடையவை? அவற்றை நிறுத்துங்கள். என் மீது சுத்தியல் கொண்டு அடிப்பது போலிருக்கிறது அதன் கதறல்கள். அதன் அழுகையை நிறுத்துங்கள்.. அழுகையை நிறுத்துங்கள்.. நான் மடியாக மாறுகிறேன். கடவுளே... ஏன்?

என் கைகள் விரிகின்றன. நெருப்பின் மீதிருக்கும் பால் கொதி நிலைக்கு வருகிறது. என் வட்ட மார்புகள் கிண்ணங்களாக மாறுகின்றன. அந்தச் சதைக் குவியலை இங்கே கொண்டு வாருங்கள், எனது திரண்டிருக்கும் உதிரத்தின் மென்மையான பொதியின் மீது அதைக் கிடத்துங்கள்.

என்னிடமிருந்து அதனைப் பறிக்காதீர்கள், என்னிடமிருந்து அதைப் பிரித்து விடாதீர்கள், ஐயோ கடவுளே, வேண்டாம்...

விரல்கள்.. அவை சுட்டட்டும். நான் பொருட்படுத்தமாட்டேன். இந்த உலகம் பெரும் மாற்றத்தின் தொடக்கத்தில் இருக்கிறது. என் எல்லா ரகசியங்களும் இங்கே கடை பரப்பப்படட்டும்.

என் வாழ்க்கை வீணாகும். இருக்கட்டும். என் சதையை எனக்குத் திருப்பித் தாருங்கள். என் ஆன்மாவின் துணுக்கைப் பறிக்காதீர்கள். அது எத்தனை மதிப்பு மிக்கது என உங்களுக்குத் தெரியாது. அந்தத் தருணங்களின் பரிசான அது ஒரு ஆபரணம். என்னை முழுமையற்றதாக உணரச்செய்து, வேறொருவரை முழுமைப்படுத்த என் உயிரின் சில அணுக்களைத் தேர்ந்தெடுத்த தருணங்கள். ஆனால் நான் இன்று முழுமை அடைந்துவிட்டேன்.

என்னை நம்புங்கள். எனக்குள் இருக்கும் வெறுமையைக் கேளுங்கள். பாலால் நிரம்பியிருக்கும் என் மார்பகங்களைக் கேளுங்கள். என் உடலின் ஒவ்வொரு துவாரத்தின் அனைத்து அழுகைகளையும் விக்கல்களையும் அமைதிப்படுத்திய பிறகு முன்னோக்கி நகரும் தாலாட்டுகளைக் கேளுங்கள், என் கைகளில் வைக்கப்பட இருக்கும் தொட்டிலைக் கேளுங்கள். அந்தச் சதைக் கட்டியின் கன்னங்களுக்கு ஆரோக்கியமான சிவப்பை அளித்த என் முகத்தின் வெளிறிய வண்ணத்தைக் கேளுங்கள். திருட்டுத்தனமாக அந்தக் கட்டியின் பங்கை வழங்கிக்கொண்டிருந்த மூச்சுக் காற்றை எல்லாம் கேளுங்கள்.

விரல்கள்... விரல்கள் என்னை நோக்கிச் சுட்டிக் காட்டப் படட்டும். நான் அவற்றை நறுக்குவேன். சலசலப்பு ஏற்பட்டால் அந்த விரல்களால் என் காதுகளை அடைத்துக்கொள்வேன். நான் செவிடாகவும் ஊமையாகவும் குருடியாகவும் மாறுவேன். எனது சதைத் துண்டிற்கு என் சைகைகளைப் புரிந்து கொள்வதில் சிரமம் இருக்காது. நான் அதைத் தொட்டுணர்ந்து, அதனை என்னுடையது என்று புரிந்துகொள்வேன். அதை என்னிடமிருந்து ஒருபோதும் பிரிக்காதீர்கள். அது - என் கருப்பையின் வகிடில் துலங்கும் குங்குமம், என் தாய்மையின் நெற்றியில் விளங்கும் பொட்டு, நான் செய்த பாவத்தின் கசப்பான கனி. மக்கள் அதன் மீது உமிழட்டும். என் நாவால் அதை நக்கித் தூய்மைப்படுத்துவேன்.

பாருங்கள், நான் கூப்பிய கைகளுடன் உங்களைக் கெஞ்சுகிறேன். நான் உங்கள் பாதங்களை என் நெற்றியால் தொடுகிறேன். பால் நிரம்பிய கிண்ணங்களைத் தயவுசெய்து கவிழ்த்துவிடாதீர்கள். எனது திரண்ட உதிரத்தால் நெய்த மென்மையான துணிப்பொதிகளுக்கு நெருப்பிடாதீர்கள். என் கரங்களின் ஊஞ்சல் கயிறுகளை அறுத்துவிடாதீர்கள். அவன் அழுகையில் நான் கேட்கும் பாடல்களை என்னிடமிருந்து பறித்துக்கொள்ளாதீர்கள்.

என்னிடமிருந்து அந்தச் சதைக் குவியலைப் பறிக்காதீர்கள், என்னிடமிருந்து அதைப் பிரித்துவிடாதீர்கள், ஐயோ கடவுளே, வேண்டாம்...

லாகூர் 21 ஜனவரி. தோபி மண்டியின் சாலையோரத்தில் அனாதையாகக் குளிரில் நடுங்கிக்கொண்டிருந்த பெண் சிசுவைக் காவல்துறையினர் கண்டெடுத்து அவர்களின் பாதுகாப்பில் வைத்தனர். யாரோ ஒரு கொடூர நபர், சிசுவின் கழுத்தில் துண்டுத் துணியை இறுக்கமாகக் கட்டியதுடன், அது விரைந்து இறப்பதற்காக, வெற்றுடம்பில் ஈரத்துணியைச் சுற்றி வைத்திருந்தார். ஆனால், அது உயிருடன் இருந்தது. நீலக்கண்கள் கொண்ட அந்த அழகான குழந்தை. அது மருத்துவமனையில் அனுமதிக்கப்பட்டது.

தங்கமோதிரம்

"உங்களுடைய தலைமுடி எலி வளை போலிருக்கிறது. இதென்ன புது நாகரீகமா? ஒன்றும் புரியவில்லையே?"

"அப்படியொன்றுமில்லை. நீ எப்போதாவது முடிதிருத்தும் தொந்தரவுகளுக்கு உள்ளாக நேர்ந்திருந்தால்தான் அதை நீளமாக வளர்த்துக்கொள்வதிலுள்ள நிம்மதி புரியும்."

"நான் எதற்கு முடிதிருத்தப் போகிறேன்?"

"ஆயிரக்கணக்கான.. உண்மையில், பல்லாயிரக்கணக்கான பெண்கள் செய்துகொள்கின்றனர். இப்போதைய நாகரீகத்திற்கேற்ப ஆண்களைப் போல் தலைமுடியைக் குட்டையாக வெட்டிக்கொள்கின்றனர்."

"அவர்கள் சாபம் பெற்றவர்கள்."

"யாருடைய சாபம்?"

"வேறு யாருடையது, கடவுளுடையதுதான். தலைமுடி என்பது பெண்ணின் ஆபரணம். அதைக் குட்டையாக வெட்டிக்கொண்டு கால் சட்டைகள் அணிந்து, ஆண்களைப் போல் வலம் வர வேண்டுமென்று நினைப்பது மிகவும் அதிர்ச்சி அளிக்கிறது. அவர்கள் பூமியிலிருந்து அழிந்துபோகட்டும்!"

"நீ வலிந்து பிரார்த்தனை செய்தாலும் அவர்கள் பூமியிலிருந்து அழிந்துபோகப் போவதில்லை. ஆனால், நீ சொல்லும் ஒரு விஷயத்துடன் நான் ஒத்துப்போகிறேன்: பெண்கள் காற்சட்டைகளை அணியக்கூடாது. புகைப்பிடிக்கவும் கூடாது."

"நீங்கள் மட்டும் ஒரு நாளுக்குள் முழு பெட்டி சிகரெட்டுகளைப் புகைப்பீர்கள்!"

"அதைக் கணக்கிடக்கூடாது – நானொரு ஆண். எனக்கு அனுமதி இருக்கிறது."

"உங்களை யார் அனுமதித்தார்கள்? நான் உங்கள் சிகரெட்டுகளை வரையறை செய்கிறேன், இப்போதிலிருந்து நாளொன்றுக்கு ஒரு பெட்டி மட்டுமே உங்களுக்குக் கிடைக்கும்."

"என் சிகரெட்டுகளை அபகரிக்க, எந்நேரமும் உன்னை வந்து சந்திக்கும் உன் தோழிகளுக்கு, பிறகு அவை எங்கிருந்து கிடைக்கும்?"

"அவர்கள்... அவர்கள் புகைப்பிடிப்பது இல்லை"

"அப்பட்டமான பொய். அவர்களுள் யாராவது ஒருவர் வருகை தரும்போதெல்லாம், நீ என் சிகரெட் பெட்டியையும் தீக்குச்சிகளையும் எடுத்துக்கொண்டு வரவேற்பறைக்குள் மறைந்துவிடுகிறாய். பெரும்பாலான சமயத்தில், அவற்றைத் திரும்பக் கொடுக்கும்படி நான் உன்னிடம் சொல்ல வேண்டியிருக்கிறது. என்னிடம் அது திரும்ப வரும்போது அரை டஜன் சிகரெட்டுகளாவது எப்போதும் குறைந்திருக்கிறது."

"அரை டஜனா! நீங்கள்தான் பொய் சொல்கிறீர்கள். பாவம் என் தோழிகள், அவர்கள் அரிதாக ஒரு சிகரெட் மட்டுமே புகைப்பர்."

"ஒரு சிகரெட் பிடிப்பதில் "அரிதாக" என்ன இருக்கிறது?"

"அதைப் பற்றி நான் உங்களிடம் விவாதம் செய்ய விரும்பவில்லை. விவாதம் செய்வதென்றால் உங்களுக்குப் பிடிக்குமே, அதைத்தவிர உங்களுக்கு வேறு வேலையே இல்லை."

"ஏன், எனக்குச் செய்வதற்கு ஆயிரத்தெட்டு வேலைகள் இருக்கின்றன. என்னமோ உனக்கு உழுவதற்குப் பெரிய வயல்

இருப்பதைப் போலத்தான். நாள் முழுவதும் படுக்கையில்தான் படுத்திருக்கிறாய்."

"நீங்கள் நாள் முழுக்க ஓதிக்கொண்டிருக்கிறீர்களோ?"

"இல்லை ஓதுவதில்லை, ஆனால், நான் இரவில் ஆறு மணி நேரங்கள்தான் தூங்குகிறேனென்று நிச்சயமாகச் சொல்ல முடியும்."

"பகலில் எத்தனை மணி நேரங்கள்?"

"நானொன்றும் தூங்குவதில்லை; கண்களை மூடியபடி மூன்று அல்லது நான்கு மணி நேரங்களுக்கு வெறுமனே படுக்கிறேன். அது என்னை இலகுவாக்குகிறது. எல்லாக் களைப்பையும் நீக்குகிறது."

"ஆனால் உங்களுக்குக் களைப்பு எங்கிருந்து வருகிறது? தொழிலாளி போல் நீங்கள் கடின வேலை எதுவும் செய்வதில்லை."

"நான் விடியலில் எழுகிறேன், செய்தித்தாள்கள் வாசிக்கிறேன், காலை உணவைச் சாப்பிடுகிறேன், குளிக்கிறேன், பிறகு உன் விமர்சனங்களைச் சமாளிப்பதற்குத் தயாராகிறேன். இதுதான் கடின வேலை."

"இதைக் கடினவேலை என்றா சொல்கிறீர்கள்? நான் விமர்சனம் செய்வதாகக் குற்றம்சாட்டுவது எத்தனை தூரம் உண்மையானது?"

"முற்றிலும் உண்மைதான். ஆரம்ப நாள்களில், அதாவது நம் திருமணத்தின் முதல் இரண்டு வருடங்களில் வாழ்க்கை அத்தனை அமைதியாகவும் இனிமையாகவும் இருந்தது. பிறகு திடீரென்று உனக்குள் என்ன நுழைந்ததென்பது கடவுளுக்குத்தான் வெளிச்சம், தினமும் என்னோடு சண்டையிடுவதை வழக்கமாக்கிக் கொண்டாய். இதற்குக் காரணம் என்னவென்று திகைக்கிறேன்."

"காரணம்! இது எப்போதும் ஆண்களைத் தப்பிக்க வைக்கிறது. நீங்கள் புரிந்துகொள்ள முயற்சித்ததில்லை."

"அதைப் புரிந்துகொள்வதற்கு, நீ எப்போது என்னைப் போதுமான அமைதியில் இருக்கவிட்டாய்? தினமும் என்னைப் பற்றிப் புகார் சொல்ல ஏதேனுமொன்றைக் கண்டுபிடிக்கிறாய். எந்த விஷயத்திற்காக நீ இன்று இத்தனை அமளி செய்யத் தொடங்கி இருக்கிறாய்?"

"நீங்கள் ஆறுமாத காலமாக முடிதிருத்திக் கொள்ளவில்லை - வருத்தப்படப் போதுமான காரணம் அதுவென்று நீங்கள் நினைக்கவில்லையா? உங்கள் சட்டையின் கழுத்துப்பட்டியைப் பாருங்கள், எத்தனை அழுக்காக இருக்கிறது!"

"அதை உலர் சலவைக்குக் கொடுக்கவா?"

"உங்களின் தலைமுடிக்குத்தான் உலர் சலவை தேவை. கடவுளே! சத்தியமாகக் கூறுகிறேன், உங்கள் தலைமுடியைப் பார்க்க வெறுப்பாக இருக்கின்றது. அதன் மீது மண்ணெண்ணெய் ஊற்றி, தீக்குச்சியைப் பற்ற வைக்கவேண்டும் போலிருக்கின்றது எனக்கு."

"சரிதான், அத்துடன் என் கதை முடிந்தது. உனக்கு அதுதான் தேவையென்றால் எனக்கொரு பிரச்சினையும் இல்லை. சமையலறையிலிருந்து கொஞ்சம் மண்ணெண்ணெய் எடுத்து வா, மெதுவாக அதை என் தலைமேல் ஊற்று, தீ வை. உலகில் குப்பை குறைந்தால் நல்லதுதானே."

"நீங்களே செய்யுங்கள். நான் செய்ய முயன்றால், எனக்கு எதுவும் ஒழுங்காகச் செய்யத் தெரியாது என்று சொல்வீர்கள்."

"அதுவும் உண்மைதான். உனக்கொன்றுமே தெரியாது. உனக்கு சமையலோ தையலோ தெரியாது, வீட்டைச் சுத்தமாக வைத்துக் கொள்வதற்கும் தெரியாது. உனக்குக் குழந்தைகளை வளர்க்கவும் தெரியாது. கடவுள்தான் அவர்களைக் காப்பாற்ற வேண்டும்."

"ஓ, அது சரி! நீங்கள்தான் இத்தனை காலம் அவர்களை வளர்த்திருக்கிறீர்கள். நான் முழு முட்டாள், ஒன்றுக்கும் உதவாதவள்."

"இந்த விஷயமாக இதற்கு மேல் நான் எதுவும் சொல்ல விரும்பவில்லை. தயவு செய்து இந்தச் சச்சரவை நிறுத்துகிறாயா?"

"நான் சச்சரவு செய்யவில்லை. உங்களுக்குச் சிறிய விஷயம் கூட சச்சரவுதான்."

"உனக்கு ஒருவேளை அவை சிறிய விஷயங்களாக இருக்கும். இப்போது என் தலைமுடியைப் பற்றிய பேச்சை விடு. எப்போதுமே நான் இந்த அளவிற்குத்தான் முடியை வைத்திருந்திருக்கிறேன். முடிதிருத்துபவரிடம் செல்வதை விடு, நான் மூச்சு விடுவதற்குக் கூட அவகாசமில்லை என்று உனக்கு நன்றாகத் தெரியும்."

"உங்களுக்கு எப்படி அவகாசம் கிடைக்கும்.. எப்போதும் உங்கள் உல்லாசங்களில் மூழ்கி இருக்கிறீர்களே!"

"என்ன உல்லாசம்?"

"உங்களுக்கு வேலை என்று ஏதாவதுண்டா? நீங்கள் அலுவலகத்தில் எங்காவது வேலை செய்கிறீர்களா? சம்பளம் உண்டா? கடின உழைப்பு தேவையெனில் அதைப் பேராபத்து என்று கூறித் தப்பித்துக்கொள்கிறீர்கள்."

"நான் தொடர்ச்சியாக உழைப்பதில்லையா? சில தினங்களுக்கு முன்புதான் செங்கற்களை விநியோகம் செய்யும் ஒப்பந்தத்திற்காக மிகவும் கடினமாக உழைத்தேன்."

"அதில் எவரும் வேலை செய்தார்கள் என்று சொல்வதானால், அது செங்கற்களை இழுத்துச் சென்ற கழுதைகள்தான்; நீங்கள் தூங்கி வழிந்தீர்கள்."

"கழுதையெல்லாம் பழங்காலம். நான் இப்போது சரக்குந்துகளை மேற்பார்வை செய்கிறேன். அது பத்து

கோடி செங்கற்களுக்கான ஒப்பந்தம். நான் இரவு முழுவதும் விழித்திருக்க வேண்டியிருந்தது."

"ஒரே ஒரு இரவுகூட நீங்கள் விழித்திருக்க முடியுமென என்னால் நம்பமுடியவில்லை."

"என்னைப் பற்றி நீ தவறாக நினைத்திருக்கிறாய், உன் தலையிலிருந்து அதை வெளியேற்றமுடியாது. அதற்கு எதிர்மாறாக நூறு சான்றுகளைக் கொடுத்தாலும் நீ என்னை நம்ப வாய்ப்பில்லை".

"நான் நீண்ட காலத்திற்கு முன்பே உங்களை நம்புவதை நிறுத்திவிட்டேன், நீங்கள் பொய் சொல்பவர், கடைந்தெடுத்த பொய்யர்."

"பொய்யாகக் குற்றம்சாட்டும் பெண்களுக்குள் நீ சிறந்தவள். நான் என் வாழ்வில் ஒருபோதும் பொய் சொன்னதில்லை."

"ஆமாமாம். நேற்று முன்தினம் நண்பருடன் இருந்ததாகச் சொன்னீர்கள். பிறகு கொஞ்சம் குடித்துவிட்டு போதை தலைக்கேறியதும், யாரோ நடிகையை சந்திக்கச் சென்றதாக என்னிடம் கூறுகிறீர்கள்."

"அந்த நடிகையும் நண்பர்தான், எதிரி இல்லை; அதாவது அவள் என் நண்பனின் மனைவி."

"பெரும்பாலும் உங்கள் நண்பர்களுடைய மனைவிகள்- ஒன்று நடிகைகள் அல்லது நடத்தை கெட்டவர்கள்."

"அவர்கள் அப்படி இருப்பது என் தவறல்ல."

"அப்படியென்றால் என் தவறாகவும் இருக்க வேண்டும்."

"எப்படி?"

"உங்களை மணந்திருக்கிறேன் இல்லையா?! நான் நடிகையுமில்லை, நடத்தை கெட்டவளுமில்லை."

“அவர்களை நான் மதிப்பதில்லை. எனக்கு அவர்கள் மீது ஆர்வமுமில்லை. அவர்களைப் பெண்கள் என யார் கருதுவார்கள்? அவர்கள் கரும்பலகைகள் போன்றவர்கள், வார்த்தைகளையோ வாக்கியங்களையோ எவரும் அவர்களின் மேல் கிறுக்கலாம். பின் எல்லாவற்றையும் அழித்துவிடலாம்.”

“நீங்கள் எதற்கு அவளை... அந்த நடிகையைக் காணச் சென்றீர்கள்?”

“என் நண்பன் அழைத்தபோது நான் செல்ல வேண்டியதாகி விட்டது. இதற்கு முன்பு நான்கு முறை திருமணமான இந்த நடிகையை அவன் இப்போது திருமணம் செய்துள்ளான், எனவே எங்களுக்கு அறிமுகப்படுத்த விரும்பினான்.”

“அவள் பார்ப்பதற்கு எப்படி இருந்தாள்?”

“அவளுடைய முந்தைய நான்கு திருமணங்களைக் கருத்தில் கொள்ளும்போது, அவள் கச்சிதமாகவும் மிகவும் இளமையாகவும் இருக்கிறாள். என்னைக் கேட்டால் திருமணமாகாத பெண்களை விடவும் சிறந்த உடலமைப்பு கொண்டிருக்கிறாள் என்றே கூறுவேன்.”

“இந்த நடிகைகள் கச்சிதமாகவும் இளமையாகவும் இருப்பதற்கான ரகசியம்தான் என்ன?”

“அவர்கள் தங்கள் உடலை நன்றாகக் கவனித்துக்கொள்கிறார்கள் என்பதைத் தவிர... எனக்கு இதைப் பற்றி அதிகம் தெரியாது.”

“அவர்கள் அத்தனை ஒழுக்கம் கொண்டவர்கள் இல்லை என்றும் கற்பில்லாதவர்கள் என்றும் நான் கேள்விப்பட்டிருக்கிறேன்.”

“கடவுளுக்குத்தான் தெரியும். எனக்கு இந்த விஷயங்களைப் பற்றி ஒன்றும் தெரியாது.”

“இது மாதிரி விஷயங்களுக்கு பதில் அளிப்பதை எப்போதும் தவிர்த்துவிடுவீர்களே!”

"ஒரு குறிப்பிட்ட விஷயத்தைப் பற்றி சொற்ப அளவில்தான் அறிவேன் எனும்போது, நான் உனக்கு என்ன பதில் கொடுக்க முடியும் - உதாரணத்திற்கு உனது சுபாவத்தை எடுத்துக் கொள்வோமே, அது முன்னும் பின்னுமாக அலையும்போது, நான் எந்த நம்பிக்கையில் அதைப் பற்றி எதையும் கூற முடியும்?"

"இதோ பாருங்கள், என்னைப் பற்றி மேற்கொண்டு நீங்கள் ஏதும் பேச வேண்டாம். நீங்கள் எப்போதும் என்னை மட்டம் தட்டுகிறீர்கள். இதற்கு மேலும் என்னால் பொறுத்துக்கொள்ள முடியாது."

"நான் எப்போது உன்னை மட்டம் தட்டினேன்?"

"இந்தப் பதினைந்து வருட மண வாழ்க்கைக்குப் பிறகும் நீங்கள் இன்னும் என்னைப் புரிந்துகொள்ளவில்லை எனச் சொல்வது மட்டம் தட்டுவதுதானே? நான் மனநோயாளி, அரைப் பைத்தியம், அறிவில்லாதவள், பண்புகள் அற்றவள் என்பதைத் தவிர வேறென்ன அர்த்தம்..."

"நல்லவேளை, நீ அப்படியில்லை. இருந்தாலும் உன்னை அவதானிப்பது கஷ்டமானதுதான். நீ திடீரென என் தலைமுடி குறித்து ஏன் பேச ஆரம்பித்தாய் என இப்போதும் எனக்குப் புரியவில்லை. நீ இப்படிப் பேச ஆரம்பித்தால், நிச்சயமாக அதன் பின்னால் ஏதாவது பதுங்கியிருக்கும்."

"வேறென்னவாக இருக்க முடியும்? நான் சொல்ல விரும்பியதெல்லாம், உங்களின் தலைமுடி நீளமாக வளர்ந்து விட்டது, நீங்கள் முடிதிருத்தப் போகவேண்டும் என்பதுதான். முடிதிருத்தும் கடை அதிக தூரத்தில் இல்லை, இதோ நூறு அடிகள் கூட இருக்காது. நீங்கள் சென்று முடிவெட்டிக் கொள்ளுங்கள். அந்த அவகாசத்தில் நீங்கள் குளிப்பதற்காக வெந்நீர் தயார் செய்கிறேன்."

"சரி இரு, நான் போகிறேன், முதலில் என்னை ஒரு சிகரெட் புகைக்க விடு."

தங்கமோதிரம் 107

"இல்லை, நீங்கள் புகைக்கக்கூடாது. ஏற்கெனவே புகைத்துவிட்டீர்கள். எங்கே உங்கள் சிகரெட்பெட்டியைப் பார்க்கிறேன் - கடவுளே! நீங்கள் ஏற்கெனவே இருபது சிகரெட்டுகளைப் புகைத்துவிட்டீர்கள். இருபது!"

"அது ஒன்றும் அதிகமில்லை.. மணி பன்னிரண்டை நெருங்குகிறது."

"தேவையில்லாமல் 'வளவள' என்று வழியில் பேசிக் கொண்டிருக்க வேண்டாம்.. உங்கள் தலையில் இருக்கும் இந்தக் கூடுதல் சுமையை இறக்குங்கள்."

"சரி, சரி, நான் செல்கிறேன். உனக்காகச் செய்யவேண்டிய வேலை எதுவும் இருக்கிறதா?"

"ஒன்றுமில்லை. என்னைத் தவிர்ப்பதற்கு சாக்குபோக்குகள் எதுவும் தேடாதீர்கள்."

"சரி, நான் சென்று வருகிறேன்."

"கொஞ்சம் இருங்கள்."

"ம். சொல்."

"உங்கள் கையில் எவ்வளவு பணம் இருக்கிறது?"

"கிட்டத்தட்ட ஐந்நூறு ரூபாய்."

"அப்படியென்றால் சரி, முடி திருத்துபவரிடம் செல்வதற்கு முன், குறைந்தது இருநூறு ரூபாய்.. அல்லது இருநூற்று ஐம்பது ரூபாய் மதிப்பிலான தங்க மோதிரம் ஒன்றை அனார்கலியில் வாங்குங்கள். இன்றைக்கு என் தோழியின் பிறந்தநாள்."

"சரிதான். அதற்குப் பிறகு எதற்கு முடிதிருத்தம் செய்ய வேண்டியிருக்கப்போகிறது? அனார்கலி பஜாரில்தான் மொட்டையடிக்கப்படுவேனே! நான் போகிறேன்."

பச்சை செருப்பு

"என்னால் இனியும் உங்களைப் பொறுத்துக்கொள்ள முடியுமென்று தோன்றவில்லை. தயவுசெய்து என்னை விவாகரத்து செய்துவிடுங்கள்."

"கடவுளே, என்ன விதமான பேச்சு இது? உன் பிரச்சினையே இதுதான். நீ அடிக்கடி இப்படி அதீதமாக உணர்ச்சிவசப்பட்டு முழுமையாக உன்னை இழந்துவிடுகிறாய், உனக்கு இது தெரியுமா!"

"ஏதோ உங்களுக்கு உணர்வுகள் நீங்குவதில்லை என்பது போலத்தான். நீங்கள் எப்போது போதையில் இல்லாமல் இருக்கிறீர்கள்?"

"நான் குடிக்கிறேன்தான், ஒத்துக்கொள்கிறேன். ஆனால் நீ செய்வதைப் போல, குடிக்காமலேயே போதையில் இருப்பதில்லை. முட்டாள்தனமாகப் பேசுவதும் இல்லை."

"ஆக நான் முட்டாள்தனமாகப் பேசுகிறேன் - அதுதானே?"

"நான் எப்போது அப்படிச் சொன்னேன்? ஆனால் கொஞ்சம் சிந்தித்துப் பார், விவாகரத்து பற்றிய இந்தப் பேச்சு எதற்கு?"

"எனக்கு விவாகரத்து வேண்டும். மனைவி குறித்துக் கொஞ்சமும் அக்கறை இல்லாத கணவனிடம்... அவள் விவாகரத்து தவிர வேறென்ன கேட்க முடியும்?"

"நீ என்னிடம் எதையும் கேட்கலாம், ஆனால் விவாகரத்தை அல்ல."

"நீங்கள் எதையும் நிஜமாக எனக்குக் கொடுத்துவிடுவீர்கள் என்பது போலத்தான்."

"ஆகவே இது இப்போது நீ என்மீது சுமத்தும் இன்னொரு குற்றச்சாட்டு. மற்ற பெண்கள் உன்னைப் போல இத்தனை அதிர்ஷ்டசாலியாக முடியுமா! வீட்டில்.."

"அப்படிப்பட்ட அதிர்ஷ்டங்களைச் சபிக்கிறேன்."

"அதைச் சபிக்காதே. ஏன் இத்தனை அதிருப்தி கொண்டிருக்கிறாய்? நான் உன்னை மிகவும் நேர்மையாக நேசிக்கிறேன். என்னை நம்பு."

"அப்பா கடவுளே! என்னை இத்தகைய காதலில் இருந்து காப்பாற்று."

"சரி, காரசாரமான பேச்சை நிறுத்து. குழந்தைகள் பள்ளிக்குச் சென்றுவிட்டார்களா சொல்?"

"அவர்கள் பள்ளிக்குச் செல்கிறார்களா, நரகத்திற்குச் செல்கிறார்களா என நீங்கள் ஏன் கவலைப்பட வேண்டும்? ஐயோ, அவர்கள் இறக்கட்டும் எனப் பிரார்த்திக்கிறேன்."

"ஒருநாள் பழுக்கக் காய்ச்சிய குறடால் உன் நாக்கை வெடுக்கென இழுக்கப் போகிறேன் பார். நீ பெற்ற மகள்களைப் பற்றி இப்படி முட்டாள்தனமாகப் பேசுகிறாய். உன்னைப் பற்றி உனக்கே வெட்கமாக இல்லையா?"

"உங்களை எச்சரிக்கிறேன். என்னிடம் கெட்ட வார்த்தைகளைப் பேசாதீர்கள். நீங்கள்தான் வெட்கப்படவேண்டும். வேசியிடம் பேசுவதுபோல் உங்கள் மனைவியிடம் மரியாதையின்றி பேசுகிறீர்கள். இதற்கெல்லாம் காரணம் நீங்கள் வைத்திருக்கும் கெட்ட சகவாசம்தான்."

"உன் மூளைக்குள் நிகழ்ந்திருக்கும் இந்தப் பிறழ்ச்சி - இதற்குக் காரணம் என்ன?"

"வேறென்ன? நீங்கள்தான்."

"எப்போதும் என்னைத்தான் நீ குற்றம் சாட்டுகிறாய். உனக்கென்ன ஆயிற்று! அது கடவுளுக்கே வெளிச்சம்."

"எனக்கென்ன ஆயிற்று? ஒன்றுமில்லை. உங்களுக்குத்தான் பித்து பிடித்திருக்கிறது. எப்போது பார்த்தாலும் என்னைக் கண்காணித்துக் கொண்டே இருக்கிறீர்கள். எனக்கு விவாகரத்து வேண்டுமென்று உங்களிடம் சொன்னேன்."

"உனக்கு வேறு யாரையும் திருமணம் செய்துகொள்ள வேண்டுமா, நான் அலுத்துவிட்டேனா?"

"உங்களுக்கு வெட்கமாயில்லையா! நீங்கள் என்னை எப்படிப்பட்ட பெண் என்று நினைத்துக்கொண்டிருக்கிறீர்கள்?"

"உனக்கு ஏன் விவாகரத்து வேண்டும். நீ என்ன செய்வாய்?"

"நான் இங்கிருந்து சீக்கிரம் வெளியில் செல்வேன். எனக்கான இடத்தைத் தேடிப்போவேன். எனக்கும் என் குழந்தைகளுக்கும் தேவையான அடிப்படை வசதிகளுக்காகப் பணம் சம்பாதிக்க உழைப்பேன், கடுமையாக உழைப்பேன்."

"யார்.. நீ.. கடினமாக உழைப்பாய் - ஹா! நீ காலையில் ஒன்பது மணிக்கு எழுகிறாய், பிறகு காலையுணவு சாப்பிட்டதும் மீண்டும் படுக்கைக்குப் போகிறாய். மதிய உணவிற்குப் பிறகு மூன்று மணிநேரம் தூங்குகிறாய். கடின உழைப்பு - ஓ! உன்னையே நீ ஏமாற்றிக்கொள்ளாதே."

"ஆமாம்! நான்தான் எந்நேரமும் தூங்கிக்கொண்டிருக்கிறேன். நீங்கள்... நீங்கள் நாள் முழுவதும் விழித்திருக்கிறீர்கள். நேற்றுதான் உங்கள் கடைநிலை ஊழியன் இங்கு வந்திருந்தான். நமது 'ஆபிசர் ஐயா' எந்நேரமும் தன் தலையை மேஜை மீது வைத்துக்கொண்டு தூங்கி வழிவதாக அவன் சொல்லிக்கொண்டிருந்தான்."

“யார் அந்தத் தேவடியா மகன்?”

“வார்த்தைகளை அளந்து பேசுங்கள்”

“நான் கோபமாக இருக்கிறேன். கோபத்தில் இருக்கும்போது அளந்து பேசுவது கடினம்.”

“நானும் கோபமாகத்தான் இருக்கிறேன்... உங்கள் மேல் கோபம், ஆனால் நான் அப்படியொரு இழிந்த மொழியைப் பயன்படுத்தவில்லையே. ஒருவர் எப்போதும் தனியுரிமைகளின் வரம்புகளை மீறக்கூடாது. நீங்கள் தாழ்வானவர்களுடன் பழகுகிறீர்கள், இப்போது அவர்களிடமிருந்து கெட்ட வார்த்தைகளைக் கற்றுக்கொண்டு பேசுகிறீர்கள்.”

“நான் பழகுபவர்களில் யாரைத் தாழ்ந்த மக்கள் என்று குறிப்பிடுகிறாய்?”

“தன்னைப் பெரிய துணி வியாபாரி என்று சொல்லிக்கொள்ளும் அந்த ஆள்... நீங்கள் அவன் உடுத்தும் துணிகளை பார்த்திருக்கிறீர்களா: அழுக்காகவும் மட்டமான தரத்திலும் இருக்கும். அவன் பிஏ படித்திருப்பதாகச் சொல்லிக்கொள்கிறான். ஆனால் அவனுடைய மனோபாவம், பழக்கவழக்கங்கள், நடத்தை - கடவுளே! அவை அருவருக்கத்தக்கவை.”

“சதா கடவுளில் திளைக்கும் அவர் ஒரு மஜ்ஜூப்[1]”

“அப்படியென்றால்?”

“உனக்குப் புரியாது. உன்னிடம் அதை விளக்க நான் எனது நேரத்தை வீணடிக்க வேண்டியிருக்கும்.”

“ஓ, உங்களுடைய நேரம் மிகவும் விலைமதிப்பற்றது, அப்படித்தானே? சிறிய விஷயத்தை விளக்குவதற்கு அதை வீணாக்க முடியாது.”

“நீ என்னதான் சொல்ல வருகிறாய்?”

---

1. மஜ்ஜூப் – சூஃபி ஞானி

"ஒன்றுமில்லை. எனக்கு என்ன வேண்டுமென்று கூறினேன். என் வாழ்க்கையை நரகமாக்கும் இந்தத் தினசரி சண்டையிலிருந்து விடுபட என்னை விவாகரத்து செய்யுங்கள்."

"அன்பு நிறைந்த சொல்கூட உன் வாழ்வை நரகமாக்கும் - இதற்கு ஏதேனும் மருந்துண்டா?"

'ஆம், உண்டு. விவாகரத்து."

"சரி மௌல்வியை² வரச்சொல். இதுதான் உன் விருப்பமென்றால், நானுனக்குத் தடையாக இருக்கமாட்டேன்."

"நான் எப்படி ஒருவரை அனுப்புவேன்?"

"நீதானே விவாகரத்து கேட்கிறாய்? எனக்குத் தேவைப் பட்டிருந்தால் நான் நிமிடத்திற்குள் பத்து மௌல்விகளை வரவழைத்திருப்பேன். இந்த விஷயத்தில் உனக்கு உதவுவேன் என்று நினைக்காதே. இது உன் விஷயம், நீயே ஒரு வழியைக் கண்டுபிடி."

"எனக்காக இதைக்கூடச் செய்யமாட்டீர்களா?"

"இல்லை, நான் மாட்டேன்."

"என் மேலான காதல் அளவில்லாதது என்று நீங்கள் இத்தனை நேரம் சொல்லிக்கொண்டிருக்கவில்லையா?"

"ஆமாம், அது ஒன்றாக வாழ்வதற்குத்தான், பிரிந்து போவதற்காக அல்ல."

"பிறகு நானென்ன செய்ய?"

"அது உன் பிரச்சினை. பார், இதற்கு மேல் என்னை இப்போது தொந்தரவு செய்யாதே. ஆளனுப்பி மௌல்வியை வரவழை. அவர் ஆவணங்களைத் தயாரிக்கட்டும், நான் அவற்றில் கையொப்பமிடுகிறேன்."

---

2 மௌல்வி – இஸ்லாமிய மார்க்க அறிஞர்

“மெஹர்?[3]”

“அதைப் பற்றி என்ன? விவாகரத்தை நீதான் ஆரம்பித்து வைக்கிறாய். பணம் செலுத்துவது குறித்தான கேள்வி எழவில்லை.”

“ஆனால், அது வேறு விஷயம்.”

“உன் சகோதரர் வழக்கறிஞர் அல்லவா! அவரைக் கேள். பெண் விவாகரத்து கேட்கும்போது, மெஹரைக் கேட்கும் அவளுடைய உரிமையை இழக்கிறாள் என அவர் கூறுவார்.”

“அப்படியெனில் நீங்கள் என்னை விவாகரத்து செய்யுங்கள்.”

“நான் எதற்காக அப்படிப்பட்ட முட்டாள்தனமான காரியத்தை செய்யப் போகிறேன்? நான் உன்னைக் காதலிக்கிறேன்.”

“வெறுமனே ஆசை வார்த்தைகள் சொல்லாதீர்கள். எனக்கு அது பிடிக்கவில்லை. நீங்கள் என்னை உண்மையாகக் காதலித்தால் இப்படி என்னை இழிவாக நடத்தமாட்டீர்கள்.”

“நான் எப்போது உன்னை இழிவாக நடத்தியிருக்கிறேன்.”

“ஆமாம், உங்களுக்கு ஒன்றுமே தெரியாது. நேற்றோ முன்தினமோதான் என் புத்தம்புதிய சேலையில் உங்கள் காலணியைத் துடைத்திருக்கிறீர்கள்.”

“சத்தியமாக, நான் செய்யவே இல்லை.”

“அப்படியென்றால் ஏதாவது பேய்கள் அதைச் செய்திருக்கும்.”

“எனக்குத் தெரிந்ததெல்லாம் இதுதான்: உன்னுடைய மூன்று மகள்களும் தங்கள் காலணிகளை உன் புடவையில் துடைத்துக் கொண்டிருந்தார்கள். அவர்களை நான் திட்டவும் செய்தேன்.”

“அவர்கள் அத்தனை மோசமான நடத்தை கொண்டவர்களல்ல.”

“ஓ, இல்லை, அவர்கள் கொஞ்சம் அப்படித்தான். ஏன் தெரியுமா - ஏனென்றால் நீ அவர்களுக்கு நல்ல நடத்தைகளைக்

---

3. மெஹர் – மணமகன் மணமகளுக்குத் தரும் சீதனம்.

கற்றுத்தர முயற்சிக்கவில்லை. அவர்களது காலணிகளை உன் சேலையில் துடைத்தார்களா இல்லையா என்பதை அவர்கள் பள்ளியிலிருந்து திரும்பியதும் கேள்."

"நான் அவர்களை எதுவும் கேட்கத் தேவையில்லை"

"இன்று உன் மண்டைக்குள் என்ன நுழைந்துள்ளது? அதை என்னவென்று கண்டுபிடிக்க முடிந்தால்தான் ஏதாவது செய்ய முடியும்."

"அந்த 'ஏதாவது' பற்றி நீங்கள் யோசித்துக் கொண்டே இருங்கள். நானென்ன செய்ய வேண்டுமென்று எனக்குத் தெரியும். 'வளவள' எனப் பேச வேண்டாம், என்னை விவாகரத்து செய்யுங்கள். தன் மனைவியைப் பற்றிய அக்கறை இல்லாத கணவனுடன் வாழ்வதில் அர்த்தமே இல்லை."

"நான் எப்போதும் உன் மேல் அக்கறை கொண்டிருக்கிறேன்."

"நாளை ரமலான் பண்டிகை என்று உங்களுக்குத் தெரியுமா?"

"நன்றாகத் தெரியுமே. பெண்களுக்காகப் புதிய காலணிகளை நேற்றுதான் வாங்கினேன். அவர்களுடைய கவுன்களுக்காக உன்னிடம் ஒரு வாரத்திற்கு முன்பு அறுபது ரூபாய் கொடுத்திருந்தேன்."

"அதென்னவோ எனக்கும் என் பரம்பரைக்கும் பெரிய உபகாரமாக இருந்தது போலத்தான்."

"இல்லை, அது உனக்கோ வேறு யாருக்கோ உபகாரம் செய்வதைப் பற்றியதல்ல. எது உன்னை எரிச்சலூட்டுகிறது என்று என்னிடம் சொல்."

"சரி, நீங்கள் தெரிந்துகொள்ள விரும்புகிறீர்களென்றால், அறுபது ரூபாய் பற்றவில்லை. மூன்று பெண்களுக்குமான ஆர்கண்டி துணி மட்டுமே அறுபது ரூபாயாகிறது. தையல்காரன் ஒவ்வொரு கவுனுக்கும் ஏழு ரூபாய் வசூலித்தான். நீங்கள் இதை

எனக்கும் பெண்களுக்கும் செய்த உபகாரமாக நினைக்கிறீர்கள். சரிதான்."

"எனவே நீ உன் பணத்திலிருந்து பற்றாக்குறையைச் சரி செய்தாயா?"

"நான் செய்யவில்லை என்றால் யார் அவர்களின் கவுன்களைத் தைத்திருப்பார்கள்?"

"இப்போதே அந்த மீதிப் பணத்தை உனக்குத் தருகிறேன். ஓ, இப்போதுதான் எனக்குப் புரிகிறது இதுதான் உன்னை எரிச்சலூட்டியதா?"

"நாளை ரம்ஜான் பண்டிகை."

"ஆம், எனக்குத் தெரியும். இரண்டு கோழிகளை அனுப்பப் பணித்திருக்கிறேன்... அத்துடன் சேமியாவும் கூட. நீ என்னென்ன தயார் செய்துள்ளாய்?"

"ஒன்றுமில்லை – எப்படிச் செய்ய முடியும்?"

"ஏன்?"

"நாளை பச்சைநிறப் புடவை ஒன்றை அணிய விரும்பினேன். அதற்குப் பொருத்தமாக அணிந்துகொள்ள பச்சைநிறச் செருப்புகள் வேண்டுமென்று சொல்லியிருந்தேன். அந்த சீன செருப்புக் கடையில் அவை தயாராயிற்றா எனத் தெரிந்து கொள்ளும்படி உங்களிடம் நிறைய முறை கேட்டேன். ஆனால் அதையெல்லாம் ஏன் நீங்கள் கேட்டிருக்கப் போகிறீர்கள்? எப்போது நீங்கள் என்னை ஒரு பொருட்டாக மதித்திருக்கிறீர்கள்?"

"கடவுளே! எனக்கு இப்போதுதான் புரிகிறது. இந்த சச்சரவுகள் அனைத்தும் பச்சை செருப்புகளின் காரணமாகத்தானா?! ஆனால், நான் ஏற்கெனவே இரு நாள்களுக்கு முன்பு அதை வாங்கிவிட்டேன். உன்னுடைய துணி அலமாரியில் இருக்கின்றது. அதை நீ திறக்கவேயில்லை போல. நாள்முழுக்க நீ சோம்பலாகத் திரிகிறாய்."

அவமானம்

அந்த நாளின் கடுமையான வேலையினால் மிகுந்த களைப்புற்ற சௌகந்தி கட்டிலில் படுத்தவுடன் தூங்கிவிட்டாள். அவள் 'முதலாளி' என்றழைக்கும் நகரத்தின் சுகாதார இன்ஸ்பெக்டர், சில நிமிடங்களுக்கு முன்புதான் வீட்டிற்குச் சென்றிருந்தான், அவன் அதீதமாகக் குடித்துவிட்டு அவளது எலும்புகள் நோகும்படி முரட்டுத்தனமாக உறவு கொண்டிருந்தான். அவன் அன்றிரவு அங்கேயே தங்கி இருக்கக்கூடும், ஆனால் அவனை மிக நேசித்த மனைவியிடம் கொண்ட மதிப்பால் அவ்வாறு செய்யவில்லை.

சௌகந்தியின் சேவைகளுக்காக இன்ஸ்பெக்டரிடமிருந்து வாங்கிய பணம், அவனது எச்சில்கறையுடன் அவளின் இறுக்கமான மார்புக்கச்சைக்குள் இப்போதும் திணிக்கப் பட்டிருந்தது. அவளுடைய மூச்சின் ஏற்றத்தாழ்வுக்கு ஏற்ப வெள்ளி நாணயங்கள் அவ்வப்போது கலகலவெனச் சத்தமெழுப்பின, அந்த ஒலி அவளுடைய இதயத்துடிப்பின் சீரற்ற தாளத்துடன் கலந்தது. நாணயங்களின் உருக்கிய வெள்ளி அவளது ரத்தவோட்டத்தில் சொட்டிக் கொண்டிருப்பதைப் போலிருந்தது. அந்த இன்ஸ்பெக்டர் கொண்டு வந்த அரைபாட்டில் பிராந்தியின் காரணமாகவும், சோடா தீர்ந்ததால் தண்ணீருடன் அவர்கள் குடித்திருந்த நாட்டுச்சாராயத்தினாலும் அவளுக்கு நெஞ்செரிச்சலாக இருந்தது.

அவள் ஒரு பெரிய தேக்கு மரக் கட்டிலில் கவிழ்ந்து படுத்திருந்தாள், பனியில் நனைந்த காற்றாடியிலிருந்து

உதிர்ந்த வில் வடிவ மென்மூங்கிலைப் போன்று அவளது ஆடையற்ற கைகள் பரப்பிக் கிடந்தன. அப்போதுதான் உரித்த கோழிக்குஞ்சின் சதையை ஒட்டுப்போட்டது போலிருந்த அவளது வலது அக்குளின் சொரசொரப்பான சதை, அடிக்கடி சவரம் செய்யப்பட்டதால் நீல நிறத்தைப் பெற்றிருந்தது.

அது சிறிய அறை. பல்வேறு பொருள்கள் அதில் சிதறிக் கிடந்தன. சொறிபிடித்த நாய் ஒன்று அதன் உறக்கத்தில் கண்ணுக்குத் தெரியாத ஏதோ ஒன்றைப் பார்த்து உறுமியபடி, கட்டிலுக்கடியில் குவிந்திருந்த பழைய செருப்புகளின் மேல் படுத்திருந்தது. மிதியடியாகப் பயன்படுத்தப்படும் மடிந்த கந்தல்துணிதான் தரையில் கிடக்கிறதோ என நினைக்குமளவிற்கு, சொறி ஒட்டுண்ணிகள் கடுமையாகப் பாதித்த இடங்களில் அதன் உடம்பில் முடி உதிர்ந்திருந்தது.

கன்னப்பூச்சு, உதட்டுச்சாயம், முகப்பவுடர், சீப்பு, கொண்டை ஊசிகள் என்று பல்வகையான ஒப்பனைச் சாதனங்கள் சுவற்றிலிருந்த சிறிய அலமாரியில் இருந்தன. அதற்கருகே கொக்கியில் மாட்டியிருந்த பறவைக்கூண்டில், தலையை இறகுகளுக்குள் சொருகியபடி அவளது கிளி தூங்கிக் கொண்டிருந்தது. பழுக்காத கொய்யாப் பழத்தின் துணுக்குகளும் அழுகிய சாத்துக்குடி தோலும் கூண்டிற்குள் கிடந்தன. அந்த நாற்றத்திற்குத் திரளான கொசுக்களும் ஈக்களும் வந்தன. அதிகமான பயன்பாட்டால் அழுக்கேறிக் கிடந்த பிரம்பு நாற்காலி படுக்கைக்குப் பக்கத்தில் இருந்தது. அதன் வலதுபுறமிருந்த அழகான முக்காலி, மக்கிய கறுப்புத் துணியால் மூடப்பட்ட சிறிய 'ஹிஸ் மாஸ்டர்ஸ் வாய்ஸ்' கிராமஃபோனை முட்டுக் கொடுத்திருந்தது. துருவேறிய கிராமஃபோன் ஊசிகள் முக்காலியில் மட்டுமன்றி அந்த அழுக்கான அறையெங்கும் சிதறிக் கிடந்தன. மேஜைக்கு மேலிருந்த சுவற்றில் நான்கு தனிநபர்களின் சட்டமிடப்பட்ட புகைப்படங்கள் தொங்கிக்கொண்டிருந்தன. நுழைவாயிலுக்கு அருகில் நிறமிழந்த பூச்சரங்களால் அலங்கரிக்கப்பட்ட பிரகாசமான

வண்ணத்தில் விநாயகர் ஓவியம் புகைப்படங்களின் ஒருபுறத்தில் தொங்கிக்கொண்டிருந்தது. அந்தப் படம் ஏதோவொரு துணி நிறுவனத்தின் முத்திரைத்தாளை நீண்ட துணிச் சுருளிலிருந்து பிரித்தெடுத்துச் சட்டமிடப்பட்டதாக இருக்கக்கூடும். பிசுக்கான சிறிய அலமாரியில் விளக்கும், எண்ணெய் நிரம்பிய கிண்ணமும் அத்துடன் ஊதுபத்தியிலிருந்து உதிர்ந்து சுருண்ட சாம்பல் சிறிதளவும் விநாயகரின் படத்திற்கருகில் இருந்தன. காற்றுப்புகாத அந்த அறையில், நெற்றியிலிடப்பட்ட திலகத்தைப் போல் அந்த விளக்கின் சுடர் நேராக ஒளிர்ந்து கொண்டிருந்தது. சௌகந்தி வழக்கமாகத் தன் நாளின் முதல் வருமானத்தை விநாயகரின் இந்தப் படத்திலும் பிறகு தனது நெற்றியிலும் தொட்டுவைத்த பிறகு தன்னுடைய மார்புக்கச்சைக்குள் அவற்றைச் சொருகிக்கொண்டாள். எத்தனை நோட்டுக்களை அங்கு வைத்தாலும் அவளது பெரிய மார்புகளுக்கிடையே இருந்த தாராளமான இடத்தில் அவை பாதுகாப்பாக இருந்தன. அதாவது மாதோ அவனது வேலையிலிருந்து ஒன்றிரண்டு நாள்கள் விடுமுறை எடுத்துக் கொண்டு பூனாவிலிருந்து வரும் வரை. இத்தகைய சமயங்களில் அவள் கட்டில் காலுக்குக் கீழே தோண்டியுள்ள குழியில் பணத்தை ஒளித்து வைக்கும்படியாகும். சௌகந்தி தன் பணத்தைப் பாதுகாப்பாக வைத்துக்கொள்ள இந்த உத்தியைக் கற்றுக்கொடுத்தது ராம்லால்தான். அவ்வப்போது பூனாவில் இருந்து வந்த மாதோ அவளை எப்படி ஏமாற்றினான் என்று கேள்விப்பட்ட ராம்லால் மிகுந்த கோபம் கொண்ட ஒரு நாளில் இதைச் சொல்லிக்கொடுத்திருந்தான். ‘எப்போதிருந்து அந்தத் தேவடியா மகனை உன் காதலன் ஆக்கிக் கொண்டாய்? போயும்போயும் அவனுடன் உனக்குத் தொடர்பு! அந்த வெறும்பயல், ஒரு பைசாவைக் கூடத் தன்னுடைய பணத்திலிருந்து செலவழிக்கத் தேவையில்லை, அதேநேரம் உன்னுடன் சந்தோஷமாக இருந்துவிட்டுப் போகலாம். அதுமட்டுமல்லாமல் உன்னுடைய பணத்தையும் ஏமாற்றி வாங்கிக்கொண்டு போகிறான்... நான் இந்தத் தொழிலில்

ஏழு வருடங்களாக இருக்கிறேன். உன் போன்ற பெண்களின் பலவீனம் எனக்குத் தெரியாதென நினைத்தாயா?'

அவர்கள் பத்து ரூபாயிலிருந்து நூறு ரூபாய் வரை கிடைக்கும் விலைமாதர்கள், இப்படியான நூற்றி இருபது பெண்களுக்காக பம்பாயின் பல்வேறு பகுதிகளில் தரகனாக வேலை செய்திருந்த ராம்லால் சௌகந்திக்கு அறிவுரை கூறினான், "முட்டாள் பெண்ணே, உன் பணத்தை இப்படி வீணடிக்காதே. நீ பார்த்துக் கொண்டே இரு, அவன் ஒருநாள் உன் உடம்பிலிருக்கும் துணியைக்கூட உருவிக்கொள்வான். நான் சொல்கிறேன், அந்தத் தாயோலி மகன் நிச்சயம் செய்வான் பார். நான் கூறுவதைக் கேள், கட்டில்காலுக்குக் கீழே குழிதோண்டி அதில் உனது வருமானத்தை மறைத்து வை. அவன் வரும்போது, 'உன் மேல் சத்தியமாக மாதோ, இன்று காலையிலிருந்து ஒரு பைசாவைக் கூட நான் ஈட்டவில்லை. கீழ்த்தளத்தில் இருக்கும் கடையில் இருந்து கொஞ்சம் 'அஃலதூன்' பிஸ்கட்களும் தேநீரும் வாங்கிக்கொடு, வயிறு பொருமுகிறது, நான் மிகுந்த பசியால் வாடுகிறேன்' என்று சொல். இவை நெருக்கடியான காலகட்டங்கள் என்பதைப் புரிந்துகொள். இந்த வீணாய்ப்போன காங்கிரஸ் மதுவிலக்கை அமல்படுத்தி நம்முடைய தொழிலைப் பாழாக்கி இருக்கிறது. உனக்கு எப்படியோ கொஞ்சம் குடிக்கக் கிடைத்துவிடுகிறது. உன் அறையில் காலியான புட்டியைப் பார்க்கும்போது, மதுவின் வாசனை என் நாசியில் ஏறும்போது, எனக்கு எப்படி இருக்கிறதென்று உனக்குத் தெரியுமா - கடவுளே, நான் உன் உடலுக்குள் புகுந்துவிடலாம் போல் தோன்றுகிறது."

சௌகந்தி குறிப்பாகத் தனது மார்புகளின் மீது அலாதியான பிரியம் கொண்டிருந்தாள். ஒருமுறை ஜமுனா அவளுக்கு அறிவுரை கூறியிருந்தாள்: "உனது தர்பூசணிகளைக் கச்சிதமான வடிவில் வைத்திரு. மார்புக்கச்சை அணிந்தால் அவை தொய்வடையாமலிருக்கும்."

சௌகந்தி சிரித்தாள், "ஜமுனா, உன்னைப் போல் மற்றவர்களையும் நினைத்தாயா. உன்னிடம் வரும் ஆண்கள் கேவலம் பத்து ரூபாய் கொடுத்துவிட்டு உன் உடலை மோசமாக மேய்கின்றனர், பிறருக்கும் இதேபோல் நடப்பதாக நீ நினைத்துக்கொள்கிறாய். அப்படி யாராவது என்னிடம் நடந்துகொள்ளட்டும் பார்ப்போம்... நான் நேற்று நடந்ததைப் பற்றி உனக்குச் சொல்கிறேன். ராம்லால்தான் பஞ்சாபி ஆள் ஒருவனை இரண்டு மணிக்கு அழைத்து வந்தான். அந்த இரவிற்கு முப்பது ரூபாய் என பேரம் படிந்தது. நாங்கள் படுக்கைக்குச் சென்றதும் நான் விளக்கை அணைத்தேன், நீ இதை நம்புவாயா, அந்த ஆள் மிகவும் பயந்தான். நான் சொல்வதைக் கேட்கிறாய்தானே? அவனுடைய சூரத்தனமெல்லாம் அப்படியே இருட்டில் மறைந்து போனது. அவன் அவ்வளவு பயந்தான். 'நேரத்தை ஏன் வீணாக்குகிறாய், ஏதாவது செய். மணி மூன்றாகப் போகிறது, சீக்கிரமே விடிந்துவிடும்' என்று நான் சொன்னேன். 'ஒளி ஒளி' என்று கெஞ்சினான். 'ஒளியா அது என்ன?' எனக் கேட்டேன். 'விளக்கு... விளக்கு, தயவுசெய்து விளக்கைப் போடு'. அவனுடைய திணறல் எனக்குச் சிரிப்பை வரவழைத்தது. அவனது கொழுத்த தொடையில் கிள்ளியபடி 'இல்லை, நான் செய்யப் போவதில்லை', எனக் கூறினேன். அவன் துள்ளியெழுந்து விளக்கைப் போட்டான். நான் சட்டெனப் போர்வையை என் உடல் மேல் இழுத்து விட்டுக்கொண்டு, 'அறிவு கெட்டவனே! உனக்கே உன்னைப் பற்றி வெட்கமாக இல்லை?' என்றேன். அவன் திரும்பவும் கட்டிலுக்கு வந்த பிறகு நானெழுந்து மறுபடியும் சட்டென விளக்கை அணைத்தேன். அவன் திரும்பவும் பதட்டமாக உணரத் தொடங்கினான். உன் மீது சத்தியமாகச் சொல்கிறேன் ஜமுனா, அந்த இரவு மிகவும் சுவாரஸ்யமாக இருந்தது. விளக்கைப் போடுவது... அணைப்பது... இருள்... ஒளி... என கேளிக்கையாக இருந்தது. முதல் டிராம் வண்டியின் சத்தம் கேட்டதும் அவன் விரைவாகத் தன்னுடைய காற்சட்டைகளை அணிந்துகொண்டு கிளம்பிச் சென்றான். அந்தத் தேவடியா

மகன் அந்த முப்பது ரூபாய்களைப் பங்குச்சந்தையில் சம்பாதித்திருப்பான். எனவேதான் பதிலுக்கு ஒன்றும் பெறாமல் பணத்தை வீசிச் சென்றான். ஜமுனா, நீ உண்மையில் ஒன்றும் தெரியாதவளாக இருக்கின்றாய். ஆனால் எனக்கு இவர்களைக் கையாள இதுபோன்ற நிறைய தந்திரங்கள் தெரியும்."

சௌகந்தி இதுபோன்ற பல உத்திகளை அறிந்திருந்தாள், அவற்றைச் சகதொழில் செய்யும் தோழிகளிடமும் இலவசமாகப் பகிர்ந்தாள். வருபவன் அதிகம் பேசாத 'கனவானாக' இருந்தால் அவனிடம் தந்திரமாக விளையாடு, அவனிடம் முடிவில்லாமல் பேசிக்கொண்டேயிரு. அவனைக் கேலிசெய், கிச்சுக்கிச்சு மூட்டு, அவனுடன் விளையாடு. அவனுக்குத் தாடி இருந்தால் உள்ளே உன் விரல்களை விட்டுக் கோது, அவ்வப்போது ஒன்றிரண்டு முடிகளைப் பிடித்து இழு. அவனுக்குப் பெரிய கொழுத்த தொந்தி இருந்தால் அதைச் செல்லமாகத் தட்டு. தான் விரும்பியதைச் செய்யும் தருணத்தை மட்டும் ஒருபோதும் அவனுக்குத் தராதே. இந்த அமைதியான வகையினர்கள் - மிகவும் மோசமானவர்கள். அவர்களின் விருப்பப்படி விட்டால் எலும்பை நொறுக்கிவிடுவார்கள்.

அவளே சொல்லிக்கொண்டதுபோல் சௌகந்தி ஒன்றும் அத்தனை புத்திசாலி இல்லை. அவளுக்கு மிகச்சில வாடிக்கையாளர்களே இருந்தனர். அதிகமாக உணர்ச்சிவசப் படுபவள் என்பதால் அவள் தனது தந்திரங்களை மனதிலிருந்து நேராக வயிற்றுக்கு இறங்கும்படி அனுமதித்திருந்தாள், குழந்தை ஒன்றைப் பெற்ற பிறகு பிரசவச்சுருக்கங்களுடன் காட்சியளித்தது அவள் வயிறு. முதல்முறை அவள் அந்தக் கோடுகளைக் கண்டபோது அவளது சொறிநாய்தான் அங்கே பிறாண்டியிருக்கிறது என எண்ணினாள். ஒவ்வொரு முறையும் பெட்டைநாய் அதனை அலட்சியமாகக் கடந்துசென்ற போது, அது தன் சிறுமையை, கொடுமையான புறக்கணிப்பால் எழுந்த அந்த அவமானத்தை மறைத்துக்கொள்வது போல, அவ்வாறான கோடுகளைத் தரையின் தூசியில் பிறாண்டியது.

மனதின் சிந்தனைகளுக்குள்ளே செளகந்தி எப்போதும் வாழ்ந்தாள். இருப்பினும் அவளிடம் யாரும் அன்புடன் பேசினாலோ மென்மையாக ஒரு வார்த்தை சொன்னாலோ அவள் உடனே உருகுவாள், தனது உடல் முழுக்க அதனைப் பரவச் செய்து, மாயம் புரியச் செய்தாள். பாலியல் நெருக்கத்தை அவள் மனம் அபத்தமாக எண்ணியபோதும் அவள் உடலின் பிற பாகங்களெல்லாம் அதற்காக ஏங்கியது. அதீத களைப்பு அவளை ஆழ்தூக்கத்திற்கு ஆட்படுத்தும் வரை அதில் ஈடுபட்டு, ஒவ்வொரு அங்கமும் சோர்ந்து போக வேண்டுமென ஏக்கம்கொண்டது. முரட்டுத்தனமாகக் கசக்கிப் பிழியப்பட்ட பிறகு உடலின் ஒவ்வொரு பாகமும் மிகுந்த வலி கொள்ளும், ஒவ்வொரு தசையும் தளர்ந்து பின் இலகுவாகும், அதற்குப் பிறகு அற்புதமான தூக்கமும் சோர்வும் ஆட்கொள்ளும். உடலின் இருப்பும் அதன் இன்மையும் மாறி மாறி நிகழும், சில வேளைகளில் அந்த இரண்டிற்குமான இடைநிலையில் நீங்கள் வெகு உயரத்தில் காற்றில் மிதப்பதைப் போல் உணர்வீர்கள். உங்களுக்கு மேலும் கீழும் வலமும் இடமும் ஏதுமில்லாமல்.. வெறும் காற்று மட்டுமே நிறைந்திருக்கும். அத்தருணத்தில் அக்காற்றில் மூச்சுத்திணறும் உணர்வு கூட அலாதியான இன்பம் கொண்டது.

அவள் சிறுமியாக இருந்தபோது ஒருமுறை கண்ணாமூச்சி விளையாட்டில், செளகந்தி தன் அம்மாவின் பெரிய ட்ரங்க் பெட்டியில் ஒளிந்துகொண்டபோது, அதற்குள் பிராணவாயு இல்லாததாலும் பிடிபட்டுவிடுவோம் என்ற பயத்தாலும் அவள் இதயத் துடிப்பு அதிகரித்து, இதே விதமான மூச்சுத் திணறும் இன்பத்தை உணர்ந்திருக்கிறாள்.

அவள் தன்னுடைய ஆயுள் முழுவதும் அதைப் போன்ற டிரங்குப் பெட்டியில் மறைந்திருந்து வாழத் தீவிரமாக விரும்பினாள், அவளைத் தேடுபவர்கள் சுற்றிச் சுற்றி வர, சில நேரம் அவர்களால் கண்டுபிடிக்கப்பட விரும்பினாள், பிறகு பதிலுக்கு அவர்களைக் கண்டுபிடிக்க அவள்

முனைவாள். அவள் கடந்த ஐந்து வருட காலமாக வாழ்ந்து கொண்டிருக்கும் இந்த வாழ்க்கையும் கண்ணாமூச்சி விளையாட்டு போன்றதுதானே? சில நேரம் இவள் யாரையோ கண்டுபிடித்தாள், சில நேரம் இவளை யாரோ தேடினார்கள். இப்படித்தான் அவள் வாழ்க்கை சென்றுகொண்டிருந்தது. அவள் மகிழ்ச்சியாக இருந்தாள், ஏனெனில் அவள் அப்படி இருக்க வேண்டியிருந்தது. அவளுடைய பெரிய தேக்கு மரக் கட்டிலில் அவளுக்குப் பக்கத்தில் ஒவ்வொரு நாளும் ஒவ்வொரு ஆண் இருந்தான், அவர்கள் அவளை மரியாதையற்ற முறையில் நடத்த முயற்சித்தால் அதனைத் தடுக்க எண்ணற்ற தந்திரங்களை அறிந்தவள், அவர்களின் நியாயமற்ற கோரிக்கைகளுக்கு அடிபணியக்கூடாது என்ற தீர்மானம் கொண்டவள், அவர்களை அசட்டையாகக் கையாளக் கூடியவளான சௌகந்தி எப்போதும் உணர்வுகளால் செலுத்தப்படக்கூடியவளாக, காதலுக்கு ஏங்கும் பெண்ணாகவே இருந்தாள்.

ஒவ்வொரு மாலையும் அவளுடன் இருப்பவன், புதியவனோ அல்லது வழக்கமாக வருபவனோ, "சௌகந்தி நான் உன்னைக் காதலிக்கிறேன்" என்று நடிப்பான், அவன் பொய்தான் சொல்கிறான் என்று அவளுக்கு நன்றாகத் தெரிந்தாலும், அவன் உண்மையாகவே அவளைக் காதலிப்பதாக நம்பி உடனே உருகுவாள். காதல் - இதைவிட இனிப்பான வார்த்தை வேறொன்று இருக்க முடியுமா! அதனை உருக்கி உடலின் ஒவ்வொரு நுண்துளையிலும் புகும் வண்ணம் அதை உடல் முழுவதும் தேய்த்துக்கொள்ள வேண்டும், அப்படி இல்லையெனில் காதல் ஒரு பெட்டி என்பதாகவும் தன்னால் முடிந்தவரை அதனுள் முழுமையாகத் தவழ்ந்து மூடிக்கொள்ள வேண்டும் எனவும் நினைத்தாள். தான் காதலிக்க வேண்டும் அல்லது காதலிக்கப்படவேண்டும் என்ற மோகம் மிகவும் தீவிரமாகும் சில நேரங்களில், தனக்கு அருகில் படுத்திருப்பவனை மடியிலிட்டு, தாலாட்டுப் பாடி அவனைத் தூங்க வைக்க வேண்டும் என்பதாக உணர்ந்தாள்.

தன்னிடம் வருகை தரும் எந்த ஆணையும் அவள் காதலித்து அவனுக்கு மட்டும் நேர்மையாகவும் இருக்க முடியும், அத்தனை ஆழமாக இருந்தது அவளுடைய காதல் திறன். அவளுக்கு எதிரில் இருக்கும் சுவற்றில் தொங்கவிடப்பட்டிருக்கும் நான்கு புகைப்படங்களில் உள்ள ஆண்களுக்கான காதலை இந்நாள் வரை அவள் தக்கவைத்துக் கொள்ளவில்லையா என்ன! தான் ஒரு நல்ல பெண் - சொல்லப் போனால் மிக நல்ல பெண் - என்ற உணர்வு அவளிடம் எப்போதும் இருந்தது. ஏன்.. ஏன், இந்த ஆண்கள் நல்லவர்களாக இல்லை? ஒருமுறை கண்ணாடியில் தன்னைப் பார்த்தபடி சிந்தனையில் ஆழ்ந்தபோது 'சௌகந்தி இந்த உலகம் உன்னை நல்லவிதமாக நடத்தவில்லை' என்ற வார்த்தைகள் அனிச்சையாக அவள் உதடுகளில் பிறந்தது.

அவளுடைய ஒவ்வொரு இழையிலும் பிரிக்க முடியாதபடி, கடந்த ஐந்து வருடங்களின் ஒவ்வொரு இரவும் பகலும் பிணைக்கப்பட்டுள்ளன. அவள் நினைத்தபடி இக்காலகட்டத்தில் மகிழ்வுடன் இல்லாதிருந்தாலும், இவ்விதமாகவே தனது நாள்கள் தொடர வேண்டும் என்று அவள் ஏங்கினாள். அவளுக்குப் பணக்காரியாக வேண்டும் என்று எந்தத் திட்டமும் இல்லை, பிறகு பணத்தின் மேல் மோகம் எதற்கு! அவளுடைய விலை பத்து ரூபாய், அதிலிருந்து ராம்லால் அவனது இடைத்தரகாக இரண்டரை ரூபாய் எடுத்துக் கொண்டான். மீதமிருந்த பணம் அவளது தேவைகளுக்குப் போதுமானதாக இருந்தது. சொல்லப்போனால் மாதோ பூனாவில் இருந்து வந்தால் - ராம்லால் சொல்வதுபோல - 'அவளைத் தாக்க வந்தால்', காணிக்கையாக அவனுக்குப் பத்து அல்லது பதினைந்து ரூபாய் கொடுக்குமளவு அவள் சேமித்திருந்தாள். எதற்கான காணிக்கை? அவளுக்கு அவன் மீது தனிப்பரிவு இருந்ததென நாம் கொள்வோம். ராம்லால் கணித்தது முற்றிலும் சரி. சௌகந்தியை ஈர்க்கக்கூடிய ஏதோ ஒன்று அவனிடம் இருந்தது. அதை மறைப்பதில் அர்த்தமில்லை. வெளிக்காட்டவும் செய்தாள். அவர்களின்

முதல் சந்திப்பின்போது மாதோ முகத்தில் அடித்தாற்போல் அவளிடம் கூறியிருந்தான்: “உனக்கு வெட்கமாக இல்லையா! உனது விலையின் பொருட்டு நீ சண்டையிடுகிறாய்? நீ எதற்காக பேரம் பேசுகிறாய் என்று உனக்குத் தெரியாதா, நான் எதற்காக வந்துள்ளேன் என்று தெரியாதா? கடவுளே! கேவலம் ஒரு பத்து ரூபாய், அதிலும் ராம்லால் கால் பங்கை எடுத்துக் கொள்வான். மிச்சமிருப்பது ஏழரை ரூபாய்தானே? இந்தப் பணத்திற்கு உன்னால் கொடுக்க முடியாததைக் கொடுக்கிறேன் என்று எனக்கு வாக்களிக்கிறாய், என்னால் எடுக்க முடியாததை எடுத்துக்கொள்ள நானும் வந்திருக்கிறேன். எனக்குப் பெண் ஒருத்தி தேவை. ஆனால் உனக்கொரு ஆண் தேவையா, இப்போது, இந்த நிமிஷம்? என்னைப் பொறுத்தவரை ஏதாவதொரு பெண் இருந்தால் போதும். உனக்கென்ன என்னைப் பிடித்திருக்கிறதா? நமக்குள் எவ்விதப் பிணைப்பும் கிடையாது... இந்தப் பத்து ரூபாயைத் தவிர, அதிலும் கால் பங்கு தரகுக்குப் போகும், மிச்சமிருப்பதை நீ உன் விருப்பப்படி செலவு செய்வாய். பணத்தின் மதிப்பு உனக்கும் எனக்கும் ஒன்றுதான். உன் மனம் ஒன்றை நினைக்கிறது, என் மனம் வேறொன்றை நினைக்கிறது. நாம் ஏன் முற்றிலும் இன்னொரு விஷயம் குறித்து பேசக்கூடாது.. அதாவது உனக்கு நான் தேவை, எனக்கு நீ தேவை என்பதைப் போல. நான் பூனாவில் ஹவில்தாரா[1]க இருக்கிறேன். மாதமொருமுறை உன்னைப் பார்க்க மூன்று அல்லது நான்கு நாள்கள் வருகிறேன். இந்தத் தொழிலை விட்டு விடு. உன் செலவுகளுக்கு நான் பணம் கொடுக்கிறேன். நல்லது, இந்த அறைக்கு எவ்வளவு வாடகை அளிக்க வேண்டும்?”

மேலும் சிலவற்றையும் மாதோ கூறினான். ஹவில்தாரின் மனைவியாகத் தன்னை நினைத்துக்கொள்ளுமளவிற்கு அவை ஆழமாக அவளைப் பாதித்தன. சற்றுநேரம் பேசியபிறகு அவளது அறையில் சிதறிக்கிடந்த பொருள்களை மாதோ

1 ஹவில்தார் – படைத்துறை மேலாள்

ஒழுங்குபடுத்தினான், பிறகு அவள் அனுமதிக்குக் காத்திராமல் கட்டிலுக்கு மேலே சுவற்றில் தொங்கிக் கொண்டிருந்த நிர்வாணப் படங்களைக் கிழித்தெறிந்தான். "சௌகந்தி.. இவற்றை இங்கே நான் அனுமதிக்க முடியாது' என்றான். தண்ணீர்ப் பானையைப் பார் எவ்வளவு அழுக்காக இருக்கின்றது, இந்தக் கந்தல் துணிகள்... கடவுளே, அவை கடும் நாற்றமடிக்கின்றன, வெளியே தூக்கிப் போடு! உன் கூந்தலை ஏன் பாழாக்கியிருக்கிறாய்? இன்னும்... இன்னும்..."

மூன்றுமணிநேரம் ஏதேதோ பேசியபிறகு இருவரும் நெருக்கமானவர்கள் என்பதாயுணர்ந்தார்கள். இப்போது சௌகந்தி, ஹவில்தாரைப் பல வருடங்களாகத் தனக்குத் தெரியும் என்பதுபோல் உணர்ந்தாள். நாற்றமெடுத்த அந்தக் கந்தல் துணிகளை, அழுக்கான தண்ணீர்ப் பானையை அல்லது அறையிலிருந்த நிர்வாணப் படங்களை இதற்கு முன் யாருமே பொருட்படுத்தியதில்லை அல்லது அவளுக்குச் சொந்தமான அந்த இடத்தை அவளுடைய வீடாக மாற்றமுடியும் என்று இதுவரை யாரும் அவளை உணரவைக்கவில்லை. அழுக்கடைந்த அருவருப்பான படுக்கையைக் கூட பொருட்படுத்தாமல் ஆண்கள் வந்து சென்றார்கள். 'சௌகந்தி இன்று உன் மூக்கு சிவந்திருக்கிறது. உனக்குச் சளி பிடித்திருக்கிறதா என்ன? சரி உனக்காக நான் சென்று சில மருந்துகளை வாங்கி வருகிறேன்' என்று இதுவரைக்கும் எவனும் சொன்னதில்லை. மாதோ எத்தனை அன்பு நிரம்பியவனாக இருக்கின்றான்! அவன் கூறுவதெல்லாம் முற்றிலும் சரி. எத்தனை வெளிப்படையாகவும் நேர்மையாகவும் அவளுக்கு அறிவுறுத்தினான்! அவளுக்கும் அது தேவையென்று எண்ணத் தொடங்கினாள். எனவே அவர்கள் இணைந்தனர்.

மாதோ பூனாவிலிருந்து மாதமொருமுறை வந்தான். திரும்பப் போவதற்கு முன் அவளை எச்சரிக்கத் தவறவில்லை, "இதோ பார் சௌகந்தி, நீ மறுபடியும் உன் உத்திகளைப் பயன்படுத்தும் தொழிலைச் செய்தால், நாம் பிரிய வேண்டிவரும், இனி

வேறொரு ஆணுடன் உன்னை நான் பார்க்க நேர்ந்தால், உன் தலைமுடியைப் பிடித்திழுத்து வெளியில் துரத்துவேன்... நான் அங்கு சென்றதும் உனக்கு இந்த மாதச் செலவுக்கான பணத்தை உடனே மணியார்டர் மூலம் அனுப்புகிறேன். அதுசரி, இந்த அறையின் வாடகை எவ்வளவு?"

ஒருபோதும் மாதோ பூனாவிலிருந்து அவளுக்குப் பணம் ஏதும் அனுப்பவில்லை. செளகந்தியும் தனது தொழிலை நிறுத்தவில்லை. நடப்பதை இருவரும் அறிந்தே இருந்தார்கள். ஆனால், அவள் மாதோவிடம் ஒருபோதும் கோபப்படவில்லை, 'இதென்ன எப்போதும் பணத்தைப் பற்றிப் பேசுகிறாய்? எனக்குச் சல்லிக்காசாவது கொடுத்துள்ளாயா?' என்று கேட்கவில்லை. 'நான் உனக்குப் பணமொன்றும் கொடுக்காதபோதும் இந்தப் பொருள்களெல்லாம் எங்கிருந்து கிடைக்கின்றன?' என்று மாதோவும் கேட்கவில்லை. பொய்யர்கள்- இருவரும். போலி வாழ்க்கை வாழ்ந்தனர். ஆனாலும் செளகந்தி மகிழ்ச்சியாக இருந்தாள். அசலான தங்க நகையை வாங்க முடியாத நிலையில் போலியானதைத்தான் வைத்துக்கொள்ள வேண்டியிருக்கிறது.

அந்தக் கணத்தில் மிகவும் களைப்புற்றிருந்த செளகந்தி ஆழ்ந்த உறக்கத்தில் இருந்தாள். ஆழ்ந்த தூக்கத்தில் அமிழ்ந்திருந்த அவளது மூடிய கண்களின் மீது, தலைக்கு மேலே, அவள் அணைக்க மறந்திருந்த மின்சார விளக்கு ஒளிர்ந்து கொண்டிருந்தது.

கதவை யாரோ தட்டினார்கள். இரண்டு மணிக்கு யாராக இருக்கக்கூடும்? தொலைவிலிருந்து தட்டப்படுவதாக அந்தச் சத்தம் மிக சன்னமாக அவள் காதில் விழுந்தது. அவசர கதியில் மீண்டும் மீண்டும் கதவு தட்டப்பட்டபோது, அவள் அனிச்சையாக விழித்தெழுந்தாள். நேற்று மாலை அவள் குடித்திருந்த இரண்டு வகை மதுவும், இன்னமும் பற்களிடையே ஒட்டிக்கொண்டிருந்த மீன் துண்டுகளும் பிசுபிசுப்பான புளித்த எச்சிலை அவள் வாயில் ஊறச்

செய்திருந்தன. மந்தமாகக் கண்களைக் கசக்கியபடி, அவள் உதட்டோரம் வழிந்த துர்நாற்றமான ஊத்தையைத் தனது லுங்கியின் நுனியில் துடைத்துக்கொண்டாள். படுக்கையில் அவள் தனியாக இருந்தாள். கீழே குனிந்து எட்டிப் பார்த்தாள், வழக்கம்போல் அவளுடைய நாய், பழைய செருப்புகளின் மேல் தலைவைத்துக் கண்ணுக்குப் புலப்படாத எதையோ நோக்கி உறுமியபடி படுத்துக் கிடந்தது. தனது இறகுகளில் தலையைச் சொருகியிருந்த பச்சைக்கிளியும் உறங்கிக்கொண்டிருந்தது.

மறுபடியும் கதவை யாரோ தட்டியபோது செளகந்தி படுக்கையிலிருந்து எழுந்தே ஆக வேண்டியிருந்தது. அவளுக்குக் கடுமையான தலைவலி இருந்தது. பானையிலிருந்து ஒரு குவளை தண்ணீர் எடுத்து வாயைக் கொப்பளித்தாள், மீண்டும் குவளையை நிறைத்து அவசர அவசரமாகத் தண்ணீரை ஒரு மிடறு விழுங்கினாள். கதவைச் சிறிதளவு மட்டும் திறந்து, “நீயா ராம்லால்?” என்றாள்.

பலமுறை கதவைத் தட்டிக் களைத்திருந்த ராம்லால் எரிச்சலுடன், “உன்னைப் பாம்பு கீம்பு கடித்துவிட்டதா என்ன? ஒரு மணி நேரமாக இங்கு கதவைத் தட்டிக் கொண்டிருக்கிறேன். எங்கே தொலைந்தாய்?” பிறகு தன் குரலைத் தழைத்தபடி, “உள்ளே நீ வேறு யாரையும் வைத்திருக்கிறாயா என்ன?” என்று கேட்டான்.

உள்ளே வேறு யாரும் இல்லையென்று அவள் சொன்ன பிறகு மீண்டும் தன் குரலை உயர்த்தினான், “பிறகு ஏன் நீ கதவைத் திறக்கவில்லை? இதான் ‘லிமிட்’. கடவுளே! மரக்கட்டை மாதிரி தூங்குகிறாய். உங்கள் ஒவ்வொருவருக்கும் வாடிக்கையாளனை அமைத்துக் கொடுக்க இரண்டு மணி நேரமானால், என் வியாபாரத்தை நான் மூடிக் கொண்டு போக வேண்டியதுதான். என்னைப் பார்த்து முழித்துக்கொண்டே நிற்காதே. இந்த லுங்கியை அவிழ்த்து விட்டு அந்தப் பூப்போட்ட புடவையை உடுத்து, கொஞ்சம் பவுடரை முகத்தில்

பூசு, பிறகு என்னோடு வா. ஒரு தனவான் வெளியில் தன் காரில் காத்துக்கொண்டிருக்கிறார், ம்.. சீக்கிரம்!"

சௌகந்தி 'பொத்தென' நாற்காலியில் அமர்ந்தபோது, ராம்லால் கண்ணாடியை நோக்கிச்சென்று அவன் தலை முடியைச் சீவினான்.

அவள் முக்காலி மேலிருந்த தைல புட்டியை எக்கியெடுத்து அதன் மூடியைத் திறந்தபடி, "ராம்லால், இன்று எனக்கு உடம்பு சுகமில்லை" என்றாள்.

அவன் சீப்பை அலமாரியில் போட்டு விட்டு அவளை நோக்கித் திரும்பி, "ஓ அப்படியா, இதை நீ முன்பே சொல்லியிருக்க வேண்டும்."

சௌகந்தி அவள் நெற்றியிலும் நெற்றிப்பொட்டிலும் தைலத்தைத் தேய்த்துக்கொண்டாள். அவன் நினைத்துக்கொண்டிருப்பதைப் போல் இல்லையென அவள் விளக்கினாள், "இல்லை, நீ எதுவும் வேறுவிதமாக எண்ணிக்கொள்ளாதே ராம்லால். நேற்று நான் அதிகமாகக் குடித்துவிட்டேன்."

ராம்லாலுக்கு வாய் ஊறத் தொடங்கியது. "எதுவும் மிச்சமிருந்தால் எனக்கும் கொஞ்சம் கொடு, நான் குடித்தே ரொம்ப காலமாகிவிட்டது."

அவள் மருந்து புட்டியை மீண்டும் முக்காலி மீது வைத்தபடி, "நான் மிச்சம் வைத்திருந்தால் இந்த நரகவேதனை தரும் தலைவலி இருந்திருக்காது. அந்த ஆளை நீ உள்ளே அழைத்தால் என்ன?"

"இல்லை, அவர் இங்கு வருவதற்கான வாய்ப்பேயில்லை. அவர் மரியாதைக்குரிய மனிதர், 'ஜென்டில்மேன்'. இன்னும் சொல்லப்போனால், தன் காரை இத்தெருவில் நிறுத்தக்கூடச் சங்கடப்பட்டார். உனது உடையை மாற்றிக்கொண்டு என்னுடன் தெருமுனைக்கு வா. எல்லாம் சரியாகிவிடும்."

அது ஏழரை ரூபாய்க்கான பேரம்தான். வழக்கமான சூழலில், இத்தகைய கடும் தலைவலியுடன் சௌகந்தி ஒருபோதும் அதை ஏற்றுக்கொண்டிருக்க மாட்டாள், ஆனால் இப்போது அவளுக்குப் பணம் அவசியம் தேவைப்பட்டது. அவள் அண்டை வீட்டிலிருந்த மதராசி பெண்ணின் கணவன் மீது கார் ஏறி இறந்திருந்தான். அந்தப் பெண் இளையமகளுடன் சொந்த ஊருக்குத் திரும்ப வேண்டியிருந்தது, ஆனால் அவளிடம் பணம் இல்லாததால் மனம் நொந்து சோர்ந்திருந்தாள். 'சகோதரி, வருத்தப்படாதீர்கள். என் ஆள் பூனாவில் இருந்து விரைவில் வந்து விடுவான். அவனிடம் கொஞ்சம் பணம் வாங்கி உங்கள் பயணத்திற்கு ஏற்பாடு செய்கிறேன்' என்று சௌகந்தி நேற்றுத்தான் அவளுக்கு ஆறுதல் கூறியிருந்தாள். பூனாவில் இருந்து மாதோ வருவான் என்பது நிச்சயமெனினும் பணத்தைப் பற்றிய நிச்சயமில்லை. சௌகந்திதான் ஏதாவது ஏற்பாடு செய்யவேண்டும். ஆகவே அவள் எழுந்தாள், கச்சிதமாக உடுத்திய பூப்போட்ட புடவை, முகத்தில் பவுடர், கன்னப்பூச்சு என்று சட்டென ஐந்து நிமிடங்களுக்குள் புறப்படத் தயாரானாள். அவள் இன்னொரு கோப்பை பச்சைத் தண்ணீரைக் குடித்துவிட்டு ராம்லாலுடன் கிளம்பினாள்.

சிறிய நகரங்களில் இருப்பதைவிட சற்று அகலமாயிருந்த அந்தத் தெரு முற்றிலும் அமைதியாக இருந்தது. தெரு விளக்குகளில் இருந்து மங்கலான வெளிச்சம் பரவியிருந்தது. போரால் விளக்குகளின் மேலிருந்த மறைப்புகளில் ஒருபுறம் கருப்பு வண்ணம் பூசப்பட்டிருந்தது. அவள் மிதமான வெளிச்சத்தில் தெருமுனையில் தொலைவிலிருந்த காரை மங்கலாகப் பார்த்தாள்.

புதிர்கள் நிரம்பிய இந்த இரவின் அகால நேரத்தில் கறுப்புக்காரின் அடர்நிழலைக் கண்ட சௌகந்திக்குத் தன்னுடைய தலைவலிதான் வெளியேறி அந்தச் சூழலில் வியாபித்துள்ளதாகத் தவிர்க்க முடியாததொரு உணர்வு எழுந்தது.

ராம்லால் முன்னே சென்று, காரிலிருந்த அந்த மனிதரிடம் பேசினான். பிறகு செளகந்தி எட்டு வைத்து அவனுக்கு அருகே சென்றபோது அவன் ஒருபுறம் சற்றே நகர்ந்து, “இவள்தான்.. அருமையானவள்.. சில நாள்களுக்கு முன்புதான் தொழிலில் சேர்ந்திருக்கிறாள்” என்றவன், செளகந்தியிடம் “கொஞ்சம் அருகில் வா, செளகந்தி. முதலாளி உன்னைப் பார்க்க விருப்பப்படுவார்” என்றான்.

செளகந்தி தன் சேலையின் முனையை விரல்களில் சுற்றித் திருகியபடி முன்னகர்ந்து ஜன்னலுக்கு அருகில் நின்றாள். அந்தத் தனவான் கைமின்விளக்கை அவள் முகத்தின் மீது திருப்ப, அவளின் போதையேறிய கண்கள் ஒருகணம் குருடாகின. “ஓ, இல்லை” என்று அந்தத் தனவானின் உதடுகள் கூறிய அதே நேரத்தில் வெளிச்சம் அணைக்கப்பட்டது. சட்டென்று எஞ்சின் உறும, கார் விரைந்தது.

செளகந்தி சிந்திக்கும் முன்பே கார் சென்றிருந்தது. அந்தக் கைமின்விளக்கின் அதீத ஒளி அவள் கண்களுக்குள் இன்னும் இருந்தது. அந்தத் தனவானின் முகத்தைக் கூட அவள் சரியாகப் பார்க்கவில்லை. என்ன நடந்தது? அவள் காதுகளில் இப்போதும் ஒலித்துக்கொண்டிருந்த ‘ஓ இல்லை’ என்பதற்கான அர்த்தமென்ன? ஆம்.. என்ன? ‘அவனுக்கு உன்னைப் பிடிக்கவில்லை’ என்று அவளுடைய தரகன் சொன்னான். “சரி நான் கிளம்ப வேண்டும். இரண்டு மணி நேரங்கள் வீணானது.”

இதைக் கேட்டவுடன், உடனடியாக ஏதாவது செய்தாக வேண்டுமென்ற உந்துதல் அவள் கால்களிலும் கைகளிலும், சொல்லப் போனால் மொத்த உடம்பிலும் பரவியது. அந்தச் கார் எங்கே? அந்த வீணாய்ப் போனவன் எங்கே? அவனுக்கு இவளைப் பிடிக்கவில்லை - ‘ஓ இல்லை’ என்று சொன்னதற்கு இதுதான் அர்த்தமா? அவனைச் சபிக்க அடிவயிற்றிலிருந்து கிளம்பிய வார்த்தைகள் அவளுடைய நுனி நாக்கில் நின்றன. யாரை நோக்கி அவற்றை வீசுவாள்? அதன் பின்னொளி மங்க, அவள் கண்முன்னே கடைத்தெருவின் இருட்டுக்குள் கார்

ஏற்கெனவே சென்றுவிட்டது. பழுத்த இரும்புக் கம்பியைப் போல் அந்த 'ஓ இல்லை' அவளுடைய நெஞ்சில் இறங்குவதாக உணர்ந்தாள். 'முதலாளி... ஒரே ஒரு நிமிடம் நில்லுங்கள்' என்று சௌகந்திக்குச் சத்தமாக அலற வேண்டும் போலிருந்தது. ஆனால், அந்த நாசமாய்ப்போன முதலாளி ஏற்கெனவே சென்றிருந்தான்.

அவள் வெறிச்சோடிக் கிடந்த கடைத்தெருவில் தனியாக நின்றிருந்தாள். விசேஷ தினங்களில் மட்டும் அவள் அணியும் பூப்போட்ட சேலை, அகால இரவின் மென்காற்றில் படபடத்துக் கொண்டிருந்தது. அது அவளுடைய ஒவ்வொரு இழையோடும் ஏற்படுத்திய சன்னமான சலசலப்பை அவள் வெறுத்தாள் என்பதைத் திடீரென உணர்ந்தாள். அதனைச் சுக்கலாகக் கிழித்துப் போடும் வெறி அவளைப் பற்றிக் கொண்டது. அதன் ஒவ்வொரு படபடப்பும் அவள் மன்னிக்க முடியாத அந்த 'ஓ இல்லை' என்பதைப் பிரதிபலிப்பதாகத் தோன்றியது. அவள் உதட்டில் சிவப்புச் சாயத்தையும் கன்னங்களில் பவுடரையும் ஒத்தி இருந்தாள், இதெல்லாம் கவர்ச்சியான தோற்றம் தருவதற்கு.. இந்த எண்ணத்தால் அவமான உணர்ச்சியும் அதீத வருத்தமும் அவளுக்குள் எழுந்து வியர்க்கத் தொடங்கியது. அவளை அழுத்திக்கொண்டிருந்த தாழ்வுணர்ச்சியை உதறித் தள்ளுவதற்கு, அவள் எண்ணற்ற சாக்குபோக்குகளைச் சொல்லிக்கொண்டாள்: அந்தத் தொந்திக்காரனுக்காக நானொன்றும் என்னை ஒப்பனை செய்துகொள்ளவில்லை, நான் எப்போதும்தான் செய்து கொள்வேன். ஏன், எல்லோரும்தான் செய்துகொள்வார்கள். ஆனால்.. ஆனால் இப்படி அகால நேரத்தில்.. இரண்டு மணிக்கு? தரகன் ராம்லால்... இந்தக் கடைத்தெரு... அந்தக் கார்... கண்ணைக்கூசும் வெளிச்சம்...' இந்த எண்ணங்களால் அவள் தலை சுற்றியது, கண்கள் பார்க்கும் தூரம்வரை எண்ணற்ற வெளிச்சப் புள்ளிகள் பறந்தன. காற்றின் ஒலியில் அவள் காரின் உறுமல் சத்தத்தைக் கேட்டாள்.

அவமானம் ♣ 133

அவள் தன் நெற்றியில் தலைவலி தைலத்தின் மேல் செய்துகொண்டிருந்த ஒப்பனை வியர்வையால் கரைந்தது, அவளுடைய நெற்றி அவளுடையதல்ல, வேறு யாருடையதாகவோ உணர்ந்தாள். காற்று அதன் மேல் வீசிய போது, யாரோ அவள் நெற்றியில் செரோட்டினை (சீன மெழுகு) ஒட்ட வைத்திருப்பதாக எண்ணினாள். கடுமையான தலைவலி இருந்தாலும் அவளுடைய எண்ணற்ற இரைச்சலான எண்ணங்கள் தற்காலிகமாக அதை அடக்கி வைத்திருந்தன. அவள் இந்த எண்ண அலைகளுக்கு மேலே தலைவலியைக் கொண்டுவர பலமுறை முயன்றாலும் தோற்றுப் போனாள். அவள் - தன் தலை, கால்கள், கைகள், வயிறு என உடலெங்கும் கடுமையாக வலிக்கவேண்டும் என்று விரும்பினாள். ஏனெனில் அப்போது மற்றவற்றை மறந்துவிட்டு, அந்த வலியை மட்டுமே அவள் உணர்வாள். இவ்வாறான எண்ணங்களுக்கு நடுவே அவள் இதயத்திற்குத் திடுமென ஏதோ நிகழ்ந்தது. அது வலியா? அவள் இதயம் ஒரு கணம் சுருங்கிப் பின் விரிந்தது. அது என்ன? சாபங்கள்! அதே 'ஓ இல்லை' - அவள் இதயத்தைச் சுருக்கவும் பின் விரிவடையவும் செய்துகொண்டிருந்தது.

பாதங்கள் உறைந்தபோது அவள் வீட்டை நோக்கி நடக்கத் தொடங்கினாள். 'அந்தத் தனவானுக்கு என் முகத்தோற்றம் பிடிக்கவில்லை என்று ராம்லால் நினைக்கிறானா?' என அவள் திகைத்தாள். இல்லை, அவன் என் தோற்றத்தைப் பற்றி எதுவும் கூறவில்லை. 'அவனுக்கு உன்னைப் பிடிக்கவில்லை' என்று மட்டும்தான் சொன்னான். அவனுக்கு என்னுடைய முகத் தோற்றம் பிடிக்காமல் போனால்தான் என்ன இப்போது? எனக்கும் பல ஆண்களின் முகத்தைப் பிடிப்பதில்லை. அமாவாசையன்று வந்தவனின் முகம், ப்பா.. எத்தனை அவலட்சணமாக இருந்தது! அருவருப்படைந்து நான் அவனை ஏற்க மறுக்கவில்லையா? அவன் படுக்கையில் என்னுடன் இருந்தபோது நான் அவனை வெறுக்கவில்லையா? எனக்கு வாந்தி வரும் உணர்வு வந்ததல்லவா? இருக்கக்கூடும் சௌகந்தி, ஆனால் நீ அவனைத் திருப்பி அனுப்பவில்லை அல்லது

அவனை அவமானப்படுத்தவில்லை. ஆனால் ஆடம்பர காரில் வந்த தனவான், உன் முகத்தில் அறைந்தாற்போல் 'ஓ இல்லை!' என்றான். ஹு.. கத்தூரி எலி அதன் வாடையை மறைக்க மல்லிப்பூ வாசனையைத் தலையில் தடவிக்கொண்டதாம்! என்ற பழமொழிக்கு ஏற்ப - என்றோ, இல்லையெனில் 'அடக் கடவுளே! இதைப் போன்ற முகத்தை வைத்துக்கொண்டு இத்தனை நம்பிக்கையா! ஓ, ராம்லால் நீ வானளவு புகழ்ந்த பெண் இவள்தானா? முழு பத்து ரூபாய்க்கு... இந்தப் பெண்ணா! பதிலாக அதைக் கழுதைக்குக் கொடுக்கலாம்...' என்று அவன் நினைத்திருக்கக்கூடும். அந்த 'ஓ இல்லை' என்பதற்கு வேறென்ன அர்த்தம் இருக்க முடியும்?

அவளுடைய கால் பெருவிரலில் இருந்து உச்சந்தலைவரை திகுதிகுவெனத் தீப்பிழம்புகள் எரிய, அவள் தன் சிந்தனைகளில் மூழ்கியிருந்தாள். இரவு இரண்டு மணிக்கு அவளுக்கு இத்தனைத் துயரை ஏற்படுத்திய ராம்லால் மீதும், தன் மீதும் கோபம்கொண்டாள். அடுத்த கணமே தங்கள் இருவரையுமே குற்றம் சொல்ல முடியாது, மாறாக அந்தத் தனவானைத்தான் சொல்ல வேண்டுமென்று அவள் உணர்ந்தாள், அவளுடைய எண்ணங்கள் அவன் மேல் குவிந்தது. அத்தோடு அவள் கண்கள், காதுகள், கைகள், கால்கள் சொல்லப்போனால் உடலின் ஒவ்வொரு அங்குலமும் உள்ளுணர்வால் அவனை எங்கேயாவது கண்டுபிடித்துவிட மாட்டோமா எனச் சுற்றிலும் தேடியது. ஒரே ஒருமுறை, முன்பு நடந்த அதே காட்சி மீண்டும் நடக்காதா என்ற ஆசை அவளை ஆட்கொண்டது: அவள் காரை நோக்கி மெதுவாக நடக்கிறாள், ஒரு கை மின்விளக்கை எடுத்து அவள் முகத்தில் ஒளி பாய்ச்சுகிறது, அவள் அந்த 'ஓ இல்லை' என்பதை மறுபடியும் கேட்கிறாள், ஒரு காட்டுப்பூனையாகத் திடுமென அவன் மீது தாவி, தற்போதைய நாகரீகத்திற்கேற்ப நீண்டு வளர்ந்த அவளது விரல்நகங்களால் இரக்கமின்றி அவன் முகத்தைப் பிராண்டத் தொடங்குகிறாள். அவனுடைய தலைமுடியைப் பிடித்திழுத்து காரிலிருந்து வெளியே தள்ள வேண்டும், கைமுஷ்டியால்

தொடர்ந்து குத்துவிட வேண்டும், பிறகு அசதியுற்று அவள் உடைந்து அழ வேண்டும்.

அதீதமான சீற்றத்தாலும் ஏக்கத்தாலும் அவள் கண்களில் சில கண்ணீர்த் துளிகள் திரண்டிருந்த காரணத்தால்தான் அவளுக்கு அழுவது குறித்த சிந்தனை தோன்றியது. அவள் தன் கண்களைக் கேட்டாள்: எதற்காக நீ அழுகிறாய்? ஏன் இப்போது கண்ணீர்த்துளிகளைச் சிந்துகிறாய்? அவள் இமைகளின் முனையில் தயங்கி நின்றிருந்த கண்ணீர்த் துளியில் அதற்கான விடை சில கணங்கள் மிதந்தது. சௌகந்தி கண்ணீர்த் திரையின் ஊடாக அந்தத் தனவானின் கார் மறைந்த வெற்றிடத்தை நெடுநேரம் பார்த்துக்கொண்டே இருந்தாள்.

தம்ப் - தம்ப் - தம்ப்... இது என்ன சத்தம்? இது எங்கிருந்து வருகிறது? அவள் திடுக்கிட்டுத் தன் சுற்றுப்புறத்தை ஆராய்ந்தாள். எவரையும் காணவில்லை. ஆ... அது அவள் இதயத்தின் சத்தம்தான், அதைக் காரின் இயந்திரப் பொறியின் உறுமல் ஒலியென நினைத்திருந்தாள். இந்த இதயத்திற்கு என்ன ஆயிற்று - சரியாகத்தானே இயங்கிக்கொண்டிருந்தது, தேய்ந்து போன இசைத் தட்டில் சிக்கிக்கொண்ட தொடுஊசி, வரியின் கடைசியில் வரும் ஒரே வார்த்தையைத் திரும்பத் திரும்பக் கிறீச்சிடுவதைப்போல, திடீரென ஏன் இந்த தம்ப் - தம்ப் - தம்ப்?

வானம் நட்சத்திரங்களால் நிரம்பி இருந்தது. அவள் அவற்றைப் பார்த்தாள். 'இவை எவ்வளவு அழகாய் இருக்கின்றன!' என உரக்கக் கூவினாள். அவளுக்கு வேறு எதையாவது சிந்தனை செய்ய வேண்டியிருந்தது, ஆனால், அவள் 'அழகு' என்ற வார்த்தையை உச்சரித்தவுடனேயே புது சிந்தனை ஒன்று மனதிற்குள் வந்தது: 'ஆம், நிச்சயம் நட்சத்திரங்கள் அழகுதான். ஆனால் நீ அல்ல, நீ அசிங்கமாக இருக்கிறாய், மிகவும் அசிங்கமாக! சற்றுமுன் நீ வெறுத்து ஒதுக்கப்பட்டதை மறந்து விட்டாயா?'

சௌகந்தி, நீ அசிங்கமானவள் அல்ல! அவள் கடந்த ஐந்து வருடமாகக் கண்ணாடி முன் நின்று கண்ட அவளது எண்ணற்ற பிம்பங்கள் ஒவ்வொன்றும் கண்முன்னே சட்டென வந்து சென்றன. எவ்விதப் பொறுப்புகளும் சுமைகளும் இல்லாமல், ஐந்து வருடங்களுக்கு முன் பெற்றோருடன் வாழ்ந்தபோது, அவள் கொண்டிருந்த இளமையான தோற்றம் இப்போதில்லைதான். ஆனால் அவளொன்றும் குரூரமாக மாறிவிடவில்லை. கடந்துபோகும் ஆண்களின் காதல் பார்வைகளை ஈர்க்கக் கூடிய பெண்ணைப் போல அவளும் இருந்தாள். ஒரு பெண்ணுடன் சில இரவுகளைக் கழிக்க விரும்பும் எந்தவொரு ஆணும் காண விரும்பும் எல்லாத் தகுதிகளும் தன்னிடமிருந்தன என்று நினைத்தாள். அவள் இளமையாக இருந்தாள். அவளுடைய உடல் கச்சிதமான வடிவிலிருந்தது. அவள் குளிக்கும்போது தன் தொடைகளைப் பார்த்துக்கொள்ள நேரும்போது அவற்றின் வடிவான திண்மையில் பெருமைப்பட்டுக்கொண்டாள். விநயமும் இதமும் கொண்டவளாக இருந்தாள். இந்த ஐந்து வருட காலத்தில், அவளது இடத்திலிருந்து எந்த ஆணும் அதிருப்தியுடன் வெளியே போனதில்லை. அவள் சிநேகமும் பரிவும் நிரம்பியவளாக இருந்தாள். கடந்த கிறிஸ்துமஸ் சமயம், கோல்பேத்தாவில் அவள் வசித்தபோது, ஓர் இளைஞன் அவளுடன் இரவைக் கழித்திருந்தான். காலையில் அவன் தன் உடையை அணிந்துகொள்ள அடுத்த அறைக்குச் சென்றபோது தன் 'பர்ஸ்' காணாமல் போயிருந்ததைக் கண்டான். அவன் மிகவும் நொந்து போனான். (சௌகந்தியின் வேலைக்காரி அதைத் திருடி இருந்தாள்) அவன் விடுமுறையைக் கழிக்க ஹைதராபாத்திலிருந்து பம்பாய்க்கு வந்திருந்தான். இப்போது மறுபயணத்திற்கு அவனிடம் பணம் இல்லை. சௌகந்தி அந்த இளைஞன் மீது இரக்கப்பட்டு அவனுடைய பத்து ரூபாயைத் திரும்பக் கொடுத்தாள்.

'என்னிடம் என்ன குறை?' அவள் தனக்கு முன்பிருந்த - மங்கலான கேஸ் விளக்குகள், இரும்பு விளக்குத் தூண்கள்,

நடைபாதையில் இருந்த சதுரக் கற்கள், சாலையில் உதிர்ந்த சரளைக் கற்கள் என ஒவ்வொரு பொருளிடமும் கேட்டாள். ஒன்றன்பின் ஒன்றாக இவை ஒவ்வொன்றையும் பார்த்தாள், பிறகு தன் தலைக்கு மேல் தாழத் தொங்கிக்கொண்டிருந்த வானத்தைக் கண்களால் ஏறிட்டாள். ஆனால், இவை எதுவும் பதில் அளிக்கவில்லை.

அவளுக்குள் இருந்தது பதில். தன் மீது தவறொன்றுமில்லை என்பதை அறிந்திருந்தாள். அவள் தோற்றம் நன்றாகத்தான் இருந்தது. ஆனாலும் அவளை யாராவது புகழ, அதைக் கேட்க வேண்டுமென விரும்பினாள். 'நீ நன்றாக இல்லை என்று யார் சொன்னது சௌகந்தி? உன்னை யாராவது நன்றாக இல்லை என்று சொன்னால் அவர்கள்தான் அப்படியானவர்களாக இருக்க வேண்டும்' என்று அவள் தோளில் கை போட்டபடி, எவனாவது இப்போதே சொல்ல வேண்டும். இவ்வளவுகூடத் தேவையில்லை. 'சௌகந்தி, நீ நன்றாக இருக்கிறாய்' என்பது மட்டும் கூடப் போதுமானதாக இருக்கும்.

அவளை யாராவது புகழ வேண்டுமென ஏன் விரும்புகிறாள் எனத் தன்னையே கேட்டுக்கொண்டாள். இதற்கு முன்பு தன்னை எவரும் புகழவேண்டுமென்று இத்தனை தீவிரமாக அவள் நினைத்ததில்லை, தன்னுடைய நற்குணத்துக்கான ஆமோதிப்பை அவற்றிடம் பெற்றுவிடலாம் என்ற நம்பிக்கையில் உயிரற்ற பொருள்களிடம் எல்லாம் அத்தனை தீவிரத்துடன் கேட்டு நிற்கிறாள். அவளின் ஒவ்வொரு அணுவும் 'தாய்' ஆவதற்கு ஏன் அத்தனை ஏக்கம் கொண்டது? அன்னையைப் போல் அனைத்தையும் மடியிலிட்டு அணைக்கத் தன்னை ஏன் தயார்படுத்தினாள்? பனியில் நிற்கும் விளக்குத் தூணை அணைத்துக்கொண்டு, அதன் மீது வெதுவெதுப்பான கன்னங்களை வைத்து ஏன் அதனுடைய குளிர்ச்சியைப் போக்க விரும்பினாள்?

கேஸ் விளக்கின் சன்னமான ஒளி, விளக்குத் தூண், நடைபாதையில் இருந்த சதுரக்கற்கள் என அந்த அமைதியான

இரவில் அவளைச் சுற்றியிருந்த யாவும் கருணையுடன் அவளைப் பார்த்தது போல் அந்தக் கணத்தில் உணர்ந்தாள். ஒளிரும் நட்சத்திரங்களை அவள் புரிந்துகொண்டதுபோல் எண்ணற்ற துளைகள் கொண்ட அடர்ந்த சாம்பல் நிறத் தகடாகத் தலைக்கு மேல் காட்சியளித்த வானம் அவளைப் புரிந்து கொண்டதாகத் தோன்றியது. ஆனால், அவளுக்குள் ஏன் கடைந்துகொண்டிருக்கும் இந்தப் பதட்டம்? மழை வருவதற்கு முன்பான வெக்கையை மனதில் ஏன் உணர்கிறாள்? உள்ளே கொதித்துக்கொண்டிருப்பது எல்லாம் வெடித்து அவளுடைய உடலின் ஒவ்வொரு துளை வழியே வழிந்து வெளியேற விரும்பினாள். ஆனால் அது எப்படி நடக்கும்? எப்படி?

இப்போது அவள் தெருமுனையில் இருந்த சிகப்பு நிறத் தபால்பெட்டி அருகே நின்றிருந்தாள். பலத்த காற்றடிக்க, திறந்த வாயில் தொங்கிய நாக்கைப் போலிருந்த அதன் உலோக மடல் அசைந்தது. அந்த ஒலியினால் அனிச்சையாக அவள் கார் விரைந்திருந்த திசையைப் பார்த்தாள், அங்கே அவள் எதையும் காணவில்லை. எத்தனை தீவிர ஏக்கத்துடன் அவளை நோக்கி மீண்டும் அந்தக் கார் வர வேண்டுமென நினைத்தாள்.. ஆனால்...

'அடச்சீ! நாசமாகப் போகட்டும்.. நான் கவலைப்படப் போவதில்லை! இதை நினைத்துத் துயரப்படுவதில் அர்த்தமில்லை. வீட்டிற்குச் சென்று நன்றாகத் தூங்கலாம். இப்படிச் சிந்திப்பதால் ஒன்றும் கிடைக்கப் போவதில்லை. கிளம்பு சௌகந்தி, வீட்டிற்குப் போய் குளிர்ந்த நீரைப் பருகு, தைலத்தைக் கொஞ்சம் தேய்த்துக்கொண்டு தூங்கு. பிரமாதமான நல்ல உறக்கம் வரும். அனைத்தும் சரியாகும். அந்தத் தனவானும் அவன் காரும் எப்படியோ தொலையட்டும்...'

சட்டென அவள் நிம்மதியாக உணர்ந்தாள். குளத்தின் குளிர்ந்த நீரில் மூழ்கி, அப்போதுதான் புத்துணர்ச்சியுடன் எழுந்தது போலிருந்தது. அவள் பூஜை முடித்த பிறகு எப்போதும்

உணரும் அதே நிம்மதி. அவள் வீட்டை நோக்கி நடக்கும்போது இவ்வுணர்வு அவள் காலடிகளைச் சற்றே தடுமாறச் செய்தது.

அவள் தன் இருப்பிடத்தை நெருங்கிக்கொண்டிருந்தபோது, இந்த முழு நிகழ்வும் அழுத்தமான வலியென இதயத்தைத் துளைத்து அவளுக்குள் எங்கும் பரவியது. அந்த மனிதனிடமிருந்து வந்த அழைப்பு, முகத்திலடித்த அவனுடைய கைமின்விளக்கு ஒளி, கடைத்தெருவின் நடுவே அவளை அவமானப்படுத்தியது - எனச் சற்று முன்பு நடந்தவற்றின் ஞாபகங்களால் மனம் ஆக்கிரமிக்கப்பட, அவள் மிகவும் துயருற்றாள், மறுபடியும் கால்கள் கனக்கத் தொடங்கின. அவள் ஒரு செம்மறி ஆடு என்பதாகவும், அது சதைப் பிடிப்பானதுதானா என்று சோதிப்பவன் பருத்த விரல்களால் விலாவில் குத்துவதைப் போன்ற உணர்வை அந்த எண்ணங்கள் ஏற்படுத்தின. ‘அந்தத் தனவான்.. கடவுள் அவனை...’, அவனைச் சபிக்க நினைத்த சௌகந்தி நிறுத்தினாள். இதனால் பயன் ஒன்றும் இல்லை. அவளுக்கு முன்னால் அவன் நின்றிருந்து, அவனின் உச்சந்தலை முதல் பாதம் வரை ஒவ்வொரு அங்கத்தையும், வாழ்நாள் முழுக்க அவனை வேதனையில் நெளியச் செய்யும் கேவலமான கெட்ட வார்த்தைகளால் சபித்திருந்தால், அந்நிகழ்வை விரும்பி இருப்பாள். அவள் தன் ஆடைகளைக் கிழித்தெறிந்து முற்றிலும் நிர்வாணமாக அவன் முன் நின்று, ‘இதற்காகத்தானே வந்தாய்? இந்தா எடுத்துக்கொள்! இலவசமாக எடுத்துக்கொள். ஆனால் என்னை, எனக்குள் மறைந்திருப்பதை, நீ விலை கொடுத்து வாங்க முடியாது, எவனும் வாங்க முடியாது, நீ மட்டுமில்லை, உன் அப்பனாலும் வாங்க முடியாது, இந்த உலகத்திலுள்ள எல்லாப் பணத்தைக் கொடுத்தாலும் அதை வாங்கமுடியாது!’ என்று சொல்வாள்.

பலவகை பழிவாங்கும்முறைகள் சௌகந்தியின் மனதிற்குள் மாறி மாறிப் புகுந்துகொண்டன. அவள் மட்டும் அந்தத் தனவானை மீண்டும் நேருக்குநேர் பார்த்தாள் என்றால்... அவனை இப்படிச் செய்வாள்... இல்லை, இல்லை இப்படி

இல்லை, ஆனால் அப்படி... இவ்விதம் பழிக்குப்பழி வாங்குவாள்... இல்லை அவ்விதம். ஆனால் அது நடக்காது என்று தெளிவாகத் தெரிந்தபிறகு அந்த மடையனின் வாழ்க்கை முழுதும், திரும்பத் திரும்ப மூக்கில் அமர்ந்து தொல்லை தரக் கூடிய குருட்டு ஈயைப் போன்ற ஒரேயொரு சின்ன வசவை மட்டும் தேர்ந்தெடுத்து அவள் தன்னைத் திருப்திப்படுத்திக் கொண்டாள்.

முன்னும்பின்னுமான இத்தகைய சிந்தனைகளில் ஆழ்ந்தபடி, அவள் இரண்டாவது தளத்திலிருந்த தன்னுடைய அறையை வந்தடைந்தாள். தன் மார்புக் கச்சையில் இருந்து சாவியை எடுத்துக் கதவைத் திறக்க முனைந்தாள்.

சாவி காற்றில் சுழன்றது. கதவில் பூட்டில்லை. அவள் கதவுகளை மெதுவாகத் தள்ள, அவை மெலிதாகக் கிறீச்சிட்டன. உள்ளிருந்து யாரோ தாழை நீக்கினார். கதவு அகலத் திறக்க, அவள் நுழைந்தாள்.

மாதோ தன் மீசையினூடாகச் சிரித்தான். "நல்லது, கடைசியில் என் அறிவுரையைக் கேட்டுக்கொண்டுள்ளாய். விடியற்காலையில் நடைப்பயிற்சி மேற்கொள்வது உடல்நலத்திற்கு நல்லது. தொடர்ந்து பின்பற்றினால் உன் சோம்பல் நீங்கும். எந்நேரமும் உன்னை வருத்தும் முதுகுவலியும் மறையும். விக்டோரியா கார்டன் வரை நடந்திருப்பாய் என்று நினைக்கிறேன், சரிதானே!" சௌகந்தியின் பின்னே கதவைச் சாத்தியபடி கூறினான்.

சௌகந்தி எந்தப் பதிலும் சொல்லவில்லை, மாதோவும் எதிர்பார்க்கவில்லை. அவளும் உரையாடலில் பங்குகொள்ள வேண்டுமென்று அவனும் எப்போதும் நினைத்ததில்லை. ஏதாவது பேச வேண்டுமே என்று நினைத்ததால்தான் அவர்கள் பேசினார்கள்.

மாதோ பிரம்பு நாற்காலியில் 'பொத்தென' அமர்ந்தான்; அதன் சாய்வுப்பகுதி அவன் தலைமுடியிலிருந்த அதீத எண்ணெய்ப்

பிசுக்கால் மிகவும் கறை படிந்திருந்தது. அவன் கால் மேல் கால் போட்டு அமர்ந்து தன் மீசையை வருடத் தொடங்கினான்.

சௌகந்தி கட்டிலில் அமர்ந்து, "இன்று உன்னை நான் எதிர்பார்த்தேன்" என்றாள்.

மாதோ சட்டெனக் குழப்பம் கொண்டான். "என்னை எதிர் பார்த்தாயா? இன்று நான் வருவேன் என்று உனக்கெப்படித் தெரியும்?" என அவன் கேட்டான்.

அவளுடைய இறுக மூடிய உதடுகள் சற்றே திறந்து வெளுத்த புன்னகையொன்று தோன்றியது. "நேற்றிரவு உன்னைப் பற்றி கனவு கண்டேன். கண் விழித்துப் பார்த்தால் நீ இல்லை. 'சரி உலாவச் செல்லலாம்' என்று எனக்கு நானே சொல்லிக் கொண்டேன். மேலும்..."

"நானும் வந்துவிட்டேன்" என்று மாதோ அதீத மகிழ்ச்சியுடன் கூறினான். "ஆகவேதான் ஞானியர்கள் அன்பு கொண்ட நெஞ்சங்கள் ஒன்றோடொன்று பேசும் என்று சொல்லி இருக்கின்றனர். நீ எப்போது இந்தக் கனவைக் கண்டாய்?"

'சுமார் நான்கு மணி இருக்கும்' என்று பதில் சொன்னாள். மாதோ நாற்காலியில் இருந்து எழுந்து அவளுக்கருகே கட்டிலில் அமர்ந்தான். "உனக்கு ஒன்று தெரியுமா? இரண்டு மணியளவில் என் கனவில் உன்னைக் கண்டேன், இப்போது அணிந்து நிற்கிறாயே, இதே பூப்போட்ட சேலை, பை நிறைய பணத்தை வைத்துக்கொண்டு என் முன்னால் நின்றாய். பையை எனது மடியில் வைத்து, 'மாதோ எதற்காக வருந்துகிறாய்? இந்தா எடுத்துகொள். என் பணம் என்பது உன் பணம் அல்லவா! நீ நம்புவாயா சௌகந்தி, உன் மீது சத்தியமாக, நான் உடனே எழுந்து டிக்கெட் வாங்கிக்கொண்டு இங்கே வந்தேன். ஓ, அதை எப்படிச் சொல்ல? நான் பயங்கரமான சிக்கலில் இருக்கிறேன். எக்காரணமும் இல்லாமல் யாரோ என் மீது வழக்கு ஒன்றைத் தொடுத்துள்ளனர். இன்ஸ்பெக்டருக்கு லஞ்சமாக அளிக்க என்னிடம் இருபது ரூபாய் இருந்தால்

போதும் நான் தப்பித்து விடுவேன். நீ சோர்வாக இருக்கிறாயா என்ன? இங்கே வா படுத்துக்கொள். உன் கால்களைப் பிடித்து விடுகிறேன். பழக்கமின்றி நடைப்பயிற்சி மேற்கொள்ளும் போது, அது மிகுந்த சோர்வைத் தரும். என்னை நோக்கி நன்றாகக் கால்களை நீட்டு."

சௌகந்தி தன்னுடைய மடித்த கைகளைத் தலைக்குத் தலையணை போல் முட்டுக்கொடுத்து, "மாதோ உன்மீது வழக்கைத் தொடுத்துள்ள இந்த அயோக்கியன் யார்? உன்னைச் சிறையில் போட்டுவிட மாட்டார்களே, ஒருவேளை அப்படி நேருமோ..? என்னிடம் கூறு... இருபது, முப்பது ரூபாய் என்ன? ஐம்பது அல்லது நூறு ரூபாய்கூட இப்படியான இக்கட்டான சூழலில் அந்தக் காவல் ஆய்வாளருக்கு லஞ்சமாகக் கொடுப்பதுகூடத் தகுந்ததுதான்" என்று தன் வழக்கமில்லாத தொனியில் கூறினாள். "முதலில் வாழ்க்கையைக் காப்பாற்றிக் கொள்வதுதான் முக்கியம், பணத்தைக் கூடப் பிறகு சம்பாதித்துக்கொள்ளலாம். போதும் நிறுத்திக்கொள். நானொன்றும் அவ்வளவு அசதியாக இல்லை. கால் பிடிப்பதை நிறுத்திவிட்டு எனக்கு முழுதாகச் சொல். 'வழக்கு' என்ற வார்த்தையைக் கேட்டதிலிருந்து என் இதயம் அதிகமாகப் படபடக்கிறது. நீ எப்போது திரும்பிச் செல்ல வேண்டும்?"

சௌகந்தியின் மூச்சில் மதுவாடை இருந்ததை மாதோ கண்டுகொண்டான். இது தக்க நேரம்தான் என்று நினைத்தவன், "நான் மதிய நேரப் புகைவண்டியில் கிளம்ப வேண்டும். மாலைக்குள் காவல் துணை ஆய்வாளரிடம் ஐம்பது அல்லது நூறு... அதிகம் கொடுக்க வேண்டாம், வேலையை முடிக்க ஐம்பது ரூபாயே தாராளமென்று நினைக்கிறேன்."

"ம்ம்.. ஐம்பது" என்று சாந்தமாகக் கூறிய சௌகந்தி, மெதுவாக எழுந்து நான்கு புகைப்படங்கள் தொங்கிக்கொண்டிருந்த சுவற்றை நோக்கிச் சென்றாள். அதில் இடது புறத்திலிருந்து மூன்றாவதாக இருந்தது மாதோவின் புகைப்படம். பெரிய பூக்கள் அச்சிடப்பட்டிருந்த திரைச்சீலைக்கு முன்

அவன் நாற்காலியில் அமர்ந்திருந்தான். அவன் கைகள் மடி மீதிருக்க, ஒரு கையில் ரோஜா மொக்கு ஒன்றைப் பிடித்திருந்தான். அருகிலிருந்த சிறிய மேஜையில் இரண்டு தடித்த புத்தகங்கள் இருந்தன. 'என்னைப் புகைப்படம் எடுக்கிறார்கள்! என்னைப் புகைப்படம் எடுக்கிறார்கள்!' என்ற கூச்சலுடன், அதீத உணர்ச்சியில் அவன் இருந்ததாகவும், அது அவன் உடல்மொழியில் தெறிப்பதாகவும் இருந்தது. அந்தப் புகைப்படத்தில் அவன் கடுமையான சோதனைக்கு உட்பட்டவனைப் போல் வேதனையுடன் புகைப்படக் கருவியை உற்றுப் பார்த்துக்கொண்டிருந்தான்.

திடீரெனச் சௌகந்தி சத்தமாகச் சிரிக்கத் தொடங்கினாள். தன் சதைக்குள் ஊசிகள் ஆழமாகத் துளைப்பதைப் போல் மாதோ உணரத்தக்க வகையில் அத்தனை கூர்மையுடன் இருந்தது அது. அவன் படுக்கையிலிருந்து எழுந்து சௌகந்தியை நோக்கி நடந்தான். "யாருடைய புகைப்படம் உன்னை இப்படிச் சிரிக்க வைக்கிறது?"

அவள் இடதுபுறமிருந்த முதல் புகைப்படத்தைச் சுட்டினாள். "இது.. மாநகரத்தின் சுகாதார ஆய்வாளருடையது. இந்த மடத்தனமான முகத்தைப் பார். ராணி ஒருத்தி இவனைக் காதலித்தாள் என்று கூறுகிறான். ராணி.. ஹாஹா.. இந்த மூஞ்சிக்கு!"

அவள் அந்தப் புகைப்படச் சட்டகத்தை, அதிலிருந்த ஆணியும் சுவற்றின் சுண்ணாம்புப் பூச்சும் ஒன்றாகப் பெயர்ந்து வருமளவிற்கு விசையுடன் பிடுங்கினாள். சௌகந்தி அந்தச் சட்டகத்தை ஜன்னலிலிருந்து வீசிய திகைப்பிலிருந்து மாதோ இப்போதும் மீளவில்லை. இரண்டு தளங்களைக் கடந்து அது நடைபாதையில் ஓசையுடன் சிதறியது. கண்ணாடி நொறுங்கும் ஒலியினூடாக, "சாலையைத் துப்புரவு செய்யும் ராணி காலையில் குப்பைகளை எடுக்கவரும்போது, அவள் என் ராஜாவையும் எடுத்துக்கொள்வாள்" எனச் சௌகந்தி கூறினாள்.

அவள் தன் உதடுகளின் மீது கத்தியைச் சாணை பிடித்தாளோ என்று நினைக்க வைத்த கூர்மையான சிரிப்பொலியை மீண்டும் அவள் இதழ்கள் வெடித்து உமிழ்ந்தன.

மாதோ புன்னகைத்தான். 'ஹி.. ஹி.. ஹீ..' பிறகு சிரிக்கவும் செய்தான்.. ஆனால் மிகுந்த சிரமத்துடன்,

சௌகந்தி இரண்டாவது புகைப்படச் சட்டகத்தையும் சுவற்றில் இருந்து பிடுங்கி அதையும் ஜன்னல் வழியாக எறிந்தாள். "வக்காலி இவன் இங்க என்ன செய்றான்? அவலட்சணமான முகத்திற்கு அனுமதி கிடையாது! சரிதானே மாதோ?"

மறுபடியும் மாதோ புன்னகைத்தான், பிறகு முதலில் செய்ததைப் போலவே சிரமத்துடன் இளித்தான்.

தலைப்பாகை அணிந்தவனின் புகைப்படச் சட்டகத்தைச் சௌகந்தி ஒரு கையில் பிடித்துக் கொண்டிருந்தாள். மற்றொரு கையை மாதோவின் புகைப்படச் சட்டத்தை நோக்கி நீட்ட, தன்னையே அந்தக் கைகள் நெருங்குவதைப் போலும் மிகவும் சங்கடமாக நெளிந்து நின்றான் அவன். ஒரு நொடியில் அந்தப் படமும் சுவற்றிலிருந்து பிடுங்கப்பட்டு அவள் கைகளில் ஆணியுடன் இருந்தது.

சௌகந்தி வெடித்துச் சிரித்தாள், 'ஹூ' என்று உரக்கக் கத்தியபடி, இரண்டையும் ஜன்னல் வழியே அலட்சியமாக வீசியெறிந்தாள். இரண்டு தளங்கள் கடந்து அவை கீழே நடைபாதையில் நொறுங்கிய ஒலி கேட்டபோது, மாதோவுக்குத் தனக்குள் ஏதோ வெடித்துச் சுக்கலானது போலிருந்தது. "நீ சரியாகச் செய்தாய்; எனக்கும் அப்படங்களைப் பிடிக்கவில்லை" என்று சிரமத்துடன் சிரித்தபடி கூறினான்.

அவனுக்கு அருகில் நகர்ந்து, "ஓ! உனக்கும் பிடிக்கவில்லையா?" என்றாள். "ஆனால் நான் ஒன்றைத் தெரிந்துகொள்ள விரும்புகிறேன்: ஒருவர் விரும்பும்படி ஏதாவது உன்னிடம் இருக்கிறதா? பக்கோடா போன்ற உன் பெரிய மூக்கு?

மயிரடர்ந்த நெற்றி? இந்தப் புடைத்த நாசித்துவாரங்கள்? கோணலான காதுகள்? உன் வாய் துர்நாற்றம்? அருவருப்பான உடம்பு? உனக்குமே உன் புகைப்படம் பிடிக்கவில்லையா? எப்படிப் பிடிக்கும், அது உன் எல்லாக் குறைகளையும் மறைத்தது அல்லவா? ஒன்றும் செய்ய முடியாது, ஏனெனில் இந்தக் காலம் அப்படிப்பட்டது; நீ உன் தவறுகளை மறைத்தாய் எனில் தீர்ந்தது உன் கதை."

பின்சுவற்றில் முட்டிக்கொள்ளும் வரை மாதோ பின்புறம் நகர்ந்தான். பிறகு கொஞ்சம் திடமான குரலில் உளறினான், "நீ மறுபடியும் உன் தொழிலைத் தொடங்குவது போல் தோன்றுகிறது. நான் உனக்குக் கடைசி முறையாகக் கூறுகிறேன்..."

சௌகந்தி அவனைக் குறுக்கிட்டு, அவனுடைய பாணியில் அதைச் சொல்லி முடித்தாள்: "நீ மறுபடியும் தொழில் செய்தாயோ, நமக்குள் எல்லாம் முடிந்தது, உன்னை இங்கே இன்னொருத்தனுடன் கையும் களவுமாகப் பிடித்தால் அவ்வளவுதான், உன் முடியைப் பிடித்திழுத்து வெளியில் தூக்கி எறிவேன்... ம்ம்... அங்கே போனதும் உடனே உனக்கு மாதச்செலவுக்கான பணத்தைப் பணவிடை செய்கிறேன். இந்த அறைக்கு எவ்வளவு வாடகை?"

மாதோவிற்குத் தலை சுற்றத் தொடங்கியது.

சௌகந்தி தொடர்ந்தாள்: "நான் சொல்கிறேன்... இந்த அறைக்கு மாதம் பதினைந்து ரூபாய், என் உடம்பிற்கு ஓர் இரவுக்குப் பத்து ரூபாய், உனக்குத் தெரியுமே... அதில் கால்வாசி என் தரகன் எடுத்துக்கொள்வான். மீதி ஏழரை ரூபாய்க்குத்தான் என்னால் கொடுக்க முடியாததை நான் கொடுப்பதாக வாக்களித்தேன், உன்னால் எடுத்துக்கொள்ள முடியாததை நீ எடுத்துக்கொள்ள வந்தாய். உனக்கும் எனக்குமிடையே என்ன பிணைப்பிருந்தது? ஒன்றுமில்லை! இந்தப் பத்து ரூபாய் தவிர, ஒன்றுமேயில்லை. எனவே நாம் வேறொன்றைச் செய்ய

உத்தேசித்தோம் - ஒருவருக்கு ஒருவர் தேவைப்படும்படியான ஓர் ஏற்பாட்டை. தற்போதுவரை நம்மிடையே குலுங்கிக் கொண்டிருந்த பத்து ரூபாய் இப்போது ஐம்பதாகிவிட்டது. நீ கேட்கிற அதே சத்தத்தை நானும் கேட்கிறேன்... அது சரி, உன் தலைமுடியை என்ன செய்திருக்கிறாய்?"

சட்டென்று தனது கைவிரல்களால் மாதோவின் தலையிலிருந்த தொப்பியைத் தட்டிவிட்டாள். அவன் மிகவும் கோபம் அடைந்தான். "சௌகந்தி!" அவன் கடுமையான தொனியில் இரைந்தான்.

ஆனால் அவள் மாதோவின் கைக்குட்டையை அவனுடைய சட்டைப்பையில் இருந்து வேகமாகப் பிடுங்கி, அதை முகர்ந்து பார்த்துத் தரையில் எறிந்தாள். "அருவருப்பான கந்தல் துணி... எப்படி நாற்றம் அடிக்கிறது... இதை வெளியே வீசியெறி..."

"சௌகந்தி!" என மாதோ கத்தினான்.

"சௌகந்திக்குப் பிறந்தவனே!" அவள் இன்னும் சத்தமாகத் திருப்பிக் கத்தினாள். "முதலில் நீ எதற்கு இங்கு வந்தாய்? உனக்கு ஐம்பது ரூபாய் வாரிக் கொடுக்கும் உன் அம்மா இங்கிருக்கிறாளா? இல்லையென்றால் நீ என் மனதைக் கொள்ளையடித்த ஆணழகனா? பன்றியே! கேவலமானவனே! நீ என்னை அதிகாரம் செய்கிறாய். நான் ஏதும் உன் கட்டைவிரலுக்குக் கீழே இருக்கிறேனா என்ன? ஒட்டுண்ணிப் பயலே, யாரென்று உன்னை நீ நினைத்துக் கொண்டிருக்கிறாய்? நீ ஒரு திருடன், முடிச்சவிக்கி - எது? நீ இந்த நேரத்தில் எதற்கு இங்கு வந்துள்ளாய்? நான் காவல்துறையை அழைக்க வேண்டுமா? பூனாவில் உன் மீது வழக்கு இருக்கிறதோ இல்லையோ, உன்னை நான் நிச்சயமாக இங்கே ஒன்றில் மாட்டி விடுவேன்."

"சௌகந்தி, உன்னை எது பிடித்துக்கொண்டது?" அச்சுறுத்தப்பட்ட மாதோவால் முணுமுணுக்க மட்டுமே முடிந்தது.

"நாற்றமெடுத்த தேவடியா மகனே, நீ யாருடா என்னைக் கேள்வி கேட்க? இங்கே இருந்து ஓடிவிடு, இல்லாவிட்டால்..."

அவளது அலறல்கள், பழைய செருப்புகளின் மீது தலைவைத்துப் படுத்திருந்த அவளுடைய சொறிநாயைத் திடுக்கிட்டு எழச் செய்தது. சௌகந்தி வெறித்தனமான சிரிப்பை வெளிப்படுத்தும் விதமாக, அது எழுந்து நின்று தன் முகவாயை உயர்த்திக் குரைக்கத் தொடங்கியது. மாதோ மிக அச்சமடைந்தான்.

அவன் குனிந்து தன்னுடைய தொப்பியை எடுக்க முனைந்தபோது, "அதைத் தொடுவதற்குத் துணியாதே.. அங்கேயே விட்டுவிட்டு வெளியே போ. நீ புனாவிற்குச் சென்றதும் நான் பணவிடையில் அதை உனக்கு அனுப்பி வைக்கிறேன்."

மீண்டும் கொக்கரித்த பிறகு அவள் நாற்காலியில் பொத்தென விழுந்தாள். அவளது சொறிநாய் மூர்க்கமான குரைப்புகளால் மாதோவை விழுந்தடித்துக்கொண்டு அந்த அறையிலிருந்து கீழ்த்தளத்திற்கு இறங்கும்படி செய்தது. திரும்ப வந்த அவளது நாய், தன் குட்டையான வாலை ஆட்டியபடி, காதுகளை அசைத்தவாறு காலடியில் அமர்ந்தபோது சௌகந்தி திடுக்கிட்டாள். அவள் அதற்கு முன்பு ஒருபோதும் அனுபவித்திராத ஒரு அமைதியை - அச்சுறுத்தும் அமைதியை உணர்ந்தாள். ஒரு வினோதமான வெறுமை அனைத்தையும் விழுங்கியது, கடைசிப் பயணியையும் இறக்கிவிட்டுத் தன்னந்தனியே நிற்கும் புகைவண்டியை அவள் நினைத்துக் கொண்டாள். சட்டென்று எழுந்த இந்த வெறுமை உணர்வு அவள் மீது கனமாகக் கவிழ்ந்தது. இந்த வெறுமையை நிரப்ப அவள் பலமுறை முயன்றபோதும் தோற்றாள். அவள் ஒரே சமயத்தில் எண்ணற்ற எண்ணங்களைத் தன் மூளையில் திணிக்க முயற்சி செய்தாள் ஆனால், அது ஒரு சல்லடையாக இருந்தது. அவள் அதை நிரப்பிய வேகத்தில் யாவும் வெளியேறியது.

அவள் நீண்டநேரம் நாற்காலியில் அமர்ந்திருந்தாள். தன் மனதைத் திசைதிருப்ப தீவிரமான தேடலுக்குப் பிறகும் எதையும் கண்டுபிடிக்க முடியாதபோது, அவள் தன்னுடைய சொறிநாயை, பரந்த தேக்குமரக் கட்டிலில் தனக்கருகே படுக்க வைத்துக்கொண்டு உறங்கிப்போனாள்.

திற

அமிர்தசரஸ் நகரத்திலிருந்து மதியம் இரண்டு மணிக்குப் புறப்பட்ட சிறப்பு ரயில் எட்டுமணி நேரங்களுக்குப் பிறகு முகல்புராவை அடைந்தது. வழியில் பல பயணிகள் கொல்லப்பட்டனர், சிலருக்குக் காயங்கள் ஏற்பட்டன, சிலர் எங்கே தொலைந்து போயினர் என்பது கடவுளுக்கே வெளிச்சம்.

அகதிகள் முகாமில் கடும்குளிரால் சில்லிட்டிருந்த வெற்றுத்தரையில், காலை பத்து மணிக்கு சிராஜுதீன் கண்விழித்தபோது, அலைமோதும் கடலாக ஆண்களும் பெண்களும் குழந்தைகளும் தன்னைச் சுற்றிச் சுழல்வதைக் கண்டார். அவரிடம் கொஞ்சமாக மீதமிருந்த சிந்தனைத்திறனும் அவரைக் கைவிட்டது. நீண்டநேரம் இருண்ட வானை வெறித்துப் பார்த்தார். மிகவும் கூச்சலாக இருந்தபோதிலும் எவ்வித ஒலியும் அவர் செவிகளை அடையவில்லை. அவரை இந்நிலையில் காணும் எவரும் அவர் ஆழ்ந்த சிந்தனையில் மூழ்கியுள்ளதாக நினைக்கக்கூடும். ஆனால் அப்படி இல்லை. அவர் முற்றிலும் உணர்ச்சிகளற்றவராக இருந்தார். எங்கோ சூனியத்தில் நிலைத்திருந்தார்.

அவர் மந்தமான வானத்தை வெறுமையாகப் பார்த்துக் கொண்டிருந்தபோது சூரியனைத் தழுவிய கண்களின் வழியே அவர் உயிரின் ஒவ்வொரு இழையிலும் ஒளி ஊடுருவியது. திடீரெனச் சுயநினைவுக்குத் திரும்பினார். கொள்ளை, தீ, மக்கள் நெரிசல், புகைவண்டி நிலையம், துப்பாக்கிச்சூடு, இரவு,

சகினா... ஒன்றன்பின் ஒன்றாகச் சில காட்சிகள் அவர் மனதில் வலம் வந்தன.

சிராஜுதீன் திடுக்கிட்டு எழுந்தார். எல்லையற்ற கடலாகத் தன்னைச் சூழ்ந்திருந்த மனிதர்களைப் பிளந்துகொண்டு பேய்பிடித்தவர் போல நடந்தார்.

முழுதாக மூன்று மணி நேரம், 'சகினா! சகினா!' என்றழைத்தபடி அந்த முகாம் முழுவதும் துருவித் துருவித் தேடியும் அவரது பதின்ம வயது மகள் பற்றி எவ்விதத் தடயமும் கிட்டவில்லை. காதைப் பிளக்கும் சத்தங்களால் அந்தப் பகுதி நிறைந்திருந்தது. ஒருவர் தன் குழந்தையை, மற்றொருவர் தன் அம்மாவை, வேறொருவர் தன் மனைவியை, மகளை என்று ஒவ்வொருவரும் தேடிக்கொண்டிருந்தார்கள். இறுதியில் சிராஜுதீன் தேடுவதைக் கைவிட்டு, அதீதக் களைப்பில் தரையில் ஒருபுறமாக வீழ்ந்தார். எந்தத் தருணத்தில் சகினா அவரிடமிருந்து பிரிந்தாள் என்பதை நினைவில் கொண்டுவர முயன்றார். ஆனால் அவர் நினைவுபடுத்திக் கொள்ள எடுத்த ஒவ்வொரு முயற்சியின் கடைசியிலும், அவர் மனைவியின் சிதைந்த உடலும் பிதுங்கிய குடலும் மனக் கண்ணில் தெரிய, அதற்கு மேல் அவரால் ஒன்றும் சிந்திக்க இயலவில்லை.

சகினாவின் தாய் இறந்திருந்தார். சிராஜுதீனின் கண் முன்னே இறந்திருந்தார். ஆனால் சகினா எங்கே? சகினாவின் அம்மா இறக்கும் தருவாயிலும், "என்னைப் பற்றிக் கவலைப்பட வேண்டாம். சகினாவை அழைத்துக்கொண்டு ஓடுங்கள்!" என வலியுறுத்தியிருந்தார்.

சகினா அவருடன்தான் இருந்தாள். இருவரும் வெறுங்காலுடன் ஓடிக்கொண்டிருந்தார்கள். அவளுடைய துப்பட்டா நழுவியது. அவர் அதை எடுக்க நின்றபோது, "அப்பா, அதை விடுங்கள்!" என்று கத்தினாள். ஆனாலும் அதை அவர் எடுத்துவிட்டார். இவற்றை இப்போது நினைத்துக்கொண்டதும், அவரின் கண்கள் தன்னிச்சையாக மேலங்கியின் புடைத்திருந்த பையை

நோக்கிச் சென்றன. கைவிட்டு அந்தத் துணியை எடுத்தார். அது அதே துப்பட்டாதான், அதிலொன்றும் சந்தேகமில்லை. ஆனால் சகினா எங்கே?

சிராஜுʼதீன் மூளையைக் கசக்கிக்கொண்டார். ஆனால் அவருடைய சோர்ந்த மனம் குழப்பங்கொண்டது. புகைவண்டி நிலையத்திற்கு அவளை அழைத்து வந்தாரா? பயணத்தின்போது அவளும் உடனிருந்தாளா? கலவரத்தில் ஈடுபட்டவர்கள் பலவந்தமாக ரயிலை நிறுத்தி உள்ளே புகுந்தபோது அவர் மயங்கி விழுந்தாரா? அப்போது அவர்கள் அவளைத் தூக்கிச் சென்றார்களா?

அவருடைய மனம் கேள்விகளால் கொந்தளித்தது, ஆனால் பதில்கள்தான் இல்லை. அவருக்கு அனுதாபம் தேவைப்பட்டது. ஆனால், அவரைச் சுற்றி இருந்தவர்களுக்கும் அதுவே தேவையாக இருந்தது. அவர் கதறி அழ நினைத்தார், ஆனால் முடியவில்லை, அவருடைய கண்ணீர் உலர்ந்திருந்தது.

ஆறு தினங்களுக்குப் பின் அதிலிருந்து சற்று மீண்டிருந்த சிராஜுʼதீன், அவருக்கு உதவ முன்வந்த சிலரைச் சந்தித்தார். அவர்கள் பாரவண்டி ஒன்றும் சில துப்பாக்கிகளும் வைத்திருந்த எட்டு இளைஞர்கள். அவர்களை மனதார வாழ்த்தி சகினாவைப் பற்றி விளக்கமாகக் கூறினார். "அவள் சிவந்த நிறத்துடன் மிக அழகாக இருப்பாள், சாயலில் என்னைப் போலில்லாமல் அவள் அம்மாவைக் கொண்டவள். பெரியகண்களும் கருங்கூந்தலும் உடைய அவளுக்குச் சுமார் பதினேழு வயதிருக்கும். வலது கன்னத்தில் பெரிய மச்சம் இருக்கும். என் ஒரே மகள் அவள். தயவுசெய்து அவளைக் கண்டுபிடித்துக் கொடுங்கள். கடவுள் உங்களை ஆசிர்வதிப்பாராக!"

அவள் உயிருடன் இருக்கும்பட்சத்தில் சிராஜுʼதீனுடன் சில தினங்களுக்குள் நிச்சயம் சேர்த்து வைப்பதாக அத்தொண்டர்கள் வாக்களித்தனர்.

அந்த இளைஞர்கள் எல்லாவித முயற்சிகளையும் மேற்கொண்டனர். அவர்கள் தங்களின் உயிரைப் பணயம் வைத்து அமிர்தசரஸ் நகரத்திற்குச் சென்றனர். அங்கு பெண்கள் ஆண்கள் குழந்தைகள் என நிறைய பேரை மீட்டுப் பாதுகாப்பாக அனுப்பி வைத்தனர். ஆனால் பத்து நாள்கள் கழிந்த பின்னும் சகினாவைக் கண்டுபிடிக்க முடியவில்லை.

அவர்களுடைய மீட்புப்பணியில் ஒருநாள் அமிர்தசரஸை நோக்கி அதே லாரியில் சென்றுகொண்டிருந்தனர். அப்போது சூர்ஹட் சாலைக்கு அருகே ஒரு பெண் மிகவும் களைத்த நிலையில் நடந்துபோவதைப் பார்த்தனர். பாரவண்டியின் சத்தம் கேட்டுத் திடுக்கிட்ட அவள், பீதியடைந்து ஓடினாள். அந்த இளைஞர்கள் வண்டியை நிறுத்திவிட்டு அவள் பின்னால் ஓடினர். பிறகு வயல் ஒன்றில் அவளை எட்டிப்பிடித்தனர். அவள் மிகவும் அழகாக இருந்தாள், அவள் வலது கன்னத்தில் பெரிய கருப்பு மச்சம் இருந்தது.

"பயப்படாதே" என்று அவர்களில் ஒருவன் அவளைச் சமாதானப்படுத்த முயன்றான். "நீ சகினாவா?"

அவள் பயத்தில் வெலவெலத்திருந்தாள். பதில் ஒன்றும் சொல்லவில்லை. அந்த இளைஞர்கள் அவளை மென்மையாகச் சமாதானப்படுத்தினர். பிறகே அவள் பயம் தணிந்தது, தான் சிராஜுதீனின் மகள் சகினா என்பதை ஒத்துக்கொண்டாள்.

இளைஞர்கள் அவளை உற்சாகப்படுத்த முனைந்தனர். அவளுக்கு உணவும் பாலும் அளித்து வண்டியில் ஏற உதவி செய்தனர். துப்பட்டா இல்லாததால் அவள் தன் கைகளால் மார்புகளை மறைக்க முயன்று தோல்வி கண்டாள். இதைப் பார்த்துக்கொண்டிருந்த அவர்களில் ஒருவன், தன்னுடைய மேலங்கியைக் கழட்டிக்கொடுத்தான்.

பல நாள்கள் ஆனபோதும் சிராஜுதீனுக்குச் சகினாவைப் பற்றிய எந்தத் தகவலும் கிடைக்கவில்லை. பகலில் பல்வேறு முகாம்களுக்கும் அலுவலகங்களுக்கும் சுற்றியலைந்தபோதும்,

தொலைந்த மகளை அவரால் கண்டுபிடிக்க முடியவில்லை. அவள் உயிரோடு இருக்கும்பட்சத்தில் தன்னோடு சேர்த்து வைப்பதாகச் சொன்ன தொண்டர்கள் அவளைக் கண்டுபிடிப்பதில் வெற்றி பெற வேண்டுமென்று இரவுகளில் பிரார்த்தனை செய்தார்.

ஒருநாள் முகாமிற்குள் அந்த இளைஞர்களைப் பார்த்தார். அவர்கள் பாரவண்டியின் உள்ளே உட்கார்ந்திருந்தனர். வண்டி புறப்படத் தயாராக இருந்தது. சிராஜுதீன் விரைந்து சென்று, "என் சகினாவைக் கண்டுபிடித்தீர்களா?" என்று அவர்களிடம் கேட்டார்.

"ஓ, நாங்கள் கண்டுபிடிக்கிறோம், நாங்கள் கண்டுபிடிக்கிறோம்" என்று அவர்கள் ஒருமித்த குரலில் சொன்னார்கள். வண்டியும் புறப்பட்டுவிட்டது.

இந்த இளைஞர்கள் வெற்றி பெற வேண்டுமென்று சிராஜுதீன் மீண்டும் பிரார்த்தனை செய்தார். அது அவர் மனதை இலகுவாக்கியது.

அன்று மாலை அவர் அமர்ந்திருந்த இடத்திற்கு அருகில் ஒரே அமளியாக இருந்தது. நான்கு நபர்கள் ஒரு பெண்ணைத் தூக்குப்படுக்கையில் தூக்கிக்கொண்டு வந்தனர். அதைப் பற்றி அவர் விசாரித்தபோது அவள் ரயில் தண்டவாளத்தில் மயக்கமாகக் கிடந்ததாகத் தெரியவந்தது. அவர்களைப் பின்தொடர்ந்து சென்றார். மருத்துவ ஊழியரிடம் அப்பெண்ணை ஒப்படைத்த பிறகு அந்த ஆட்கள் சென்று விட்டனர்.

சிராஜுதீன் சற்றுநேரம் ஒரு மரத் தூணில் சாய்ந்தபடி அந்த இடத்திற்கு வெளியே காத்திருந்தார். பிறகு மெல்ல உள்ளே நடந்தார். தூக்குப்படுக்கையின் மீது கிடத்தப்பட்டிருந்த அந்தச் சடலத்தைத் தவிர அந்த அறையில் எவருமில்லை. தயங்கியபடி அதை நோக்கி மெதுவாக நடந்தார்.

திடீரென அந்த அறையில் ஒளியூட்டப்பட்டது. இறந்த பெண்ணின் வெளுத்த முகத்தில் மின்னிய பெரிய மச்சத்தைக் கண்டதும், "சகினா!" என்று அலறினார்.

அந்த அறையின் விளக்கைப் போட்ட மருத்துவர் "என்ன ஆயிற்று?" என்று வினவினார்.

"நான்... ஐயா... நான் இவள் தகப்பன்!" கரகரத்த குரலில் கூறினார்.

அந்த மருத்துவர் தூக்குப்படுக்கையில் கிடத்தியிருந்த அந்தச் சடலத்தை மேலோட்டமாகப் பார்த்தார். நாடிபிடித்துப் பார்த்துக்கொண்டே, ஜன்னலைச் சுட்டிக் காட்டி, "அதைத் திற" என சிராஜுதீனிடம் சொன்னார்.

தூக்குப்படுக்கையிலிருந்த சகினாவின் உடல் மிக லேசாக அசைந்தது. உயிரற்ற கைகளால் தன்னுடைய இடுப்பின் முடிச்சை மெதுவாக அவிழ்த்து சல்வாரைக் கீழிறக்கினாள்.

"அவள் உயிரோடிருக்கிறாள்! என் மகள் உயிரோடிருக்கிறாள்." முதியவரான சிராஜுதீன் மிகுந்த மகிழ்ச்சியில் கத்தினார்.

அதிர்ச்சியில் உறைந்து நின்றார் மருத்துவர்.

நூல்கோல்கள்

"தயவுசெய்து வேலைக்காரனிடம் எனது மதிய உணவைக் கொடுத்தனுப்பு. நான் பசியால் தவிக்கிறேன்."

"மணி மூன்றாகிறது. இந்நேரம் எங்கிருந்து உங்களுக்கு உணவு கிடைக்கும்?"

"மூன்று மணியானாலென்ன - இங்குதானே நான் வாழ்கிறேன். நான் சாப்பிட வேண்டும். அனைத்திற்கும் மேலாக இந்த வீட்டில் எனக்கென்று சில உரிமைகள் வேண்டும்."

"ஓ, சரி. என்ன உரிமைகள்? எத்தனை உரிமைகள்?"

"எப்போதிருந்து நீ இதுபோன்ற விஷயங்களைக் கண்காணிக்கத் தொடங்கினாய் - இவ்வாறு என்னைக் கேள்வி கேட்கிறாய்?"

"நான் கேட்கவில்லையெனில், இந்த வீடு இத்தனை காலம் நீடித்திருக்காது."

"ஓ, அற்புதம்! இப்போதெனக்கு மதிய உணவு கிடைக்குமா கிடைக்காதா?"

"இப்படி தினந்தோறும் மதியம் மூன்று மணிக்கு வந்தால், நீங்கள் மதிய உணவை மறந்துவிட வேண்டியதுதான். உணவகத்தில்கூட இந்த நேரத்தில் சப்பாத்தியும் பருப்பும் கிடைக்காது. உங்களின் பழக்கவழக்கங்கள் எனக்குச் சுத்தமாகப் பிடிக்கவில்லை."

"என்ன பழக்கவழக்கங்கள்?"

"நீங்கள் மூன்று மணிக்கு வருவது. உங்களுக்காக வெட்டியாகக் காத்திருந்து நேரத்தை நான் வீணடிக்கும்வேளையில் சாப்பாடு ஆறிப்போகிறது, மஹாராஜா எங்கு ஊர் சுற்றிக்கொண்டிருந்தீர்கள் என்பது கடவுளுக்குத்தான் தெரியும்."

"சரிதான், மனுசனுக்கு வேலை இருக்காதா என்ன? எப்படி இருந்தாலும், வெறுமனே இரண்டு நாள்களாகத்தான் நான் சற்றுத் தாமதமாக வருகிறேன்."

"சற்றுத் தாமதமாக என்றா சொல்கிறீர்கள்? ஒரு மணிக்கெல்லாம் உணவளிக்கத்தக்க வகையில் கணவர்கள் எப்போதும் மதியமே வீட்டிற்கு வந்துவிட வேண்டும். அத்துடன் தனது மனைவியிடம் அடங்கிப் போகவும் வேண்டும்."

"ஒருவேளை அவன் வெறுமனே தங்கும் விடுதியில் அறை எடுத்துக்கொண்டு, அங்கேயே வாழ வேண்டுமோ? குறைந்தபட்சம் அங்கிருக்கும் ஊழியர்கள் அவன் கூப்பிட்ட குரலுக்கு ஓடிவந்து சேவகம் செய்வார்கள்."

"அதை நீங்கள் விரும்பமாட்டீர்களா என்ன? சொல்லப் போனால், எப்போது வேண்டுமானாலும் கிளம்பிப்போகத் திட்டமிட்டிருக்கிறீர்கள், சரியா? போகட்டும், இப்போதே, இந்த நிமிஷமே நீங்கள் கிளம்பலாம்."

"எனது உணவைச் சாப்பிடாமலா?"

"உங்கள் விடுதியில் அதைச் சாப்பிட்டுக்கொள்ளுங்கள்."

"ஆனால் இப்போதுதானே நீ சொன்னாய், உணவகத்தில்கூட இந்நேரம் சப்பாத்தியும் பருப்பும் கிடைக்காதென. எத்தனை சீக்கிரம் மறந்துவிடுகிறாய்!"

"ஏனென்று உங்களுக்குத் தெரியுமா? ஏனென்றால் நானொரு பைத்தியம் அல்லது இன்னும் சொல்லப் போனால், பைத்தியம் ஆக்கப்படுகிறேன்."

“உண்மைதான். ஆனால் யார் உனக்குப் பைத்தியம் பிடிக்கச் செய்கிறார்கள்?”

“நீங்கள்தான் - வேறு யார்? எனது வாழ்க்கையை நரகமாக்கி விட்டீர்கள். பகலிலும் சரி இரவிலும் சரி, எனக்கு நிம்மதியே இல்லை.”

“பகலை விடு, இரவில் ஏன் உனக்கு நிம்மதி இல்லை? “தன் எல்லாக் குதிரைகளையும் விற்றுவிட்டவனைப் போல” எனும் சொலவடைக்கேற்ப, உலகத்தைப் பற்றிய எந்தக் கவலையுமில்லாமல் நீ மரக்கட்டை போலத் தூங்குகிறாய்.”

“தன் குதிரைகளை விற்றபின் ஒருவன் எவ்வாறு தூங்க முடியும்? என்னவொரு முட்டாள்தனமான சொலவடை?”

“சரி, அது முட்டாள்தனமானதாகவே இருக்கட்டும். ஆனால் சில நாள்களுக்கு முன் குதிரையை மட்டுமல்ல அத்துடன் டோங்காவையும் நீ விற்றுவிட்டாய். அதன் பிறகும் இரவு முழுவதும் குறட்டைவிட்டபடி நீ நன்றாகத் தூங்கினாயே?”

“எனக்காக நீங்கள் கார் வாங்கிய பிறகு டோங்காவை வைத்துக்கொள்ளும் அவசியம் இருக்கவில்லை. இரவில் நான் குறட்டைவிடுகிறேன் என்கிற குற்றச்சாட்டும் முழுக்கவே அபத்தமானது.”

“மஹாராணி, தூக்கத்தில் ஆழ்ந்திருக்கும்போது நீ குறட்டைவிடுகிறாயா இல்லையா என்பது உனக்கு எப்படித் தெரியும்? என்னை நம்பு, இரவு முழுவதும் உன்னுடைய குறட்டைகள் என்னைத் தூங்கவிடவில்லை.”

“தவறு. முற்றிலும் தவறு. இதுவொரு கேவலமான பொய்.”

“சரி, உனக்காக, அதைப் பொய்யென்றே வைத்துக்கொள்வோம். இப்போது எனக்கு உணவைக் கொடு.”

"இன்றைக்குக் கிடையாது. உணவகத்துக்குப் போங்கள்... ஏன், மிச்ச வாழ்நாளுக்கும் அங்கேயே நீங்கள் தங்கிக்கொண்டாலும் அதைப் பற்றிக் கவலைப்பட மாட்டேன்."

"பிறகு நீ - நீ என்ன செய்வாய்?"

"கவலைப்படாதீர்கள், நீங்கள் இல்லாமல் நான் செத்துப் போய்விட மாட்டேன்."

"வாயைக் கழுவு. ஆனால் சொல், நான் இல்லாமல் நீ எப்படிச் சமாளிப்பாய்?"

"காரை விற்பேன்."

"அதனால் உனக்கு எவ்வளவு கிடைத்துவிடும்?"

"குறைந்தபட்சம் ஆறு அல்லது ஏழு ஆயிரங்கள் கிடைக்கும்."

"எத்தனை காலத்திற்கு உனக்கும் உன் குழந்தைகளுக்கும் அது உணவளிக்கும்?"

"உங்களைப் போல் நான் ஆடம்பரமாகச் செலவுசெய்ய மாட்டேன். அதுவே என் ஆயுசுக்கும் போதும், குழந்தைகளுக்கும் எந்தக் குறையும் இருக்காது - நீங்கள் பார்ப்பீர்கள்."

"அப்படியானால் சரி. எனக்கும் அந்த இரகசியத்தைச் சொல்லிக் கொடு. பணத்தை இரட்டிப்பாக்கும் மந்திரத்தை நீ கண்டுபிடித்திருக்கிறாய் என நான் உறுதியாக நம்புகிறேன். உனது பணப் பையிலிருந்து சில தாள்களை வெளியிலெடுத்து அவற்றின் மீது அந்த மந்திரத்தை முணுமுணுத்தால், உடனே குபீரென்று அவை இரட்டிப்பாகிவிடும்."

"நீங்கள் என்னைக் கேலி செய்கிறீர்கள். வெட்கமாயில்லை?"

"இதைச் சற்று ஒதுக்கி வைப்போம். என்னுடைய மதியவுணவை எனக்குக் கொடு."

"உங்களுக்கு அது கிடைக்காது."

"கடவுளே, ஏன்? நான் என்ன தவறிழைத்தேன்?"

"உங்களின் தவறுகளையும் இழிசெயல்களையும் எண்ணத் தொடங்கினால், சாகும்வரை நான் எண்ணிக்கொண்டுதான் இருப்பேன்."

"இதோ பார் பேகம், நீ வரம்பு மீறிப் போகிறாய். என்னுடைய சாப்பாட்டை நீ கொடுக்காவிட்டால் இந்த வீட்டை நான் எரிப்பேன். கடவுளே, நான் இங்கே பசியால் செத்துக்கொண்டிருக்கிறேன், ஆனால் நீ எதையோ "தொணதொணவென்று" முட்டாள்தனமாகப் பேசிக்கொண்டே இருக்கிறாய். நேற்றும் இன்றும் எனக்குச் செய்து முடிக்க வேண்டிய முக்கியமான வேலைகள் இருந்தன. எனவேதான் நான் தாமதமாக வந்தேன். நீயானால் என்னமோ நான் தினமும் வீட்டிற்குத் தாமதமாக வருவதைப் போலக் குற்றஞ்சாட்டுகிறாய். எனது உணவைக் கொடு, இல்லையென்றால்..."

"என்னைப் பயமுறுத்தாதீர்கள்! உங்களுக்கு உணவு கிடைக்காது."

"இது என்னுடைய வீடு. நான் விரும்பியபடி வருவதற்கும் போவதற்கும் எனக்கு உரிமையுண்டு. என்மீது இப்படிப்பட்ட தாங்கமுடியாத நிபந்தனைகளை விதிக்க நீ யார்? உன்னை எச்சரிக்கிறேன், உன்னுடைய இந்த மோசமான குணம் உன்னை எங்கும் கூட்டிப் போகாது."

"ஏதோ உங்களுடைய குணம் மட்டும் என்னை எங்கெங்கோ கூட்டிச் சென்றதைப் போல.. இடைவிடாத இந்தச் சோர்வு என்னை இப்படியொரு பாவப்பட்ட நிலைக்குக் கொண்டுவந்து தள்ளியிருக்கிறது."

"என்ன பெரிய பாவப்பட்ட நிலை - நீ பன்னிரண்டு பவுண்டுகள் எடை கூடியிருக்கும் அதே வேளையில், உனது இந்த எரிச்சலூட்டும் மனநிலை எனது உடல்நிலையைத்தான் பாழாக்கியிருக்கிறது."

"உங்கள் உடல் நலத்திற்கு என்ன கேடு?"

"எப்போதும் நான் ஏன் சோர்வாயிருக்கிறேன் என நீ என்றேனும் கவலைப்பட்டிருக்கிறாயா? அல்லது மாடிப் படிகளில் ஏறும்போது ஏன் மேலும் கீழுமாக மூச்சுவாங்குகிறேன் என்று எண்ணியிருக்கிறாயா? வலியால் எனது தலை வெடிக்கவிருக்கும் வேளையில் எனக்குக் கொஞ்சம் பிடித்துவிடலாம் என்று எப்போதாவது மனதுக்குள் உணர்ந்திருக்கிறாயா? நீ விசித்திரமான வாழ்க்கைத் துணைவி. இப்படியான மனைவியாக நீ இருப்பாய் என்றெனக்கு முன்பே தெரிந்திருந்தால், உன் அருகில்கூட நான் வந்திருக்கமாட்டேன்."

"உங்களைப் போன்ற கணவனைத் தூக்கிச் சுமக்க வேண்டியிருக்குமென்பது தெரிந்திருந்தால் நானும் விஷத்தை விழுங்கியிருப்பேன்."

"விஷம்தானே, இப்போதுகூட நீ அதை விழுங்கலாம். கொஞ்சம் வாங்கி வரட்டுமா?"

"ஆமாம், புண்ணியமாகப் போகும்."

"ஆனால் முதலில் எனக்கு மதிய உணவைக் கொடு."

"இன்னும் எத்தனைமுறை கேட்டாலும் சரி, இன்றைக்கு உங்களுக்கு எதுவும் கிடைக்காது."

"ஆனால் நாளைக்கு நிச்சயமாகக் கிடைக்கும், நாளைக்குப் பிறகான ஒவ்வொரு நாளும் நிச்சயமாகக் கிடைக்கும். ஏனென்றால் அப்போது நீ வேறொரு உலகத்தில் இருப்பாய். என்றாலும் உனக்கு விஷம் வாங்கி வருவதற்காக நான் வெறும் வயிற்றோடு வெளியில் செல்ல முடியாது. யாருக்குத் தெரியும்,

ஒருவேளை நான் வண்டி ஓட்டும்போதே மயக்கம்போட்டுச் செத்து விழலாம். சிறிதளவு உணவைப் பெற நானேதான் சுயமாக ஏதேனும் செய்யவேண்டும் போலிருக்கிறது."

"என்ன செய்வீர்கள்?"

"நான் சமையல்காரியை அழைப்பேன்."

"அப்படியொரு காரியத்தை நீங்கள் செய்யக்கூடாது."

"ஏன்?"

"ஏனெனில் நான் அவ்வாறு சொல்வதால். வீட்டு விஷயங்களுக்குள் மூக்கை நுழைக்க உங்களுக்கு எந்த உரிமையும் கிடையாது."

"இதற்குமேல் பொறுக்க முடியாது. சமையல்காரியைக்கூட நான் அழைக்கக்கூடாது. தொலையட்டும், வேலைக்காரன் எங்கே?"

"நரகத்தில் இருக்கிறான்."

"நானும்கூட இப்போது அங்குதான் இருக்கிறேன். ஆனால் அவனை எங்கும் பார்க்க முடியவில்லை. சற்றே நகர்ந்து கொள்ளேன், நான் அவனைத் தேடுகிறேன். யாருக்குத் தெரியும், ஒருவேளை அவனை நான் கண்டுபிடிக்கவும் செய்யலாம்."

"நீங்கள் அவனிடம் என்ன சொல்ல வேண்டும்?"

"ஒன்றுமில்லை - அவனுடைய இடத்தை நான் எடுத்துக்கொள்கிறேன் என்றும் அவன் போகலாம் என்றும் சொல்ல வேண்டும்."

"நீங்கள் அவனுடைய இடத்தை எடுத்துக்கொள்கிறீர்களா? அத்தோடு உலகம் அழிந்துவிடாதா என்ன?"

***

“சலாம் ஹுஜூர். பேகம் சாஹிப், உணவு தயாராகிவிட்டது. ஐயாவின் உணவை மேஜையில் கொண்டு வந்து வைக்கட்டுமா?

“இங்கிருந்து உடனடியாக விலகிப் போ.”

“ஆனால் பேகம் சாஹிப், அதிகமான தீயிலிருந்ததால் இன்று காலை நீங்கள் சமைத்த நூல்கோல்கள் தீய்ந்துபோயின. ஐயா தாமதமாகத்தான் வருவார் என்றும் அதனால் நான் சீக்கிரமாக வேறு உணவைத் தயார்செய்ய வேண்டுமென்றும் பிறகு நீங்கள் சொன்னீர்கள். ஆக இரண்டு மணி நேரத்தில் நான் இரு உணவு வகைகளைச் சமைத்திருக்கிறேன். இப்போது நீங்கள் விரும்பினால் நான் உணவு மேஜையை உடனே தயார்செய்வேன். இரு உணவு வகைகளும் தற்போதும் அடுப்பிலுள்ளன. இன்னும் சற்றுநேரம் விட்டுவைத்தால் உங்களது நூல்கோல்களைப் போல அவையும் கருகிவிடுமென்று அஞ்சுகிறேன். நான் போகிறேன். எப்போது உணவு மேஜையைத் தயார்செய்ய வேண்டுமென்பதை மட்டும் எனக்குச் சொல்லுங்கள்.”

***

“இப்போது எனக்குப் புரிகிறது, இதற்குத்தான் இத்தனை அமளியா?”

“என்ன அமளி? அத்தனை நேரமும் நான் அடுப்படியில் வெந்து கொண்டிருந்தேன்... உங்களுக்கு அதைப் பற்றி எந்தக் கவலையுமில்லை. நூல்கோல்கள் உங்களுக்குப் பிடிக்கும், ஆகவே உங்களுக்காக அதை நானே விசேசமாகச் சமைக்கலாமென்று முடிவு செய்தேன். சமையல் புத்தகம் என் கையில்தான் இருந்தது... ஒரேயொரு நிமிடம் சற்றுக் கண்ணயர்ந்த வேளையில் அந்தப் பாழாய்ப்போன நூல்கோல்கள் கரிக்கட்டைகளாக மாறிவிட்டன. இவையனைத்திலும் என்னுடைய தவறை எங்கு கண்டீர்கள்?”

“நிச்சயமாக இல்லை. எந்தத் தவறும் இல்லை.”

"அப்படியானால் சரி, இப்போது எழுந்திருங்கள். நாம் உணவருந்தலாம். என்னுடைய வயிற்றுக்குள் எலிகள் பிராண்டுகின்றன."

"என்னுடையதில் முதலைகள்."

"உங்களுடைய கிண்டல் பேச்சை ஒருபோதும் நிறுத்த மாட்டீர்களா?"

"கிண்டலோ என்னமோ, இங்கு வா. உனது நூல்கோல்களை நான் பார்க்கிறேன். அவை கரிக்கட்டையாக மாறியிருக்காது என்று நம்புவோம்."

"நாம் உணவருந்திய பிறகு அதைப் பார்ப்போம்."

ராஜ்ஜியத்தின் முடிவு

தொலைபேசி ஒலித்தது. அதனருகில் அமர்ந்திருந்த மன்மோகன் அதை எடுத்துப் பேசினான், "ஹலோ இது 4457."

அதன் மறுமுனையில் மென்மையான ஒரு பெண்குரல் ஒலித்தது. "மன்னிக்கவும், தவறான எண்."

மன்மோகன் அதனை வைத்துவிட்டு, தான் படித்துக் கொண்டிருந்த புத்தகத்தை மீண்டும் தொடர்ந்தான். கடைசிப் பக்கங்கள் செல்லரித்துப் போய் இருந்தாலும் அவன் இதை இருபதுமுறைக்கு மேல் ஏற்கெனவே படித்திருந்தான். அது குறிப்பிடும்படியான சுவாரஸ்யத்துடன் இருக்கவில்லை என்றாலும், அந்தப் புத்தகத்தைத் தவிர இந்த வெறுமையான அலுவலகத்தில் வேறெதுவுமில்லை.

கடந்த ஒரு வாரமாக அவன் இந்த அலுவலகத்தின் பொறுப்பாளனாக இருக்கிறான். அதன் உரிமையாளனாகிய அவன் நண்பன் கொஞ்சம் கடனை ஏற்பாடு செய்வதற்கு எங்கோ சென்றிருக்கிறான். மன்மோகனுக்கு என்று எந்த இடமும் இல்லாததால், தற்காலிகமாக, தெருவிலிருந்து இங்கே இடம் பெயர்ந்து வந்துள்ளான். அவன் இந்த ஒரு வாரத்தில் ஏறத்தாழ இருபது முறைக்கு மேல் இந்தப் புத்தகத்தை வாசித்துவிட்டான்.

இங்கே அவன் தனித்திருந்தான். அவன் வேலைக்குப் போவதை வெறுத்தான். ஏதாவது வேலை செய்தே ஆக வேண்டுமென்ற பட்சத்தில், திரைப்பட நிறுவனத்தின் ஓர் இயக்குநர் வேலையைத் தேர்ந்தெடுக்க விரும்பினான்.

ஒருவருக்காக வேலை பார்ப்பது அடிமைத்தனம். எனவே அடிமையாக இருக்க அவன் விரும்பவில்லை. அவன் நல்லவனாகவும் நேர்மையானவனாகவும் இருந்ததால், அவனுடைய நண்பர்கள் அவனது தினசரி தேவைகளைப் பார்த்துக்கொண்டனர். ஒரு கோப்பைத் தேநீர், காலையில் இரண்டு வாட்டிய ரொட்டிகள், மதியம் இரண்டு எண்ணெய் இல்லாத சப்பாத்தியுடன் கொஞ்சம் குழம்பு , முழு நாளுக்குமான ஒரு பெட்டி சிகரெட் - அவ்வளவுதான் அவன் தேவைகள்.

மன்மோகனுக்கு குடும்பமோ உறவினர்களோ இல்லை. அவனுக்குத் தனிமை பிடித்திருந்தது, பல துன்பங்களுக்கு ஆளாகியிருந்தான். நாள்கணக்கில் அவனால் உணவின்றி இருக்க முடியும். அவன் மிகச் சிறிய வயதிலேயே தன் வீட்டை விட்டு வெளியேறியிருந்தான், சிலகாலம் பம்பாயின் நடைபாதைகளைத் தனக்கான வசிப்பிடமாகக் கொண்டிருந்தான் என்பதைத் தவிர, அவன் நண்பர்களுக்கு அவனைப் பற்றி அதிகம் தெரிந்திருக்கவில்லை. அவன் வாழ்க்கையில் ஒரு விஷயத்திற்காக ஏக்கம் கொண்டிருந்தான் என்றால் - அது ஒரு பெண்ணின் காதலுக்காக. "நான் ஒரு பெண்ணின் காதலை கண்டடையும் அதிர்ஷ்டசாலியாகி விட்டால், என்னுடைய வாழ்க்கை முற்றிலுமாக மாறிவிடும்" என்று அவன் கூறுவான்.

"நீ அப்போதும் வேலை செய்யமாட்டாய்" என்று அவன் நண்பர்கள் சொல்வார்கள்.

அவன் ஆழ்ந்த பெருமூச்சுடன் பதில் சொல்லுவான், "வேலை, ஓ, நான் அப்போது முழுநேரமும் வேலையில் மூழ்கிவிடுவதை நீங்கள் பார்ப்பீர்கள்."

"நல்லது. அப்படியென்றால் யாரையாவது காதலி."

"இல்லை, நாமே தேடிப்போகும் காதலில் எனக்கு நம்பிக்கை இல்லை."

ஏறத்தாழ மதிய உணவிற்கான நேரமாகியிருந்தது. மன்மோகன் அவனுக்கு எதிரே இருந்த சுவர் கடிகாரத்தைப் பார்த்தான். அப்போது தொலைபேசி ஒலித்தது. அவன் அதையெடுத்து, "ஹலோ இது 4457" என்றான்.

ஒரு மென்மையான குரல் கேட்டது, "4457?"

"ஆம் 4457," மன்மோகன் உறுதி செய்தான்.

"நீங்கள் யார்?" என்று அந்தப் பெண்குரல் கேட்டது.

"நான் மன்மோகன். உங்களுக்கு என்ன வேண்டும்?"

பதில் இல்லை. மன்மோகன் கேட்டான், "உங்களுக்கு யார் வேண்டும்?"

"நீங்கள்தான்" என்று கூறியது அந்தக் குரல்.

"நானா?" என அவன் ஆச்சரியத்துடன் கேட்டான்.

"ஆம், நீங்கள்தான். உங்களுக்கு அதில் எதுவும் மறுப்பு உண்டா?"

"ஓ, இல்லை, எதுவும் இல்லை." மன்மோகனுக்குப் புதிராக இருந்தது.

அந்தக் குரல் சிரித்தது, "உங்கள் பெயர் மதன்மோகன் என்றா சொன்னீர்கள்?"

"இல்லை, மன்மோகன்."

"மன்மோகன்."

மௌனம் தொடர்ந்தது. "என்னுடன் அரட்டை அடிக்க வேண்டுமா?" சில கணங்களுக்குப் பின் அவன் கேட்டான்.

"ஆமாம்", அந்தக்குரல் உறுதி செய்தது.

"சரி, பேசுங்கள்."

ராஜ்ஜியத்தின் முடிவு 167

சிறு இடைவெளிக்குப் பிறகு, "எனக்கு என்ன பேசுவதென்று தெரியவில்லை, நீங்கள் ஏன் ஆரம்பிக்கக்கூடாது?" என அந்தக் குரல் சொன்னது.

"சரி" என்ற மன்மோகன் சற்று சிந்தித்தான். "நான் ஏற்கெனவே என் பெயரைச் சொல்லிவிட்டேன். இந்த அலுவலகத்தில் நான் தற்காலிகமாக வசிக்கிறேன். இதற்கு முன்பு நான் நடைபாதையில் தூங்கிக்கொண்டிருந்தேன். ஆனால் இப்போது, இங்குள்ள மேஜையில் தூங்குகிறேன்."

அந்தக்குரல் புன்னகையுடன், "நடைபாதையில் நீங்கள் அலங்காரமான படுக்கையில் தூங்கினீர்களா?" என்றது.

மன்மோகன் சிரித்தான். "நான் மேலும் உரையாடும் முன், ஒரு விஷயத்தைத் தெளிவுபடுத்த விரும்புகிறேன். நான் எப்போதும் பொய் சொன்னதில்லை. நான் நீண்டகாலமாக நடைபாதையில்தான் தூங்கிக்கொண்டிருந்தேன். இப்போது ஒரு வார காலமாக இந்த அலுவலகம் என் வசமிருப்பதை மிகவும் அனுபவித்துக் கொண்டிருக்கிறேன்."

"என்ன செய்து அனுபவிக்கிறீர்கள்?"

"நான் இங்கு ஒரு புத்தகத்தைப் பார்த்தேன். அதன் கடைசி பக்கங்களைக் காணவில்லை. அதே சமயம் நான் அதை வாசித்துவிட்டேன்... ஓ, சுமார் இருபது முறை. எனக்கு எப்போதாவது முழுப் புத்தகமும் கிடைத்தால், கதாநாயகன் மற்றும் கதாநாயகியின் காதலுக்கு என்ன ஆனது என்று கண்டுபிடிப்பேன்."

அந்தக் குரல் சிரித்தது. "நீங்கள் ஒரு சுவாரஸ்யமான ஆள்."

"நன்றி" எனச் சம்பிரதாயமாக அவன் பணிவுடன் கூறினான். சிறிய இடைவெளிக்குப் பிறகு, "நீங்கள் என்ன தொழில் செய்கிறீர்கள்?" என்று அந்தக் குரல் கேட்டது.

"தொழிலா?"

"நான் உங்கள் வேலை குறித்துக் கேட்கிறேன். நீங்கள் என்ன செய்கிறீர்கள்?"

"நான் என்ன செய்கிறேன்? உண்மையில் ஒன்றுமில்லை, வேலையில்லாதவன் செய்வதற்கு ஒரு வேலையும் இருப்பதில்லை. நான் பகல் முழுவதும் சும்மா இருக்கிறேன், இரவில் தூங்குகிறேன்."

"உங்கள் வாழ்க்கை உங்களுக்குப் பிடித்திருக்கிறதா?"

"எனக்குக் கொஞ்சம் அவகாசம் கொடுங்கள்." மன்மோகன் சிந்திக்கத் தொடங்கினான். "உண்மையில் நான் இதைப் பற்றி எப்போதும் யோசித்தது இல்லை. இப்போது நீங்கள் இந்தக் கேள்வியை என்னிடம் கேட்டிருப்பதால், நான் என்னையே கேட்டுக்கொள்கிறேன். எனக்குப் பிடித்திருக்கிறதா இல்லையா என்று."

"ஆக, உங்களுக்கு விடை கிடைத்ததா?"

பதில்சொல்வதற்கு மன்மோகன் கொஞ்சம் நேரம் எடுத்துக் கொண்டான். "இல்லை, எனக்குக் கிடைக்கவில்லை. ஆனால் நீண்ட காலமாக நான் இப்படி வாழ்ந்துகொண்டிருப்பதால், எனக்கு இது பிடித்தமானதாகத்தான் இருக்க வேண்டுமென்று நினைக்கிறேன்."

அந்தக் குரல் சிரித்தது.

மன்மோகன், "நீங்கள் அழகாகச் சிரிக்கிறீர்கள்" என்றான்.

"நன்றி" என்று லயமும் வெட்கமும் கலந்து அந்தக் குரல் சொன்ன பின், தொலைபேசி துண்டிக்கப்பட்டது.

மன்மோகன் பேசியைக் கையில் பிடித்துக்கொண்டு சிறிது நேரம் நின்றிருந்தான். புன்னகைத்தான். பிறகு அதை அதனிடத்தில் வைத்தான். அலுவலகத்தை மூடிவிட்டு வெளியில் சென்றான்.

அடுத்தநாள் காலை எட்டுமணி அளவில் தொலைபேசி ஒலித்தது. அவன் அப்போதும் மேசையில் தூங்கிக் கொண்டிருந்ததால், கொட்டாவி விட்டபடி அழைப்பை எடுத்தான். "ஹலோ 4457."

"காலை வணக்கம், மன்மோகன் ஐயா."

"காலை வணக்கம்." அவன் சட்டென "ஓ, நீங்களா! காலை வணக்கம்" என்றான்.

"நீங்கள் தூங்கிக்கொண்டிருந்தீர்கள் என்று நினைக்கிறேன்," அந்தக்குரல் சொன்னது.

"ஆமாம், நான் தூங்கிக்கொண்டிருந்தேன். இங்கே வந்த பிறகு நான் கெட்டுப் போய்விட்டேன். திரும்பவும் நடைபாதை வாழ்க்கைக்குப் போவதென்றால் கடினமாக இருக்கும்."

"ஏன்?"

"அங்கே காலை ஐந்து மணிக்கு முன்பே விழித்துக்கொள்ள வேண்டும்."

அவன் சிரிப்புச் சத்தம் ஒன்றைக் கேட்டான், "நீங்கள் நேற்று ஏன் அழைப்பை திடீரெனத் துண்டித்தீர்கள்?" என வினவினான்.

"நான் அழகாகச் சிரித்தேன் என்று ஏன் நீங்கள் சொன்னீர்கள்?"

"இது என்ன கேள்வி! எதுவும் அழகாக இருக்கிறது என்றால், அது புகழப்பட வேண்டும் இல்லையா?"

"இல்லை, ஒருபோதும் இல்லை."

"என்மீது அப்படியான நிபந்தனைகளை நீங்கள் விதிக்க முடியாது. நான் நிபந்தனைகள் எதையும் ஒப்புக்கொள்வதில்லை. நீங்கள் சிரித்தால், நான் அதை நிச்சயம் புகழ்வேன்."

"நான் தொலைபேசியைத் துண்டித்துவிடுவேன்."

"அதைச் செய்வதற்கான சுதந்திரம் உங்களுக்கு இருக்கிறது."

"எனது அதிருப்தியைப் பற்றி நீங்கள் கவலை கொள்ளவில்லையா?"

"முதலில், என்னை நானே அதிருப்திப்படுத்திக்கொள்ள விரும்பவில்லை. நீங்கள் சிரித்து அதை நான் அழகாக இருக்கிறதென்று சொல்லவில்லை எனில், எனக்கு மிகவும் முக்கியமான எனது அழகுணர்ச்சியை நான் அவமதிப்பவன் ஆவேன்."

சிறிய அமைதி நிலவியது. பிறகு அந்தக் குரல் ஒலித்தது. "மன்னிக்கவும் நான் வேலைக்காரியிடம் பேசிக்கொண்டிருந்தேன். நீங்கள் உங்களின் அழகுணர்ச்சி பற்றி நிறைய அக்கறை இருப்பதாகச் சொல்லிக் கொண்டிருந்தீர்கள். ஆனால், நீங்கள் செய்ய விரும்பும் ஏதாவது ஒரு விஷயம் இருக்கின்றதா என்பதை எனக்குச் சொல்லுங்கள்."

"நீங்கள் என்ன சொல்கிறீர்கள்?"

"நான் என்ன சொல்ல வருகிறேனென்றால்... ஏதாவது பொழுதுபோக்கு அல்லது வேலை... அல்லது, நான் அதை எப்படிச் சொல்ல, ம்... நீங்கள் செய்யக்கூடியது என்று எதுவும் இருக்கின்றதா?"

மன்மோகன் சிரித்தான். "பெரிதாக ஒன்றுமில்லை, ஆனால் எனக்குப் புகைப்படக்கலை கொஞ்சம் பிடிக்கும்."

"அது நல்ல பொழுதுபோக்கு."

"நல்லதோ இல்லையோ, நான் அதைப் பற்றியெல்லாம் நினைத்திருக்கவில்லை."

"அப்படியெனில் நீங்கள் நல்ல புகைப்படக்கருவியை வைத்திருக்கவேண்டுமே?"

மன்மோகன் மறுபடியும் சிரித்தான். "நான் சொந்தமாகப் புகைப்படக் கருவி எதையும் வைத்திருக்கவில்லை.

ராஜ்ஜியத்தின் முடிவு ♣ 171

அவ்வப்போது என் நண்பர்களிடமிருந்து கடனாக வாங்கி, எனது ஆவலை நிறைவேற்றிக்கொள்வேன். இருப்பினும் ஒரு புகைப்படக் கருவியை மனதிற்குள் விரும்புகிறேன். நான் எப்போதாவது பணம் சம்பாதித்தால், அதனை வாங்குவேன்."

"அது என்ன புகைப்படக்கருவி?"

"எக்ஸாட்டா. அது ஒரு அனிச்சை புகைப்படக் கருவி (Reflex camera). எனக்கு அது மிகவும் பிடித்தமானது."

அமைதி நிலவியது. பிறகு அந்தக் குரல் திரும்ப ஒலித்தது, "நான் வேறெதையோ பற்றி யோசித்துக்கொண்டிருந்தேன்."

"என்ன?"

"நீங்கள் என் பெயரையோ தொலைபேசி எண்ணையோ கேட்கவில்லை"

"அது தேவையென்று நான் நினைக்கவில்லை."

"ஏன்?"

"உங்கள் பெயர் என்னவாக இருந்தால் என்ன? மேலும் உங்களிடம் என் தொலைபேசி எண் ஏற்கெனவே உள்ளது. அது போதும். ஆனால் நான் உங்களை அழைக்க வேண்டும் என்று நீங்கள் விரும்பினால் உங்கள் பெயரையும் எண்ணையும் தாருங்கள்."

"இல்லை, நான் மாட்டேன்."

"அது முற்றிலும் வேறு விஷயம். நான் உங்களைக் கேட்கவில்லை என்றால் கொடுக்கவேண்டிய தேவையே எழப் போவதில்லை."

"உண்மையில் நீங்கள் மிகவும் வினோதமான மனிதர்தான்."

மீண்டும் அங்கே அமைதி நிலவியது.

"என்ன மீண்டும் சிந்தனையா?" மன்மோகன் கேட்டான்.

"ஆமாம், தொடர்ந்து பேசுவதற்கு எதுவுமில்லை எனத் தோன்றுகிறது."

"அப்படியென்றால் நீங்கள் ஏன் தொலைபேசியை துண்டிக்கக்கூடாது? வேறு சமயத்தில் அழையுங்கள்."

அந்தக் குரலில் கோபம் தெரிந்தது. "நீங்கள் முகத்திலடித்தாற் போலப் பேசுகிறீர்கள். தயவுசெய்து தொலைபேசியைத் துண்டித்துவிடுங்கள் அல்லது நானே வைத்துவிடுவது நல்லதென நினைக்கிறேன்."

மன்மோகன் புன்னகைத்தபடி பேசியைக் கீழே வைத்தான்.

அரைமணி நேரத்திற்குப் பிறகு, அவன் முகம் கழுவி, உடைமாற்றிக் கொண்டு, வெளியேற இருந்த நேரத்தில், தொலைபேசி மீண்டும் ஒலித்தது. அவன் அதை எடுத்து "4457" என்று கூறினான்.

"திரு. மன்மோகன் அங்கே இருக்கிறாரா?"

"நான்தான் பேசுகிறேன். சொல்லுங்கள்."

"நான் இப்போது கோபமாயில்லை என்று உங்களுக்குச் சொல்ல விரும்பினேன்."

"அதைக் கேட்க எனக்கு மகிழ்ச்சியாக இருக்கிறது" என்று அவன் உற்சாகத்துடன் பதில் சொன்னான்.

"நான் காலை உணவைச் சாப்பிட்டுக் கொண்டிருந்தபோது, உங்கள் மேல் கோபம் கொள்ளக்கூடாது எனச் சட்டெனத் தோன்றியது. நீங்கள் உங்களுடைய காலை உணவைச் சாப்பிட்டீர்களா?"

"நான் உண்ணுவதற்காக வெளியே செல்ல புறப்பட்டேன். ஆனால் நீங்கள் அழைத்தீர்கள்."

"அப்படியானால் சென்று சாப்பிடுங்கள்."

"எனக்கு ஒன்றும் அவசரமில்லை. அத்துடன், என்னிடம் இன்று பணம் இல்லை. நான் காலை உணவைத் தவிர்க்கலாம் என்று நினைக்கிறேன்."

"இப்படியெல்லாம் நீங்கள் பேசுவதைக் கேட்டால்.. ஏன் இவ்வாறு சொல்கிறீர்கள்? உங்களை எதுவோ துன்பப்படுத்துகிறது என்பதினாலா?"

மன்மோகன் சற்று யோசித்தான். "இல்லை. வலிகள் எதுவாக இருந்தபோதிலும், நான் அவற்றுக்குப் பழகிவிட்டேன்."

"நான் உங்களுக்குக் கொஞ்சம் பணம் அனுப்பவா?"

"நீங்கள் விரும்பினால். நீங்கள் எனக்குப் பணம் அளிப்பவர்கள் பட்டியலில் மேலும் ஒரு நபராக இருப்பீர்கள்."

"அப்படியெனில் நான் மாட்டேன்."

"உங்கள் விருப்பம்."

"நான் தொலைபேசியைத் துண்டிக்கிறேன்."

"நல்லது."

மன்மோகன் பேசியைக் கீழே வைத்துவிட்டுத் தனது இதழ்களில் புன்னகையுடன் வெளியேறினான்.

அன்றிரவு பத்து மணியளவில் அவன் திரும்பினான், உடை மாற்றிக்கொண்டு தன்னைத் தொலைபேசியில் அழைக்கும் இந்தப் பெண் யாராக இருக்கக்கூடும் என மேஜையில் படுத்தபடி தனக்குள் கேட்டுக்கொண்டான். அவள் இளமையானவள் உடன் நேர்மையானவள் என்பதையும் அவளது குரல் காட்டிக்கொடுத்தது. இசை போலிருந்தது அவள் சிரிப்பு. படித்தவள் என்றும் நாகரீகமானவள் என்றும் அவளது உரையாடலில் தெளிவாகத் தெரிந்தது. நீண்ட நேரம் அவளைப் பற்றி யோசித்துக் கொண்டிருந்தான்.

கடிகாரத்தில் பதினோரு மணி ஆனதுமே, தொலைபேசி ஒலித்தது, அவன் பதிலளித்தான் "ஹலோ!"

"மிஸ்டர் மன்மோகன்."

"நான்தான் பேசுகிறேன். சொல்லுங்கள்."

"பகலில் நிறைய முறை உங்களைத் தொலைபேசியில் அழைத்தேன்... நீங்கள் எங்கே மறைந்துவிட்டீர்கள்?"

"நான் வேலை இல்லாதவனாக இருந்தபோதிலும் எனக்கும் செய்வதற்குச் சில வேலைகள் உண்டு."

"என்னவகையான வேலைகள்?"

"சும்மா சுற்றுவதைப் போன்றவை."

"எப்போது திரும்பினீர்கள்?"

"பத்து மணியளவில்."

"இப்போது என்ன செய்கிறீர்கள்?"

"நீங்கள் பார்ப்பதற்கு எப்படி இருப்பீர்கள் என்று கற்பனை செய்தபடி நான் மேஜை மீது படுத்திருந்தேன். ஆனால் அதைத் தொடர உங்கள் குரலைத் தவிர என்னிடம் ஒன்றுமில்லை."

"நீங்கள் வெற்றிகண்டீர்களா?"

"இல்லை."

"முயற்சிக்காதீர்கள். நான் மிகவும் அசிங்கமாக இருப்பேன்."

"என்னை மன்னித்துவிடுங்கள். நிஜமாகவே நீங்கள் அசிங்கமாக இருப்பீர்கள் என்றால் தயவுசெய்து தொலைபேசியை வைத்துவிடுங்கள். அழகற்ற எதையும் நான் வெறுக்கிறேன்."

"அப்படியெனில், நான் அழகானவள் என்று வைத்துக் கொள்வோம். நான் வெறுப்பை வளர்க்க விரும்பவில்லை."

சிறிதுநேரம் இருவரும் பேசவில்லை, பிறகு மன்மோகன் "நீங்கள் சிந்தித்துக் கொண்டிருந்தீர்களா?"

அந்தக் குரல் ஒலித்தது, "இல்லை, ஆனால் நான் உங்களைக் கேட்க இருந்தேன்..."

"கேட்கும் முன் நன்றாக யோசித்துக் கொள்ளுங்கள்."

புத்துணர்ச்சியூட்டும் சிரிப்பின் ஒலி கேட்டது. பிறகு, "நான் உங்களுக்காக ஒரு பாடல் பாடட்டுமா?"

"நிச்சயமாக."

"எனக்கொரு நிமிடம் அளியுங்கள்."

அவள் செருமிக்கொண்டதைக் கேட்டான். பின் காலிப்பின், 'நுக்தா-சீன் ஹை கம்-இ தில்...' எனத் தொடங்கும் கஜலைப் பாடினாள்.

சாய்கலின் முற்றிலும் புதிய பாணியில் அவள் பாடினாள். அவளுடைய குரல் மென்மையாகவும் சோகரசம் ததும்பியதாகவும் இருந்தது. அவள் முடித்தபோது மன்மோகன் முழு மனதோடு, "மிகவும் நன்று! சபாஷ்" என்று அவளைப் பாராட்டினான்.

"நன்றி", அந்தக்குரல் மிகுந்த வெட்கத்துடன் சொல்லிவிட்டுத் தொலைபேசியைத் துண்டித்துவிட்டது.

மேசையில் படுத்திருந்தபோது, மன்மோகனின் மனதில் இரவு முழுவதும் அந்த கஜல் எதிரொலித்துக் கொண்டிருந்தது. அவன் அடுத்தநாள் காலை சீக்கிரம் எழுந்து தொலைபேசி ஒலிக்குமென, இரண்டரை மணி நேரங்கள் நாற்காலியில் அமர்ந்தபடி காத்திருந்தான். பிறகு தன் தொண்டையில் விநோதமான ஒரு கசப்பினை உணர்ந்தவனாகக் காத்திருப்பைக் கைவிட்டு எழுந்தான். அந்த அறையில் முன்னும்பின்னுமாகப் பதட்டத்துடன் நடக்கத் தொடங்கினான். பின் மிகுந்த கோபத்துடன் அந்த மேஜையின் மீது படுத்தான். அங்கிருந்த

அந்த ஒரே புத்தகத்தை மீண்டும் முதலில் இருந்து வாசிக்கத் தொடங்கினான். மாலை நேரத்தில் தொலைபேசி ஒலித்தது.

"யார் இது?" என இறுக்கமான குரலில் கேட்டான்.

"நான்தான்" என அக்குரல் பதிலளித்தது.

"இத்தனை நேரம் எங்கே போனீர்கள்?" இறுக்கமாகவே கேட்டான்.

"ஏன்?" அக்குரல் அதிர்ச்சிகொண்டது.

"நான் காலையிலிருந்து இங்கே அழுகிக்கொண்டிருக்கிறேன். என்னிடம் பணம் இருந்தபோதிலும், காலையும் மதியமும் உணவு சாப்பிடக் கூடச் செல்லவில்லை."

"உங்களிடம் பேச வேண்டும் என்று உணரும்போது மட்டுமே நான் உங்களை அழைக்கிறேன். நீங்கள்…"

அவன் அவளைக் குறுக்கிட்டு "இங்கே பாருங்கள், இப்படித் தாறுமாறாக இருப்பதை நிறுத்துங்கள், அழைப்பதற்கு ஒரு நேரம் வைத்துக்கொள்ளுங்கள். நாள் முழுவதும் என்னால் காத்துக்கொண்டிருக்க முடியாது" என்றான்.

"நான் மன்னிக்க வேண்டுகிறேன். நாளை முதல் காலையிலும், பிறகு மாலையிலும் உங்களை அழைக்கிறேன்."

"அது போதுமானது."

"நீங்கள் இத்தனை கோபம் கொள்வீர்கள் என்று எனக்குத் தெரியாது."

மன்மோகன் புன்னகைத்தான், "என்னை மன்னித்துவிடுங்கள். காத்திருத்தல் என்பது என்னை மிகவும் எரிச்சலூட்டுகிறது, அவ்வாறு எரிச்சலடையும்போது, என்னை நானே தண்டித்துக்கொள்ளத் தொடங்குகிறேன்."

"ஓ, எப்படி?"

"காலையில் நீங்கள் என்னை அழைக்கவில்லை. தர்க்கரீதியாகப் பார்த்தால், நான் வெளியில் சென்றிருக்க வேண்டும். ஆனால் நான் விரக்தியுடன் நாள் முழுவதும் இங்கேயே அடைந்து கிடந்தேன்."

"ஓ, நான் இந்தத் தவறைச் செய்திருக்கக்கூடாது", அந்தக்குரலில் உணர்ச்சி ததும்பியது. *"நான் வேண்டுமென்றேதான் அழைக்கவில்லை."*

"ஏன் அப்படிச் செய்தீர்கள்?"

"நீங்கள் என் அழைப்பிற்கு ஏங்குவீர்களா என்பதை கண்டுபிடிப்பதற்குத்தான்."

"நீங்கள் மிகவும் குறும்புக்காரர்", அவன் சிரித்தான். *"இனி தொலைபேசியைத் துண்டியுங்கள். நான் சாப்பிடச் சொல்ல வேண்டும்."*

"நல்லது. நீங்கள் எப்போது திரும்புவீர்கள்?"

"சுமார் அரைமணி நேரம் ஆகும்."

அவன் அரைமணி நேரம் கழித்துத் திரும்பி வந்த பிறகு, அவள் அழைத்தாள். அவர்கள் வெகு நேரம் அரட்டை அடித்தார்கள். அவள் காலிப்பின் இன்னொரு கஜலைப் பாடினாள். அவன் மிகவும் உற்சாகத்துடன் அவளைப் பாராட்டினான். அவர்கள் தொலைபேசியைத் துண்டித்தார்கள்.

அவள் அதன்பிறகு தினமும் காலையும் மாலையும் அவனைத் தொலைபேசியில் அழைக்கத் தொடங்கினாள், அவன் அவளது அழைப்பை ஏற்க அவசரமாகத் தாவுவான். சிலசமயங்களில் மணிக் கணக்காகப் பேசினார்கள். ஆனால் அவன் ஒருபோதும் அவளது பேரையோ தொலைபேசி எண்ணையோ கேட்கவில்லை. ஆரம்பக்காலத்தில், அவள் குரலின் ஒலியிலிருந்து அவள் முகத்தைக் கற்பனை செய்ய முயன்றான். இப்போது அவன் திருப்தி அடைய அவள் குரல்

மட்டுமே போதுமானதாக இருந்தது. அவள் முகம், அவள் உடல், அவள் ஆன்மா - என அதுவே அனைத்துமாக இருந்தது.

"மோகன் நீங்கள் ஏன் என் பெயரைக் கேட்கவில்லை?" என்று ஒருநாள் கேட்டாள்.

"எனக்கு உன் குரல்தான் உனது பெயர்" எனப் புன்னகைத்தான்.

"அது இசையாக இருக்கிறது."

"அதில் சந்தேகம் ஒன்றுமில்லை."

மற்றொரு நாள் அவனிடம் ஓர் அபத்தமான கேள்வியைக் கேட்டாள். "மோகன், நீங்கள் எப்போதாவது ஒரு பெண்ணைக் காதலித்து இருக்கிறீர்களா?"

"இல்லை."

"ஏன்?"

அவனுக்குச் சட்டென்று ஒரு விரக்தியான மனநிலை படர்ந்தது. "சில சொற்களில் என்னால் பதில் அளிக்க முடியாத கேள்வி இது. நான் என் வாழ்க்கையின் எல்லா இடிபாடுகளையும் சலித்துப்பார்க்க வேண்டும். அப்படியும் எனக்கு விடை கிடைக்கவில்லை என்றால் அது என்னை மிகவும் எரிச்சலூட்டும்."

"அப்படியென்றால் அதை நாம் கைவிடுவோம்."

அவர்களின் தொலைபேசித் தொடர்பு சுமார் ஒருமாதமாக நீடித்தவாறிருந்தது. அவள் நாள்தவறாமல் இருமுறை அழைத்தாள். அதே சமயம், இந்த அலுவலகத்தின் முதலாளியான அவனுடைய நண்பனிடம் இருந்து கடிதம் வந்தது. அவன் விரும்பிய கடன்தொகை கிடைத்தது என்றும், ஒருவார காலத்தில் பம்பாய்க்குத் திரும்புவதாகவும் கூறப்பட்டிருந்தது. மன்மோகனுக்குச் சோர்வான மனநிலை ஏற்பட்டது.

அவள் அடுத்தமுறை அழைத்தபோது, "என் ராஜ்ஜியம் முடியப் போகிறது" என்றான்.

"ஏன்?"

"என் நண்பனுக்குத் தேவையான கடன் கிடைத்துவிட்டது. அலுவலகம் மறுபடியும் செயல்பட ஆரம்பித்து விடும்."

"இருந்தாலும் உங்கள் நண்பர்களில் ஒருவரிடம் தொலைபேசி இருக்கும் அல்லவா?"

"அவர்களில் பல பேரிடம் உண்டு. ஆனால் உன்னிடம் அந்த எண்களை அளிக்க முடியாது."

"ஏன்?"

"ஏனென்றால் உன் இனிமையான குரலை வேறு எவரும் கேட்கக் கூடாது."

"அது ஏன்?"

"நான் மிகவும் பொறாமை கொண்டவன்."

அவள் புன்னகைத்துவிட்டுச் சொன்னாள், "இது படுதோல்வியாக இருக்கப் போகிறது."

"ஒன்றும் செய்ய முடியாது."

"சரி, அப்படியென்றால் உங்கள் ராஜ்ஜியத்தின் கடைசி நாளில் என் எண்ணைக் கொடுக்கிறேன்."

"அது நல்லது."

உடனடியாக அவன் சோர்வான மனநிலை விலகியது. அலுவலகத்தின் மீதான தனது ஆதிக்கம் எப்போது முடிவுக்கு வரும் என ஆவலுடன் காத்திருக்கத் தொடங்கினான். அவள் பார்ப்பதற்கு எப்படி இருப்பாள் எனக் கற்பனை செய்ய மறுபடியும் முயன்றான். அவன் பல உருவங்களைக் கற்பனை செய்தான். அவனுக்கு ஒன்றுகூட திருப்தி அளிக்கவில்லை. நல்லது, இன்னும் சில நாள்கள்தான் - அவன் தனக்குத்தானே சொல்லிக்கொண்டான். அவள் தன் எண்ணைக் கொடுக்கத்

180 ❁ சாதத் ஹசன் மண்ட்டோ

தயாராக இருப்பதால், அவளை உறுதியாக நேரில் சந்திக்கவும் முடியும். அந்த எண்ணம் அவன் மனதை மயங்கச்செய்தது. அவளை நேரில் பார்க்கும் அந்த நாள் எத்தகைய மகத்தான நாளாக இருக்கும்?

அடுத்த முறை அவள் அழைத்த போது, "நான் உன்னைப் பார்க்க மிகவும் ஏங்கிக்கொண்டிருக்கிறேன்" என்று சொன்னான்.

"ஏன்?"

"நான் இங்கிருக்கும் கடைசிநாள் அன்று, நீ உன் தொலைபேசி எண்ணை கொடுப்பதாகச் சொன்னாய் அல்லவா?"

"ஆமாம், சொன்னேன்."

"அப்படியென்றால் நீ உன் முகவரியை அளிப்பாய் என எதிர்பார்க்கிறேன். நான் உன்னைச் சந்திக்க முடியும்."

"நீங்கள் எப்போது வேண்டுமானாலும் என்னைப் பார்க்கலாம். இன்று கூட.."

"இல்லை. இல்லை. இன்றில்லை. உன்னைச் சரியான உடைகளுடன் வந்து பார்க்கவேண்டும்.. அதாவது நல்ல உடையில். என் நண்பனிடம் கேட்கிறேன். அவன் எனக்காகப் புதிய ஆடைகளைத் தருவிப்பான்."

அவள் திடீரெனச் சிரித்தாள். "நீங்கள் குழந்தை போல நடந்துகொள்கிறீர்கள். நாம் சந்திக்கும் போது உங்களுக்குப் பரிசு கொடுப்பேன்."

மன்மோகன் மிகவும் நெகிழ்ந்துபோனான். "உன்னைக் காண்பதை விடவும் பெரிய பரிசு ஒன்றும் இல்லை."

"உங்களுக்காக எக்ஸாட்டா புகைப்படக் கருவி ஒன்றை வாங்கி இருக்கிறேன்."

"ஓ!"

"அதை உங்களுக்கு அளிப்பேன் ஆனால் ஒரு நிபந்தனையுடன், அதாவது நீங்கள் என்னைப் படம் எடுக்க வேண்டும்."

அவன் புன்னகைத்தான். "நாம் சந்தித்தபிறகு அதை முடிவு செய்கிறேன்."

அவர்கள் சற்று அதிக நேரம் பேசினார்கள். "இதைக் கேளுங்கள், நான் நாளையும் மறுநாளும் உங்களை அழைக்க முடியாது."

"ஏன்?" என அவன் சற்று பதட்டமுடன் கேட்டான்.

"நான் என் உறவினர்களுடன் செல்கிறேன். இரண்டு நாள்கள் மட்டும். என்னை மன்னிப்பீர்கள் என நினைக்கிறேன். சரிதானே?"

அன்று அவன் நாள் முழுவதும் அலுவலகத்திலேயே தங்கி இருந்தான். மறுநாள் காலை கண் விழித்தபோது அவனது உடல் வழக்கத்திற்கு மாறாக சூடாக இருந்தது. ஒ வேறொன்றுமில்லை, இன்று அவள் அழைக்கமாட்டாள் என்ற எண்ணத்தில் வந்த பதட்டமாக இருக்குமென முடிவு செய்தான். ஆனால் மதியம் அதிகமான காய்ச்சலால் உடல் கொதித்துக்கொண்டிருந்தது. அவன் கண்கள் எரிந்தன. மேசையில் படுத்திருந்தான். அவனுக்கு அதீத தாகம் எடுத்ததால் பலமுறை எழுந்து சென்று குழாயிலிருந்து தண்ணீர் குடித்தான். மாலையில் அவனுக்கு இதயம் மிகவும் அடைத்திருந்ததாக உணர்ந்தான். மறுநாள் இதயத்தில் வலி பொறுத்துக்கொள்ள முடியாததாக இருந்தது.

மயக்கத்தில் இருக்கும்போது, அவன் காதலியின் குரலுடன் மணிக்கணக்காகத் தொலைபேசியில் பேசினான். மாலையில் அவன் உடல்நிலை மோசமடைந்தது. மங்கலான கண்களுடன் சுவர்க் கடிகாரத்தைப் பார்த்தான். அவன் காதுகளில், ஒரேசமயத்தில் அழைக்கும் எண்ணற்ற தொலைபேசிகளின் ஒலிகள்போல் வினோத சத்தங்கள் ரீங்காரம் செய்தன. அவன் இருதயம் விடாமல் துடித்துக்கொண்டிருந்தது. ஓசைகளின் பெருங்கடலுக்குள் அவன் மூழ்கியிருந்ததால், தொலைபேசி மணி அடித்தபோது அந்த ஒலி அவன் காதுகளை

அடையவில்லை. அது நெடுநேரம் அடித்துக்கொண்டிருந்தது. திடீரென சுயநினைவு பெற்றுத் தொலைபேசியை எடுக்க விரைந்தான். சுவற்றில் சாய்ந்துகொண்டு நடுங்கும் கையால் தொலைபேசியை எடுத்தான். தனது வறண்ட உதடுகளை இறுகிய நாக்கால் தடவிக்கொண்டு "ஹலோ" என்றான்.

"ஹலோ, மோகன்!" அந்தப் பெண் மறுமுனையில் பேசினாள்.

"ஆம், இது மோகன்தான்" அவன் குரல் பலவீனமாக ஒலித்தது.

"கொஞ்சம் சத்தமாகப் பேசுங்கள்."

அவன் ஏதோ சொல்ல வாயைத் திறந்தான். ஆனால் அவனின் காய்ந்த தொண்டைக் குழியில் சொற்கள் சிக்கிக்கொண்டன.

"நான் சீக்கிரமாகத் திரும்பிவிட்டேன், நெடுநேரமாக உங்களை அழைத்துக்கொண்டிருக்கிறேன். எங்கே போய்விட்டீர்கள்?" என்றாள்.

அவனுக்குத் தலைச்சுற்றத் தொடங்கியது.

"உங்களுக்கு என்ன ஆயிற்று?"

பெரும் சிரமத்துடன் அவனால் இதைத்தான் சொல்ல முடிந்தது, "இன்று என் ராஜ்ஜியம் முடிந்தது."

அவன் வாயிலிருந்து ரத்தம் கொட்டியது. நீண்ட மெல்லிய கோடாகக் கழுத்திற்குக் கீழ் வழிந்தது.

"என் எண்ணைக் குறித்துக்கொள்ளுங்கள்: 50314, எங்கே திருப்பிச் சொல்லுங்கள் 50314. நாளை என்னை அழையுங்கள்." அவள் பேசியை வைத்துவிட்டாள்.

மன்மோகன் தொலைபேசியின் மேல் கவிழ்ந்தான். அவன் வாயிலிருந்து ரத்தம் கொட்டியது.

கருப்பு சல்வார்

தில்லிக்கு வரும் முன்பு அவள் அம்பாலா கன்டோன்மென்ட்டில் இருந்தாள். அவளுக்குப் பல வெள்ளையர்கள் அங்கு வாடிக்கையாளர்களாக இருந்தனர். அவர்கள் மூலம் மேலோட்டமான ஆங்கிலத்தில் பேசக் கற்றிருந்தவள், அதைச் சாதாரண உரையாடல்களில் பயன்படுத்தவில்லை. டெல்லியில் அவளது வியாபாரம் சூடுபிடிக்கத் தவறியபோது, ஒரு நாள் அவள் தனது அண்டை வீட்டில் வசிக்கும் தமன்சா ஜானிடம், 'திஸ் லேஃப் - வெரி பேட்' என்றாள். அதாவது இந்த வாழ்க்கை மோசமானது, அன்றாடத் தேவைகளுக்காகக்கூட சம்பாதிக்க முடியவில்லை என்ற அர்த்தத்தில் சொன்னாள்.

அம்பாலாவில் இருந்த வரைக்கும் அவள் நன்றாகவே சம்பாதித்தாள். கன்டோன்மென்ட்டில் இருந்த வெள்ளையர்கள் குடித்துவிட்டு அவளிடம் வந்தனர். அவள் மூன்று அல்லது நான்கு மணி நேரத்தில் அவர்களுள் எட்டு அல்லது பத்து பேரை முடித்துவிட்டு இருபதிலிருந்து முப்பது ரூபாய் வரை சம்பாதிப்பாள். அவளுடைய சொந்தநாட்டினரைவிட அவர்கள் அவளை நன்றாக நடத்தினர். சுல்தானாவிற்குப் புரியாத மொழியில் அவர்கள் பேசினார்கள் என்பது உண்மைதான் என்றாலும், இந்த அறியாமையும் அவளுக்குச் சாதகமாகவே இருந்தது. குறைந்த 'ரேட்'டிற்கு அவர்கள் பேரம் பேச முயற்சித்தால் அவள் புரியாத வகையில் தலையாட்டி, "சாஹிப் நீங்கள் சொல்வது என்னவென்று எனக்குப் புரியவில்லை" என்பாள். அவளிடம் தகாதமுறையில்

அவர்கள் நடந்துகொள்ள முயற்சி செய்தால், அவள் தனது மொழியில் ஒரு சுற்று கெட்ட வார்த்தைகள் பேசுவாள். புதிருடன் அவர்கள் அவளை உற்றுப் பார்க்கும்போது, "சாஹிப், நீ ஒரு மழுங்கிய முட்டாள், வேசைக்குப் பிறந்தவன்... புரிந்ததா?" இந்த வார்த்தைகளை அவள் அடித்தாற்போலப் பேசமாட்டாள். ஆனால் பாசம் நிறைந்த விநயமான தொனியில் சொல்லுவாள். வெள்ளையர்கள் சிரிப்பார்கள், அப்படிச் சிரிக்கும்பொழுது அவர்கள் மழுங்கிய முட்டாள்களாக அவளுக்குத் தெரிந்தார்கள்.

என்றபோதும், இங்கே தில்லிக்கு அவள் வந்து சேர்ந்தபிறகு, ஒரு வெள்ளையன் கூட வருகை தரவில்லை. ஹிந்துஸ்தானின் இந்த நகரத்தில் அவள் மூன்று மாத காலமாக இருக்கிறாள், வழக்கமாக சிம்லாவில் தனது கோடைகாலத்தைக் கழிக்கும் 'பெரிய சாஹிப்' இங்குதான் வாழ்ந்தாரென்று அவள் கேள்விப்பட்டிருந்தாள். தற்போதுவரை வெறும் ஆறு பேர் மட்டுமே அவளிடம் வந்திருந்தனர், வெறும் ஆறு - அதாவது மாதத்திற்கு இருவர் - மொத்தத்தில் அவள் பதினெட்டரை ரூபாய்களை அவர்களிடமிருந்து சம்பாதித்தாள் எனக் கடவுள் மீது ஆணையாகச் சொல்லமுடியும். மூன்று ரூபாய்க்கு மேல் கொடுக்க எவருக்கும் விருப்பமிருக்கவில்லை. அவர்களுள் ஐந்து பேரிடம் தன்னுடைய ரேட் பத்து ரூபாய் என்று சுல்தானா சொல்லி இருந்தாள். ஆனால் வினோதமாக அவர்களனைவரும், "மூன்று ரூபாய்க்கு மேல் இல்லை" என்று கூறினர். அவள் வெறும் மூன்று ரூபாய்க்குத்தான் தகுந்தவள் என்று ஏன் நினைத்தனர் எனக் கடவுள்தான் அறிவார். எனவே ஆறாவது நபர் வந்தபோது அவளே, "இதோ பார் நான் ஒரு 'டைமு'க்கு மூன்று ரூபாய் வாங்குகிறேன். அதைவிடக் கம்மி என்றால் ஒத்துக்கொள்ளமாட்டேன். இருப்பதானால் இரு, இல்லாவிட்டால் போ" என்றாள். பேரம் குறித்தான எந்த சச்சரவும் இல்லை, அவன் இருந்தான். அவர்கள் அடுத்த அறைக்குச் சென்றவுடன், அவன் தனது கோட்டைக் கழற்றியபோது, "ஒரு ரூபாய் பாலுக்காக" என்று சுல்தானா

கூறினாள். அவன் ஒரு ரூபாய் தரவில்லை; அதற்கு மாறாகப் புது அரசனின் தலையுடைய மினுங்கும் எட்டணாவைத் தன் ஜேப்பியிலிருந்து எடுத்து அதனை அவளுக்கு அளித்தான். அவள் அமைதியாக 'ஒன்றும் இல்லாததற்கு இது பரவாயில்லை' என்று நினைத்தபடி அதை வாங்கிக்கொண்டாள்.

மூன்று மாதத்தில் பதினெட்டரை ரூபாய்! அவளது வீட்டின் உரிமையாளன் 'பிளாட்' என ஆங்கில வார்த்தையில் குறிப்பிடும் அவளுடைய கோட்டாவின் வாடகை மட்டுமே மாதம் இருபது ரூபாய். இந்தக் குடியிருப்பில், மேலே சங்கிலியுடனான ஒரு கழிப்பறை இருந்தது. அந்தச் சங்கிலி இழுக்கப்பட்டபோது தண்ணீர் அதிலிருந்து சத்தத்துடன் வெளியேறி எல்லாக் கழிவுகளையும் பாதாளச் சாக்கடையில் செலுத்தியது. ஆரம்பத்தில் விசையுடன் கூடிய அந்தத் தண்ணீர்ச் சத்தம் அவளை மிகுந்த அச்சத்திற்குள்ளாக்கியது. குடியிருப்பிற்கு வந்த முதல் நாள் கழிப்பறைக்குச் சென்றபோது அவளுடைய முதுகு மிகவும் வலித்துக்கொண்டிருந்தது. அவள் கழிப்பறையின் இருக்கையிலிருந்து எழுந்தபோது பிடிமானத்திற்காக அந்தச் சங்கிலியைப் பற்றினாள். அந்தக் குடியிருப்புகள், குறிப்பாக முக்கியஸ்தர்களுக்காகக் கட்டப்பட்டிருந்ததால், அவர்களின் வசதிக்காக இருக்கக்கூடுமென்று அந்தச் சங்கிலியைப் பார்த்தபோது நினைத்தாள். ஆனால், அவள் எழுந்து கொள்வதற்காக அந்தச் சங்கிலியை பற்றிய அந்தக் கணத்தில், பெரிய ஒலியைக் கேட்டாள். அவள் அதீதமாகப் பயந்து கூச்சலிடுமளவிற்குத் திடீரெனத் தண்ணீர் விசையுடன் வெளிவந்தது.

ஹைட்ரோகுவினோனை பாட்டில் ஒன்றில் ஊற்றியபடி தனது புகைப்படப் பொருள்களோடு மும்முரமாக இருந்த குதா பக்ஷ மற்றொரு அறையில் இருந்தான். சுல்தானா கூச்சலிட்டதைக் கேட்ட அவன், அந்த அறையிலிருந்து வெளியில் வந்து, அவளிடம் "என்ன விஷயம்? நீதான் கத்தியதா" என்று கேட்டான்.

பயத்தில் அவள் இதயம் படபடக்க "இது கழிப்பறையா அல்லது வேறேதுமா?" என்று கேட்டாள். "புகைவண்டியில் இருப்பது போல இது என்ன சங்கிலி தொங்குகிறது? என் முதுகு வலித்துக்கொண்டிருந்தது, அதனால் இதனை ஒரு பிடிமானத்திற்காகப் பற்றினேன். நான் பற்றிய கணத்தில்தான் இந்தப் பயங்கரமான வெடிப்பு நிகழ்ந்தது."

குதா பக்‌ஷ் சத்தமாக நகைத்தான். "இதுவொரு புதுவகைக் கழிப்பறை. நீ சங்கிலியை இழுக்கும்போது அது கழிவைப் பாதாளச் சாக்கடையில் தள்ளுகிறது" என்று அவளுக்கு விரிவாகக் கூறினான்.

குதா பக்‌ஷும் சுல்தானாவும் எப்படி ஒருவரோடு ஒருவர் இணைந்தார்கள் என்பது நீண்ட கதை. அவன் ராவல்பிண்டியைச் சேர்ந்தவன். நடுநிலைப் பள்ளியில் தேர்ச்சி பெற்றவுடன் லாரிகளை ஓட்டக் கற்றுக்கொண்டான். நான்கு வருடங்கள் அவன் ராவல்பிண்டிக்கும் காஷ்மீருக்குமிடையில் லாரி ஓட்டினான். காஷ்மீரில் அவனுக்கு ஒரு பெண்ணுடன் தொடர்பிருந்தது. அவளைத் தன்னுடன் ஓடி வந்து விடும்படி சொன்னான். அவர்களிருவரும் லாகூருக்குச் சென்றனர், அங்கு அவனுக்கு வேலை ஏதும் கிடைக்காததால் அவளை விலைமாதாக்கினான். இன்னொருவனுடன் அந்தப் பெண் ஓடிப்போகும் வரை இரண்டு அல்லது மூன்று வருடங்களுக்கு இது தொடர்ந்தது. அவள் அம்பாலாவில் இருப்பதைக் கண்டுபிடித்து குதா பக்‌ஷ் அவளைத் தேடி வந்தான். சுல்தானாவை அங்கே கண்டான், அவளுக்கு அவனைப் பிடித்தது. எனவே அவர்கள் இருவரும் சேர்ந்திருக்க முடிவு செய்தனர்.

குதா பக்‌ஷ் அவளோடு சேர்ந்தபிறகு அவளுடைய வியாபாரம் சூடு பிடித்தது. மூடநம்பிக்கை கொண்ட அவள் குதா பக்‌ஷ் வந்ததாலேயே தான் வெற்றி பெற்றதாக நினைத்தாள். கடவுளின் ஆசியைப் பெற்றவனாக அவனை எண்ணினாள்.

கருப்பு சல்வார் ♦ 187

அவளது பார்வையில் இந்த நம்பிக்கை அவனுடைய அந்தஸ்தை உயர்த்தியது.

சோம்பேறித்தனமாகப் பொழுதைக் கழிக்க விரும்பாத குதா பக்ஷ் ஒரு கடினமான உழைப்பாளி. புகைவண்டி நிலையத்திற்கு வெளியில் அவ்வளவாகப் புழக்கத்தில் இல்லாத ஒரு புகைப்படக் கருவியைக் கொண்டு படங்கள் எடுக்கும் புகைப்படக்காரன் ஒருவனுடன் அவன் நட்பு கொண்டான். அவனிடம் புகைப்படக் கலையைக் கற்றுப் பிறகு சுல்தானாவிடம் அறுபது ரூபாய்கள் பெற்றுச் சொந்தமாகப் புகைப்படக் கருவி ஒன்றை வாங்கினான். பின்புறத் திரை, இரண்டு நாற்காலிகள், புகைப்படச் சுருளைக் கழுவும் கருவிகள் என்று படிப்படியாக வாங்கி, தன்னுடைய சொந்த வியாபாரத்தை நிறுவினான். வியாபாரம் விருத்தி அடைந்தது. விரைவில் வெள்ளையர்களைப் புகைப்படம் எடுத்து அம்பாலா கண்டோன்மென்ட்டில் தன்னை நிறுவிக்கொண்டான், ஒரு மாதத்திற்குள்ளாக, அவர்களில் பலரையும் மிக நன்றாகவே அறிந்திருந்தான். எனவே அம்பாலா கன்டோன்மென்ட் பகுதிக்கு சுல்தானாவையும் இடம்பெயரச் செய்தான், அவன் மூலம் பல வெள்ளையர்கள் அவளின் வாடிக்கையாளர் ஆனார்கள்.

சுல்தானா தனக்காக ஒரு ஜோடி காதணிகள் வாங்கினாள். ஐந்தரை தோலா கனம் கொண்ட எட்டு பொன் வளையல்களைச் செய்தாள். பல வகையான பதினைந்து நல்ல புடவைகளையும் சேர்த்தாள். வீட்டுக்கும் சில தட்டுமுட்டுச் சாமான்கள் கிடைத்தன.

சுருக்கமாகச் சொல்லுவதென்றால், அவள் அம்பாலா கன்டோன்மென்ட்டில் நன்றாக இருந்தாள். பிறகு திடீரென்று, டெல்லிக்குப் போகும் எண்ணம் குதா பக்ஷின் மண்டைக்குள் நுழைந்தது எவ்வாறென்று கடவுளுக்குத்தான் தெரியும். அவள் எப்படி மறுக்க முடியும்? அவன் கடவுளால் அனுப்பப்பட்ட அவளின் அதிர்ஷ்ட தேவதை. அவனுடன்

செல்ல மகிழ்ச்சியுடன் ஒப்புக்கொண்டாள். பெரிய சாகிப் வாழ்ந்த அந்தப் பெரிய நகரத்தில் தன்னுடைய வியாபாரம் உண்மையில் மேலும் செழிப்படையும் என அவள் நினைத்தாள், அவளுடைய தோழிகளில் ஒருத்தி அந்நகரத்தை வானளவு புகழ்ந்திருந்தாள். மேலும், அவள் மனதில் தனித்துவமான இடம் கொண்ட ஹஜ்ரத் நிஜாமுதீன் ஆலியா தர்க்காவும் தில்லியில் இருந்தது. கனமான வீட்டு உபயோகப் பொருள்களை அவள் விரைவாக விற்றுவிட்டு, இந்த இடத்தை மாதம் இருபது ரூபாய் வாடகைக்கு எடுத்திருந்த குதா பக்ஷுடன் இந்நகருக்கு வந்தாள். இருவரும் அங்கு குடியேறினர்.

அவை சாலையோரம் இருந்த, புதிதாகக் கட்டப்பட்ட, வரிசையாக ஒரே மாதிரி தோற்றம்கொண்ட குடியிருப்புப் பிரிவுகளாகும். தங்களின் வியாபாரத்துக்காக நகரம் முழுவதும் சுற்றித் திரிந்த விலைமாதர்களைக் கட்டுப்படுத்த, நகரத்தின் இப்பகுதியை நகராட்சிக்குழு அவர்களுக்குக் கொடுத்திருந்தது. தரைத் தளத்தில் இரண்டு கடைகளும், மேல்தளத்தில் ஒரு ஜோடி குடியிருப்புகளும் இருந்தன. அனைத்துப் பிரிவுகளும் ஒன்று போலிருந்ததால் முதலில் சுல்தானாவிற்குத் தன்னுடைய குடியிருப்பைக் கண்டுபிடிக்க மிகவும் சிரமமாயிருந்தது. கீழே இருந்த சலவைக் கடையில் ‘இங்கு துணிகள் வெளுக்கப்படும்’ என்கிற அறிவிப்புப் பலகை மாட்டியபிறகே அவளுக்கு அதை அடையாளங்காண சுலபமாயிருந்தது. இது அவளுக்கு அடையாளமாகச் செயல்பட்ட அறிகுறிகளில் ஒன்று மட்டுமே. மற்றதும் இருந்தன. உதாரணத்திற்கு, சில சமயம் ரேடியோவில் பாடும் அவள் தோழி ஹிராபாய், ‘கரிக் கடை’ என்று பெரிய எழுத்துகளில் பொறிக்கப்பட்ட இடத்திற்கு மேல் வாழ்ந்தாள். ‘கனவான்களுக்கான அற்புத உணவு’ என்றறிவித்த கடை முக்தரின் குடியிருப்பிற்குக் கீழிருக்க, மற்றொரு தோழியான அன்வாரி, படுக்கை வலைக்கான பரந்த நாடாக்களை உற்பத்தி செய்யும் சிறிய தொழிற்சாலைக்கு மேலே வசித்தாள். ராப்பொழுதில் வேலையைக் கண்காணிக்கும் பொருட்டு அங்கு

தங்கியிருந்ததோடு அவளோடு சேர்ந்து வாழவும் செய்த அதன் உரிமையாளரிடம் அவள் பணியில் இருந்தாள்.

அவள் வேலையின்றி இருந்த முதல் மாதம், பொதுவில் புதிதாகத் துவங்கப்பட்ட வியாபாரம் உடனே வாடிக்கையாளர்களைக் கவர்ந்திடாது என்ற எண்ணம் கொண்டு சுல்தானா தன்னைத்தானே சமாதானப்படுத்திக்கொண்டாள். ஆனால் இரண்டு மாதங்களில் ஒரு வாடிக்கையாளரும் வராத போது பதற்றம் அவளைத் தொற்றிக்கொண்டது. “நீ என்ன நினைக்கிறாய் குதா பக்ஷ்? நாம் இங்கு வந்து முழுதாக இரண்டு மாதங்களாயிற்று ஆனால் ஒருவரும் வரவில்லை” என்று குதா பக்ஷிடம் கேட்டாள். “இந்நாள்களில் வியாபாரம் மந்தமாக இருக்கிறதென்று எனக்குத் தெரியும் ஆனால் ஒருவர் கூட நம்மைத் தேடிவராத வகையில் மந்தமாக அல்ல.”

இவ்விஷயம் குறித்து குதா பக்ஷ் கூட கவலைகொண்டிருந்தான், ஆனால் அமைதியாக இருந்தான். என்றாலும் இப்போது சுல்தானாவே இதைப் பற்றிப் பேசியதால், “நானும் சில காலமாக இது குறித்து யோசித்துக்கொண்டிருந்தேன்” என்றான். “மக்கள் போரின் காரணத்தால், வேறு எதைப் பற்றியும் சிந்திக்க முடியாத வகையில் மற்ற விஷயங்களில் ஆழ்ந்திருப்பதாக என் மனத்திற்குப்படுகிறது அல்லது ஒருவேளை..”

எவரோ படிகளில் ஏறி வரும் சத்தம் அவனுடைய வாக்கியத்தைக் குறுக்கிட்டது. நெருங்கி வரும் காலடி ஓசையின் மேலே அவர்களது முழுக் கவனமும் நிலைத்தது. விரைவில் கதவு தட்டப்பட்டது. கதவைத் திறக்க குதா பக்ஷ் விரைந்தான். ஒருவன் உள்ளே நுழைந்தான். அவன்தான் அவளுடைய முதல் வாடிக்கையாளன். மூன்று ரூபாய்க்கு பேரம் படிந்தது. பிறகு இன்னும் ஐந்து நபர்கள், அதாவது மாதத்திற்கு ஆறு பேர், மொத்தம் பதினெட்டரை ரூபாய்கள்.

ஒவ்வொரு மாதமும் குடியிருப்பின் வாடகைக்கு மட்டுமே 20 ரூபாய் போனது. பயன்பாட்டுச் செலவுகள் தனி. அத்துடன்

உணவு, குடி, உடை, மருந்து என்று பிற வீட்டுச் செலவுகளையும் சேர்த்துக்கொள்ள வேண்டும். வருமானம் இல்லை. மூன்று மாதங்களில் பதினெட்டரை ரூபாய் என்பதை வருமானமாகச் சொல்லமுடியாது. மெய்யாக சுல்தானா கவலையுடன் கலக்கம் கொண்டாள். அம்பாலாவில் அவள் செய்து வைத்த எட்டு வளையல்களும் ஒன்றன்பின் ஒன்றாக விற்கப்பட்டிருந்தன. கடைசி வளையலையும் விற்க நேர்ந்த சூழ்நிலையில் குதா பக்ஷிடம், "நான் சொல்வதைக் கேள், நாம் திரும்பவும் அம்பாலாவிற்குச் சென்றுவிடலாம். இந்த இடம் ஒன்றுக்கும் உதவாதது. ஒருவேளை ஏதேனும் இருந்தாலும் அது நமக்கில்லை. இது நம்மிடம் அன்பாயிருக்கவில்லை. நீ அங்கே நன்றாக இருந்தாய், வா நாம் திரும்பிப் போகலாம். நமது நஷ்டங்களை ஒரு தியாகமாக நினைத்துக்கொள்வோம். போ, இந்த வளையலை விற்றுவிடு; அவ்வேளையில் நான் பொருள்களைக் கட்டத்தொடங்குகிறேன், மற்ற எல்லாவற்றையும் தயாராக வைக்கிறேன். மாலை ரயிலில் நாம் புறப்படுவோம்."

அவன் வளையலை வாங்கிக்கொண்டு, "இல்லை, அன்பே, நாம் எங்கும் போகப் போவதில்லை. நாம் இங்கேயே இருந்து சரி செய்வோம்" என்றான். "நீ வேண்டுமானால் பாரேன், இந்த வளையல்கள் எல்லாம் உன்னிடமே திரும்பவும் பறந்துவரும். கடவுள் மேல் நம்பிக்கை வை. அவருக்குத் தெரியும் எப்படி உதவுவது என்று. அவர் நமக்கு ஒரு நல்வழியைக் காண்பிப்பார்!"

சுல்தானா ஏதும் சொல்லவில்லை. அந்தக் கடைசி வளையலும் விற்கப்பட்டது. அவளுடைய வெறுமையான மணிக்கட்டைப் பார்த்து அவளுக்கு வருத்தமானது. ஆனால் அவள் என்ன செய்ய முடியும்? அவர்கள் எப்படியேனும் தங்களின் வயிற்றை நிரப்ப வேண்டியிருந்தது.

ஐந்து மாதங்கள் நகர்ந்தன, அவர்களுடைய செலவில் கால்வாசிக்குக் கூடப் பெறாத காதணிகள் மட்டுமே மிஞ்சியிருந்தபோது அவளுடைய கவலை கூடியது. அதேநேரம் குதா பக்ஷ் நாள் முழுவதும் வீட்டில் தங்காமல் போனது

அவளுடைய கவலையை மேலும் அதிகரித்தது. அண்டைப் பகுதியில் அவளின் நண்பர்கள் சிலர் வாழ்ந்தார்கள் என்பது உண்மைதான், அவர்களுடன் பொழுதைக் கழித்தாள் என்றாலும், தினமும் மணிக் கணக்கில் அவர்களுடன் இருப்பதென்பது அவளுக்கு வசதியாக இருக்கவில்லை. படிப்படியாக, அவர்களைச் சென்று பார்ப்பதை முற்றிலும் நிறுத்திவிட்டாள். பாக்கை நசுக்கியபடி அல்லது தன் பழைய துணிகளைத் தைத்தபடி, நாள் முழுவதும் அவள் தனது காலி வீட்டில் தங்கினாள். சில நேரம் பால்கனிக்குச் சென்று, தண்டவாளத்தை நோக்கி நின்றுகொண்டு, வீதிக்குக் குறுக்கே இருந்த ரயில்வே முற்றத்தில் நகரும், இல்லையேல் ஓரே இடத்தில் நிற்கும் என்ஜின்களை மணிக்கணக்கில் பார்த்தபடி இருந்தாள்.

சாலையின் அந்தப் பக்கம், கிடங்கு ஒன்று ஒரு முனையிலிருந்து மறுமுனை வரை நீண்டிருந்தது. வலதுபுறம் ஓர் உலோகக் கூரைக்குக் கீழே பெரும் சிப்பங்களாகவும் குவியல்களாகவும் பல்வேறு பொருள்கள் இருந்தன. இடதுபுறம், திறந்தவெளியில், ஒன்றையொன்று குறுக்கிடும் எண்ணற்ற ரயில் தடங்கள் இருந்தன. சூரிய ஒளியில் அந்த இரும்புத் தடங்கள் மின்னியபோதெல்லாம், அந்தத் தடங்களை ஒத்த, நீல நரம்புகள் புடைத்த தனது கரங்களின் மேல் சுல்தானாவின் பார்வை விழுந்தது. அந்தத் திறந்தவெளியில் இப்படியும் அப்படியுமாக எந்நேரமும் நகர்ந்த என்ஜின்களும் வண்டிப்பெட்டிகளும் தடதடவெனப் பெரும் சத்தமேற்படுத்தின. சுல்தானா அதிகாலையில் எழுந்து பால்கனிக்குச் சென்ற நாள்களில், ஒரு வினோதமான காட்சி அவளை வரவேற்றது - குண்டான தடித்த ஆண்களைப் போல் இருண்ட வானை நோக்கி அடர்த்தியான புகையை வெளியேற்றியபடி பனி படர்ந்த விடியலினூடாக எஞ்சின்கள் மெதுவாக ஏறின. தடங்களிலிருந்து சப்தமாக எழுந்த நீராவி மேகங்கள் காற்றில் விரைந்து கரைந்தன. தடத்தில் தனியாக ஓடும் தள்ளப்பட்ட ரயில்பெட்டியை அவ்வப்பொழுது பார்க்கும் நேரம் தன்னைத்தானே நினைத்துக்

கொண்டாள்: அவளும் அவளுடைய வாழ்க்கைத் தடத்தில் சுயமாக ஓட வெளியே தள்ளப்பட்டிருந்தாள். வெறுமனே மற்றவர்கள் சொடுக்கிகளை மாற்றிக்கொண்டிருந்தனர், அவள் முன்னே நகர்ந்தவாறிருந்தாள், கடவுளுக்குத்தான் தெரியும் அது எங்கே என்று. ஒரு நாள் வேகம் குறையும்பொழுது அவள் அறிந்திராத ஓரிடத்தில் அவளுடைய நிறுத்தம் வரக்கூடும்.

அனைத்து வகை எண்ணங்களாலும் அவள் மனது இடைவிடாமல் தாக்கப்பட, குறுக்குமறுக்கான தடங்களின் மேல், நின்றிருக்கும் அல்லது கடந்து போகும் என்ஜின்களை, மணிக்கணக்கில் அவள் தேடலுடன் பார்த்தபடி இருப்பாள். அம்பாலா கண்டோன்மென்ட்டிலும் புகைவண்டி நிலையத்திற்கருகில் அவள் வீடு இருந்தது, ஆனால் அங்கு அந்த விஷயங்களை ஒருபோதும் இவ்வாறு அவள் பார்த்ததில்லை. இப்போது அது வேறாயிருந்தது. இந்தத் தடங்களின் பிணையம், அங்குமிங்கும் எழும் நீராவி மற்றும் புகை, பெருத்த எஞ்சின்களால் இப்படியும் அப்படியும் இழுக்கப்படும் ரயில்களின் பெருக்கம் - இவையெல்லாம் அவளுக்கு ஒரு மாபெரும் விபச்சார விடுதியை நினைவுறுத்தின. சில சமயம் அந்த எஞ்சின்கள், அம்பாலாவில் அவ்வப்போது அவளைக் காண வந்த பெரிய மனிதர்களைப் போலத் தோன்றின. சில சமயங்களில் வண்டிப்பெட்டிகளுடன் மெதுவாகக் கடக்கும் தனித்த எஞ்சினைக் கண்டபோது, விலைமாதர்களின் குடியிருப்புகளைக் கடந்து செல்லுகையில், அவர்களின் பால்கனிகளை அண்ணாந்து பார்க்கும் ஒரு மனிதனின் உருவத்தை உருவகித்துக்கொண்டது அவள் மனது.

இத்தகைய எண்ணங்கள் தன்னை ஒருநாள் பைத்தியமாக்கக் கூடுமென்று சுல்தானா நம்பினாள். அதனால் அவை அவளுடைய மனதைத் தினப்படி தாக்கத் தொடங்கியதும் அவள் பால்கனிக்குச் செல்வதை நிறுத்தினாள்.

குதா பக்ஷிடம், 'கடவுளின் பொருட்டு என் மீது கொஞ்சம் கருணை வை. வீட்டில் இரு. நாள் முழுதும் நோயாளி போல்

நான் இங்கிருக்கிறேன்' என்று திரும்பத் திரும்ப வேண்டினாள். "என் அன்பே, நான் ஏதாவது சம்பாதிப்பதற்கு வெளியில் செல்கிறேன். கடவுள் புண்ணியத்தில், நமது கஷ்டகாலம் சீக்கிரம் முடிவுக்கு வரும்" என்று கூறி, ஒவ்வொரு முறையும் குதா பக்ஷ் அவளை அமைதிகொள்ளச் செய்தான்.

முழுதாக ஐந்து மாதங்கள் கடந்தது. ஆனால் இருவரின் துயர நாள்களும் முடிவிற்கு வரவில்லை. மொகரம் நெருங்கிக் கொண்டிருந்தது. வழக்கமான கருப்பு உடை வாங்க சுல்தானாவிடம் பணம் இல்லை. முக்தாரிடம் கருப்பு ஜார்ஜெட் கைகள் கொண்ட கவர்ச்சியான லேடி ஹாமில்டன் சட்டையும், அதற்குப் பொருத்தமாக கண் மையைப் போலப் பளப்பளத்த சாடின் கருப்பு சல்வாரும் ஏற்கெனவே இருந்தன. அழகான ஜார்ஜெட் புடவை ஒன்றை அன்வாரி வாங்கியிருந்தாள். அடர்த்தியான வெண்ணிறப் பாவாடைக்கு மேல் அதை அணியப் போவதாக அவள் சுல்தானாவிடம் சொல்லியிருந்தாள். ஏனென்றால் அதுவே அப்போதைய மோஸ்தராக இருந்தது. கருப்பு வெல்வெட்டிலான அழகிய செருப்புகளைச் சேலைக்குப் பொருத்தமாக அணிய அவள் வாங்கியிருந்தாள். இவற்றையெல்லாம் பார்த்து, மொகரம் பண்டிகையைக் கொண்டாடுவதற்கு இப்படித் துணிகள் வாங்கத் தனக்கு வழியில்லையே என்ற எண்ணம் சுல்தானாவிற்கு மிகுந்த வருத்தமளித்தது.

நம்பிக்கையற்றவளாக அவள் வீடு திரும்பினாள். அவளுக்குள் ஏதோ கட்டி முளைத்திருந்ததைப் போல் தோன்றியது. வீடு காலியாக இருந்தது. வழக்கம்போல் குதா பக்ஷ் வெளியில் சென்றிருந்தான். அவள் தரைவிரிப்பை விரித்தாள். ஒரு நீண்ட தலையணையைத் தலைக்கடியில் வைத்துக்கொண்டாள். தலையணையின் உயரத்தால் கழுத்து வலிக்கத் தொடங்கும் நேரம் வரைக்கும் அவள் தரைவிரிப்பில் படுத்திருந்தாள். பிறகு தனது வேதனையான எண்ணங்களை வெளியேற்றுவதற்காக எழுந்து பால்கனிக்குச் சென்றாள்.

பல வண்டிகள் ரயில்பாதையில் நிற்பதை அவள் பார்த்தாள். என்றாலும் கூட ஒரு எஞ்சினும் இல்லை. அது மாலை நேரம். தூசி மேலெழுவதைத் தடுக்க நீரால் அந்தத் தெரு நனைக்கப்பட்டிருந்தது. பால்கனிகளைக் கள்ளப் பார்வை பார்த்துவிட்டுப் பிறகு அமைதியாகத் தங்கள் வீட்டை நோக்கிச் செல்லும் ஆண்கள் பஜாரில் தோன்றத் துவங்கினர். அவர்களில் ஒருவன் சுல்தானாவைப் பார்த்தான். அவள் அவனை நோக்கிச் சிரித்தாள். ஆனால் துரிதமாக அவனை மறந்து விட்டாள். ஏனெனில், என்ஜின் ஒன்று திடீரென அவளுக்குக் குறுக்கேயிருந்த தடங்களிலிருந்து தோன்றியது. அவள் தீவிரமாக அதை நோக்கினாள், என்ஜினும் கருப்பு நிறத்தை அணிந்திருந்ததாகத் தோன்றிய சிந்தனை அவள் மனதில் மெல்ல உருவானது. இந்த வினோதமான சிந்தனையிலிருந்து தன்னை விடுவித்துக்கொள்ள அவள் தெருவைப் பார்த்தபோது அங்கு மாட்டுவண்டிக்கு அருகில் தன்னைக் காமத்துடன் வெறித்து நோக்கியபடி நின்ற அதே மனிதனைக் கண்டாள். அவள் அவனை அழைத்தாள். தன்னைச் சுற்றிப் பார்த்துக் கொண்டவன் பிறகு அவளது குடியிருப்புக்கு வரும் வழியை நுட்பமான சைகையில் கேட்டான். அவள் அவனுக்குச் சொன்னாள். யோசிப்பது போல் சற்று நேரம் காத்திருந்தான், பிறகு விறுவிறுவென மாடிக்கு வந்தான் அம்மனிதன். சுல்தானா அவனைக் கம்பளத்தில் அமர வைத்தாள். அவள், உரையாடலைத் துவங்குவதற்காக, "நீ ஏன் மேலே வருவதற்குப் பயந்தாய்?" என்று கேட்டாள்.

அவன் புன்னகைத்தபடி "நான் பயந்ததாக எது உன்னை நினைக்க வைக்கிறது? அதில் பயப்படுவதற்கு என்ன இருந்தது?" என்றான்.

"ஏனெனில் நீ தயங்கினாய், மேலே வருவதற்கு முன் சிந்திக்கச் சிறிதுநேரம் எடுத்துக்கொண்டாய்."

மீண்டும் புன்னகைத்த அம்மனிதன், "நீ தவறாக எடுத்துக்கொண்டாய். உண்மையில் நான் உனக்கு

கருப்பு சல்வார் ♣ 195

மேலிருந்த குடியிருப்பைப் பார்த்துக்கொண்டிருந்தேன். ஓர் ஆளைப் பார்த்துப் பெண்ணொருத்தி தனது நாக்கை நீட்டிக்கொண்டிருந்தாள். எனக்கு அது வேடிக்கையாக இருந்தது. பால்கனியில் பச்சை விளக்கு ஏற்றப்பட்டபோது, நான் கூடுதலாக அங்கேயே நின்றிருந்தேன். எனக்குப் பச்சை நிற ஒளி பிடிக்கும். அது கண்களுக்கு மிகவும் குளுமையானது." அவன் தன் விழிகளை அறை முழுவதும் அலையவிட்டான். பிறகு எழுந்துகொண்டான்.

"நீ போகிறாயா?" என்று சுல்தானா கேட்டாள்.

"இல்லை. உன் வீட்டை நான் பார்க்க வேண்டும். வா, எனக்கு எல்லா அறைகளையும் காண்பி."

ஒன்றன் பின் ஒன்றாக மூன்று அறைகளையும் அவனுக்கு அவள் காண்பித்தாள். ஒரு வார்த்தையும் பேசாமல் அவன் அவற்றிலிருந்து வெளியேறினான். முன்னர் அமர்ந்திருந்த அறைக்கு அவர்கள் திரும்பியபோது "என் பெயர் சங்கர்" என்று சொன்னான்.

முதல்முறையாக அந்த மனிதனை அவள் உற்றுப் பார்த்தாள். அவன் சுமாரான உயரத்திலிருந்தான். விசித்திரமான புத்திசாலித்தனத்துடன் எப்போதாவது ஒளிரும் வழக்கத்திற்கு மாறான பிரகாசமான தெளிந்த கண்களைத் தவிர்த்து மிகச் சாதாரணமான அம்சங்களையே கொண்டிருந்தான். அவனது உடல் உறுதியாகவும் கச்சிதமாகவும் இருந்தது. அவனுடைய தலைமுடி இரு நெற்றிப் பொட்டுக்கருகேயும் நரைத்திருந்தது. சாம்பல் நிறக் கம்பளிக் காற்சட்டையும் நீண்ட கழுத்துப்பட்டை கொண்ட வெள்ளைச் சட்டையும் அணிந்திருந்தான்.

தானல்ல, சுல்தானாதான் வாடிக்கையாளர் என்பது போல சங்கர் தரைவிரிப்பின் மீது அமர்ந்திருந்தான். இது அவளைச் சற்று எரிச்சலடையச் செய்தது. அதனால், "சரி. நான் உனக்கு என்ன செய்ய வேண்டும்?" என அவள் கேட்டாள்.

இப்போது அவன் படுத்துக்கொண்டு, "எனக்கு நீ என்ன செய்ய வேண்டும்? ம்ம், உனக்கு நான் என்ன செய்ய வேண்டும்? ஏனெனில் நீதான் என்னை இங்கு அழைத்தாய்" என்றான்.

சுல்தானா பதில் சொல்லாமலிருந்தபோது அவன் மறுபடியும் எழுந்தமர்ந்தான். "ஓ அப்படியா" என்றான். "சரி, இப்போது நான் சொல்லுவதைக் கவனி. நீ நினைத்துக் கொண்டிருந்ததெல்லாம் தவறு. இங்கே வந்து, பணம் செலுத்திவிட்டுப் பிறகு சென்று விடும் மற்றவர்களில் ஒருவனல்ல நான். மருத்துவர்களைப் போலவே எனக்கும் கட்டணமுண்டு. எனது வருகைக்குப் பணம் செலுத்தப்படுமென்று எதிர்பார்க்கிறேன்." இது அவளது சமநிலையைக் குலைத்தாலும் அவளால் சிரிப்பதைத் தடுக்க முடியவில்லை.

"நீ என்ன செய்கிறாய்?" என்று அவள் கேட்டாள்.

"நீ என்ன செய்கிறாயோ அதைத்தான் நான் செய்கிறேன்" என்று பதில் சொன்னான்.

"நான்.. நான்.. நான் எதுவும் செய்வதில்லை."

"நானும் எதுவும் செய்வதில்லை."

"இதில் ஒரு அர்த்தமும் இல்லை" என்று அவள் கோபத்துடன் கூறினாள். "நிச்சயமாக நீ ஏதாவது செய்து கொண்டிருக்க வேண்டும்."

"நீயும் ஏதாவது செய்துகொண்டிருக்க வேண்டும்" அவனும் சரிக்குச் சரியாகக் கூறினான்.

"நான் என்னுடைய நேரத்தை வீணாக்கிக் கொண்டிருக்கிறேன்."

"நானும்தான்."

"சரிதான், சேர்ந்தே வீணாக்குவோம்."

“எனக்குச் சம்மதம். ஆனால் நினைவில் கொள், நான் நேரத்தை வீணாக்குவதற்குப் பணம் செலுத்துவதில்லை.”

“இது ஒன்றும் சத்திரம் அல்ல, அதை நினைவில்கொண்டு பேசு.”

“நான் தொண்டு செய்பவன் அல்ல,”

“இந்தத் ‘தொண்டர்கள்’ யார்?” சுல்தானா சற்று நிறுத்திவிட்டுப் பின் கேட்டாள்.

“முட்டாப்பயல்கள்.”

“நானும் தொண்டு செய்பவள் அல்ல.”

“ஆனால் அந்த ஆள், உன்னோடு வாழ்ந்துகொண்டிருக்கும் அந்த குதா பக்ஷ், அவன் தொண்டு செய்பவன்தான்”

“ஏன்?”

“பல நாள்களாக ஒரு ஃபக்கீரைச் சந்தித்து வருகிறான். அம்மனிதர் தனது சொந்த அதிர்ஷ்டத்தைக் கூட மாற்ற முடியாதபோது, தன் அதிர்ஷ்டத்தை மாற்றுவாரென நம்பிக் கொண்டு...” சங்கர் சிரித்தான்.

“நீ ஒரு ஹிந்து, அதனால்தான் எங்கள் புனிதர்களைப் பற்றிக் கிண்டல் செய்கிறாய்” சுல்தானா பதில் கூறினாள்.

சங்கர் புன்னகைத்தான். “இப்படிப்பட்ட இடத்தில் இந்துவா முஸ்லிமா என்கிற கேள்விகள் எழுவதில்லை. மிகவும் பவித்திரமான பண்டிட்களோ அல்லது மௌலவிக்களோ இங்கு வந்தால் கூட, மிகவும் கச்சிதமான கனவான்களைப் போலத்தான் நடந்துகொள்வார்கள்.”

“நீ எத்தனை முட்டாள்தனமாகப் பேசுகிறாய் என்பது கடவுளுக்குத்தான் தெரியும். தெளிவாகச் சொல், இங்கு இருக்கிறாயா அல்லது போகிறாயா?”

"நான் இருக்கிறேன். ஆனால் நான் உன்னிடம் ஏற்கெனவே சொன்ன நிபந்தனையின் அடிப்படையில் மட்டுமே."

சுல்தானா எழுந்து, "அப்படியானால் நீ உன்னுடைய வழியில் செல்வது நல்லது" என்றாள்.

சங்கர் நிதானமாக எழுந்து தன்னுடைய ஜேப்பிகளில் இரு கைகளையும் நுழைத்துக்கொண்டு, வெளியே செல்லும் வழியில், "நான் அவ்வப்போது இந்த பஜார் வழியாகக் கடப்பேன். உனக்குத் தேவைப்படும்போதெல்லாம் என்னை அழை. நான் மிகவும் பயனுள்ள மனிதன்."

சங்கர் புறப்பட்டான். கருப்பு உடைகளை மறந்துவிட்டு, சுல்தானா நீண்டநேரம் அவனை நினைத்துக்கொண்டிருந்தாள். பாராட்டத்தக்க வகையில் அவனுடைய வேடிக்கைப் பேச்சு அவளுடைய இதயத்தை இலகுவாக்கி இருந்தது. அவள் அம்பாலாவில் அவனைச் சந்தித்திருந்தால் ஒருவேளை வேறொரு கண்ணோட்டத்தில் பார்த்திருப்பாள். அவள் அவனை வெளியே தூக்கி எறிந்திருக்கவும் கூடும். ஆனால் இங்கே, மனஞ்சோர்ந்த தற்போதைய நிலையில், அவளுக்கு அவனுடைய பேச்சு பிடித்திருந்தது.

மாலையில் குதா பக்ஷ் திரும்பி வந்த போது, "நாள் முழுவதும் எங்கு போயிருந்தாய்?" என்று அவள் கேட்டாள்.

மிகவும் சோர்வாகக் காணப்பட்ட குதா பக்ஷ், "நான் பழைய கோட்டைக்குச் சென்றிருந்தேன். அங்கு புனிதர் ஒருவர் சில நாள்கள் தங்கியிருக்கப் போகிறார். ஒருவேளை அவர் நமக்கு அதிர்ஷ்டத்தை அளிக்க உதவக் கூடுமென்ற நம்பிக்கையில் தினமும் நான் அவரைச் சந்திக்கிறேன்" என்றான்.

"அவர் உன்னிடம் எதுவும் கூறியுள்ளாரா?"

"இல்லை. அவர் இப்போது வரை எதுவும் சொல்லவில்லை. அவர் தன் கவனத்தை என் மேல் திருப்பவில்லை, ஆனால்

நான் என் முழு மனதுடனும் ஆன்மாவுடனும் அவருக்குச் சேவை செய்கிறேன். அது வீணாகாது. கடவுளின் அருளால் நம்முடைய நல்ல நாள்கள் திரும்ப வரும். அதை நான் உறுதியாக நம்புகிறேன்."

மொகரம் கொண்டாடும் சிந்தனையில் மூழ்கியிருந்த சுல்தானா வருத்தம் தோய்ந்த குரலில், "நீ நாள் முழுவதும் தினமும் மறைந்துவிடுகிறாய், நானோ எங்கும் செல்லமுடியாமல் கூண்டிலடைபட்டு இங்கு தங்கியிருக்கிறேன். மொகரம் நெருங்குகிறது. துக்கங்கொண்டாடும் கருப்பு ஆடைகள் எனக்குத் தேவைப்படுமென்பது உன் மனதில் பட்டிருக்கிறதா? வீட்டில் ஒரு துரும்பு கூட இல்லை. ஒன்றன் பின் ஒன்றாக எல்லா வளையல்களும் விற்றாகிவிட்டது. எப்படி நாம் சமாளிப்பது என்று எனக்குச் சொல். பக்கீர்களின் பின்னால் இன்னும் எத்தனை காலம் ஓடப்போகிறாய்? இங்கே நம்மிடம் இருந்து கடவுள் தன் அருளைத் திரும்ப எடுத்துக்கொண்டார் என்று எனக்குத் தோன்றுகிறது. நான் சொல்லுகிறேன், நீ திரும்பவும் உன்னுடைய பழைய வியாபாரத்தைச் செய் - குறைந்தபட்சம் அது ஏதாவது கொடுக்கும்."

அவன் தரைவிரிப்பின் மீது படுத்துக்கொண்டு, "நான் திரும்பவும் ஆரம்பிப்பது என்றால் எனக்குக் கொஞ்சம் பணம் தேவைப்படும். அல்லவா? கடவுளே, இனிமேல் இப்படி வலிமிகுந்த விஷயங்களைப் பேசாதே. மேற்கொண்டு என்னால் தாங்கமுடியாது. அம்பாலாவை விட்டு வந்ததில் பெரிய தவறு செய்துவிட்டேன். ஆம், ஆனால் எது நடக்கிறதோ அது கடவுளின் விருப்பத்தின் பேரில் நடக்கிறது... நம்முடைய நன்மைக்காகவும். யார் கண்டார்கள், இன்னும் கொஞ்சம் கஷ்டப்பட்ட பிறகு நாம்..."

சுல்தானா அவனை இடைமறித்தாள். "கடவுளே, ஏதாவது செய்! திருடு. கொள்ளையடி. ஆனால் எனக்கு ஒரு சல்வாரின் நீளத்திற்குத் துணியைக் கொண்டு வா. என்னிடம் ஏற்கெனவே அடர்த்தியான வெள்ளைச் சட்டை இருக்கிறது; அதற்கு நான்

சாயமேற்றுவேன். தீபாவளிக்கு நீ எனக்களித்த வெள்ளைப் பருத்தி துப்பட்டாவையும் சட்டையுடன் சாயமேற்றலாம். சல்வார் மட்டும் என்னிடம் இல்லை, நீ எனக்கு அதை ஏதாவதொரு வழியில் பெற்றுத் தர வேண்டும். பார், அதை நீ எனக்களிப்பாய் என்று என் மீது சத்தியம் செய், இல்லாவிட்டால் என்னைப் பிணமாகத்தான் காண்பாய்."

குதா பக்ஷ் விரைவாக எழுந்து அமர்ந்தான். "நீ வலியுறுத்திக் கொண்டே இருக்கிறாய். ஆனால் அதில் நியாயமில்லை. எங்கிருந்து அதை நான் பெறப்போகிறேன்? எனக்கான அபினை வாங்கக் கூட என்னிடம் ஒரு பைசாவும் இல்லை."

"எனக்கு அதைப் பற்றிக் கவலை இல்லை. நீ என்ன செய்ய வேண்டுமோ செய். ஆனால் எனக்கு நான்கரை கஜம் கருப்பு சாட்டின் துணியைக் கொண்டு வா."

"எனில் பிரார்த்தனை செய். இரண்டு அல்லது மூன்று வாடிக்கையாளர்களை இன்றிரவு அனுப்ப வேண்டுமெனக் கடவுளிடம் பிரார்த்தனை செய்."

"ஆனால், நீ விரலைக்கூட அசைக்கப் போவதில்லை - அதுதானே? நீ முயன்றால் துணியை வாங்குமளவிற்குச் சுலபமாகச் சம்பாதிக்க முடியும். போருக்கு முன் சாட்டின் துணி பன்னிரண்டு அல்லது மிஞ்சிப்போனால் பதினான்கு அணாக்களுக்கு விற்றது. இப்போது ஒண்ணேகால் ரூபாய் ஆகிவிட்டது. நான்கரை கஜம் வாங்க ஒருவருக்கு எவ்வளவு பணம் தேவைப்படும்?"

"அப்படியானால் சரி, நீ வலியுறுத்துவதால், ஏதாவது வழி இருக்கிறதா என்று நான் யோசிக்கிறேன்." அவன் எழுந்துகொண்டான். "ஆனால் இப்போதைக்கு அதை உன் மனதிலிருந்து விலக்கு. நான் உணவகத்திலிருந்து உணவு வாங்கி வருகிறேன்."

உணவு வந்தது. பேருக்கு அதைச் சாப்பிட்டுவிட்டு படுக்கைக்குச் சென்றனர். பழைய கோட்டையில் இருந்த பக்கீரைப் பார்க்க குதா பக்ஷ் விடியலில் புறப்பட்டான். சுல்தானா தனித்து விடப்பட்டாள். அவள் படுக்கையிலேயே கிடந்தாள், அதில் சிறிது நேரம் புரண்டாள், சிறிது நேரம் தூங்கினாள், அதன்பிறகு எழுந்து அறைகளின் நடுவே சிறிது நேரம் உலாவினாள். மதியநேர உணவிற்குப் பிறகு அவள் தனது வெண்ணிறப்பருத்தி துப்பட்டாவை எடுத்துக்கொண்டு கீழேயிருந்த சலவைக் கடைக்காரனிடம் கருப்பு நிறத்தில் சாயமேற்றுவதற்காக எடுத்து வந்தாள். அந்தச் சலவைக் கடை துணிகளைச் சாயமிடவும் வெளுக்கவும் செய்தது.

அவள் வீட்டிற்குத் திரும்பினாள். அவள் பார்த்த சினிமாவிலிருந்து கதைகளும் பாடல்களும் கொண்ட சினிமா பத்திரிகைகள் சிலதைப் புரட்டினாள், ஒரு கட்டத்தில் தூக்கம் வந்தது. அவள் விழித்தபோது ரயில்வே இடத்தின் சாக்கடையருகே சூரியன் இருந்ததால் ஏற்கெனவே மணி நான்காயிற்று என்பதை அவளால் கணிக்க முடியும். குளியலை முடித்தபிறகு ஒரு கம்பளிச் சால்வையால் தன்னைப் போர்த்திக் கொண்டு, வெளியில் பால்கனிக்கு வந்தாள். சுமார் ஒரு மணி நேரம் அங்கே நீடித்திருந்தாள். காற்றில் குளிரின் கடுப்பு இருந்தபோதும் அவளை அது சங்கடப்படுத்தவில்லை. சட்டென்று சங்கரைப் பார்க்கும்வரை, அவள் கார் மற்றும் டோங்காக்களின் சந்தடியைக் கவனித்துக்கொண்டிருந்தாள். அவளது குடியிருப்புக்கு நேர்கீழே வந்த பிறகு, அவன் தனது தலையை உயர்த்தி சுல்தானாவைப் பார்த்து புன்னகைத்தான். அவள் தன்னிச்சையாக மேலே வரும்படி கைகளால் சைகை செய்தாள்.

அவன் நுழைந்தபோது அவள் வார்த்தைகளற்றவளானாள். யோசிக்காமல் ஓர் உணர்ச்சி வேகத்தில் அவனை அழைத்திருந்தாள். சொந்த வீட்டில் இருப்பதைப் போல சங்கர் மிகவும் இயல்பாக இருந்தான், முந்தைய வருகையில் செய்ததைப்

போலத் தரைவிரிப்பை விரித்து, நீள்தலையணையில் தலையைச் சாய்த்தான். நீண்டநேரமாக சுல்தானா வார்த்தை ஒன்றையும் பேசவில்லை என்பதை உணர்ந்து, 'நீ என்னை நூறு தடவை அழைக்கலாம், நூறு தடவை சுலபமாகத் திரும்பிப் போகவும் செய்யலாம்... அதைப் பற்றி எனக்கொன்றுமில்லை - ஒருபோதும் இல்லை" என்றான்.

அவளுக்கு என்ன செய்வதென்று தெரியவில்லை. "இல்லை இல்லை, உட்கார்' என்றாள். 'யார் உன்னைப் போகச் சொன்னது?"

சங்கர் புன்னகைத்தான். "எனவே என்னுடைய நிபந்தனைகளை ஒத்துக் கொள்கிறாய் அல்லவா?"

"என்ன நிபந்தனைகள்? நீ என்னுடன் முறையான திருமண உடன்படிக்கையைச் செய்துகொள்கிறாயா என்ன?" அவள் சிரித்துக் கொண்டே கேட்டாள்.

"உடன்படிக்கையா.. திருமணமா? நீயோ அல்லது நானோ ஒருபோதும் திருமணம் செய்துகொள்ளப் போவதில்லை. இந்த மரபுகள் யாவும் நமக்கு விருப்பமானதல்ல. எனவே, இந்த முட்டாள்தனத்தை நிறுத்திவிட்டு ஏதாவது நடக்கக் கூடியதைப் பேசு."

"சரி, நான் என்ன பேச வேண்டுமென்று நீ விரும்புகிறாய்."

"நீ ஒரு பெண்மணி. என் மனம் உல்லாசம் கொள்ளத்தக்க வகையில் ஏதாவது சொல். வியாபாரத்தைக் காட்டிலும் முக்கியமானது வாழ்க்கையில் நிறைய உண்டு."

இப்போது சுல்தானா அம்மனிதனை இணக்கத்துடன் பார்க்கத் துவங்கினாள். "தெளிவாகச் சொல். என்னிடமிருந்து உனக்கு என்ன வேண்டும்?" என்று கேட்டாள்.

"ஏன், மற்றவர்களுக்குத் தேவையான அதேதான்," அவன் உட்கார்ந்தான்.

"ஆகவே, உனக்கும் மற்றவர்களுக்கும் வித்தியாசம் எதுவும் இல்லையா?"

"உனக்கும் எனக்குமிடையே எந்த வித்தியாசமும் இல்லை, பூஜ்ஜியம். ஆனால் அவர்களுக்கும் எனக்குமிடையே கடலளவு வேறுபாடு உண்டு. ஒருவர் ஒருபோதும் கேட்கக்கூடாத விஷயங்கள் உண்டு, அவை உணரப்பட வேண்டும்."

அவன் வார்த்தைகளில் இருந்த உள்ளார்ந்த அர்த்தங்கள் பற்றிச் சிறிது நேரம் யோசித்தபிறகு, "எனக்குப் புரிகிறது என நினைக்கிறேன்" என்றாள் சுல்தானா.

"ஆக நீ என்ன சொல்கிறாய்?" என்று அவன் கேட்டான்.

"சரிதான், வெற்றி உனக்கே. ஆனால் இத்தகைய முன்மொழிவை இதற்கு முன் வேறு எவரும் ஒத்துக்கொண்டிருக்கவில்லை என நான் உறுதியாக நம்புகிறேன்."

"இல்லை, நீ சொல்வது தப்பு. அதிக தூரம் போக வேண்டியதில்லை. நீ அனுபவிக்கும் இவ்வகையிலான அவமானத்தை - அது தரும் வலியைச் சற்றும் உணராதவளைப் போல - ஒரு பெண்ணால் ஏற்றுக்கொள்ள முடியுமென்பதை நம்பச் சிரமப்படுகிற அப்பட்டமான எளிய-மனங்கொண்ட பெண்களை இந்த அண்டைப் பகுதியிலேயே உன்னால் நிறைய பார்க்க முடியும். ஆனால், அவர்கள் ஏற்றுக்கொண்டாலும் கொள்ளாவிட்டாலும் உன்னைப் போன்ற பெண்கள் ஏராளம் உண்டு... நான் சுல்தானா, இதை நீ ஏற்றுக்கொள்கிறாய் இல்லையா?"

"ஆம், நான் சுல்தானா."

அவன் எழுந்து நின்று சிரித்தான், "நான் சங்கர். இந்தப் பெயர்கள், அவற்றுக்கு எந்த அர்த்தமுமில்லை. வா, நாம் அடுத்த அறைக்குச் செல்வோம்."

தரைவிரிப்புடன் அவர்களிருவரும் அறைக்குத் திரும்பியபோது இருவருமே சிரித்துக்கொண்டிருந்தனர், ஏனென்று, எதன் பொருட்டு என்பது கடவுளுக்குத்தான் தெரியும்.

அவன் கிளம்பவிருந்த நேரத்தில், சுல்தானா, “சங்கர், எனக்காக ஒன்றைச் செய்வாயா?” என்று கேட்டாள்.

“முதலில் என்னவென்று எனக்குச் சொல்.”

அவள் கொஞ்சம் சங்கடமாக உணர்ந்தாள், “என் கட்டணத்தை வசூலிக்க முயற்சி செய்வதாக நீ எண்ணக்கூடும் என்று நான் பயப்படுகிறேன். ஆனால்...”

“சரி, சரி, நிறுத்தாதே.”

அவள் சொல்லுவதற்கு தைரியத்தை வரவழைத்துக்கொண்டு, “அது என்னவென்றால், மொகரம் நெருங்குகிறது, கருப்பு சல்வார் வாங்க என்னிடம் போதிய பணமில்லை. எங்களின் எல்லாக் கஷ்டங்களைப் பற்றியும் என்னிடமிருந்து நீ ஏற்கெனவே கேட்டிருக்கிறாய். எனது சட்டையையும் துப்பட்டாவையும் இன்று காலைதான் சாயமேற்ற அளித்துள்ளேன்,” என்றாள்.

அவள் கூறியதைக் கேட்ட சங்கர், “ஆக, நான் உனக்குக் கருப்பு சல்வாருக்குப் பணம் தர வேண்டும்?” என்றான்.

உடன் அவள் பதிலுரைத்தாள், “இல்லை, நான் அந்த அர்த்தத்தில் சொல்லவில்லை. ஆனால், முடிந்தால் எனக்கு ஒரு கருப்பு சல்வார் வாங்கித் தர முடியுமா?”

சங்கர் புன்னகைத்தான், “எனது சட்டைப்பையில் எப்போதாவது நான் பணம் வைத்திருக்கிறேனா? எப்போதாவது வைத்திருந்தேனெனில் அதை நல்லதிர்ஷ்டம் எனலாம். இருந்தாலும், நான் முயற்சி செய்கிறேன். மொகரத்தின் முதல் நாளன்று நீ உனது சல்வாரைப் பெற்றுக் கொள்வாய். இப்போது சந்தோஷமா?”

அவன் சுல்தானாவின் காதணிகளைப் பார்த்தான், “நீ எனக்கு அந்தக் காதணிகளைத் தர முடியுமா?” என்று கேட்டான்.

அவள் சிரித்துக்கொண்டே, “அவற்றைக் கொண்டு நீ என்ன செய்வாய்?” என்று கேட்டாள். “அவை ஐந்து ரூபாய்க்கு மேல் பெறாத மிகச் சாதாரணமான வெள்ளிக் காதணிகள்.”

“நான் காதணிகளைக் கேட்கிறேன், அவற்றின் விலையை அல்ல. நீ கொடுப்பாயா?”

“நீ அவற்றைப் பெறலாம்,” அவள் காதணிகளை அவிழ்த்து அவற்றைச் சங்கரிடம் கொடுத்தாள், பிறகு வருந்தினாள். ஆனால் அப்போது சங்கர் சென்று வெகுநேரம் ஆகியிருந்தது.

சங்கர் தன்னுடைய வார்த்தைகளைக் காப்பாற்றுவான் என்று அவள் முற்றிலும் நம்பவில்லை. ஆனால் எட்டு நாள்களுக்குப் பிறகு, மொகரத்தின் முதல் நாளன்று, காலை ஒன்பது மணிக்குக் கதவு தட்டப்படும் ஓசையைக் கேட்டாள். அவள் கதவைத் திறந்தாள். சங்கர் அவளுக்கு முன்பாக நின்றிருந்தான். செய்தித்தாளில் சுற்றிய ஏதோவொன்றை அவளிடம் தந்து, “இது ஒரு கருப்பு நிற சாட்டின் சல்வார். இதனைப் பார். ஒருவேளை உனக்குச் சற்று நீளமாக இருக்கக்கூடும். நான் இப்பொழுது போக வேண்டும்.”

அவன் அந்தப் பொட்டலத்தை ஒப்படைத்துவிட்டு மேற்கொண்டு எதுவும் கூறாமல் அகன்றான். இப்பொழுதுதான் விழித்தெழுந்து நேராக அவளுடைய குடியிருப்பிற்கு வந்தது போல, அவனது காற்சட்டைகள் கசங்கியும் தலைமுடி கலைந்துமிருந்தது.

சுல்தானா அதனைப் பிரித்துப் பார்த்தாள். அது ஒரு கருப்பு நிற சாட்டின் சல்வார், முக்தாரிடம் இருந்தது போன்ற அதே ஒன்று. அவள் மிகுந்த மகிழ்ச்சியடைந்தாள். அவளது காதணிகள் குறித்த அவளுடைய வருத்தமும், சங்கருடன் கொண்ட பரிவர்த்தனையும் சட்டென மறைந்தது. அவள் தன்னுடைய

வாக்குறுதியை நிறைவேற்றியிருந்தான், அவளுக்கு அவளது சல்வார் கிடைத்தது.

தற்போது கருப்புச் சாயமிடப்பட்டிருந்த தன் சட்டையையும் துப்பட்டாவையும் அவள் சலவைக்கடையிலிருந்து மதியம் வாங்கிக்கொண்டாள். அவள் தன்னுடைய கருப்பு ஆடையை மாற்றிக்கொண்ட பின்பு, யாரோ கதவைத் தட்டுவதைக் கேட்டாள். அவள் அதனைத் திறந்தாள். முக்தார் உள்ளே வந்தாள். மூன்றையும் அணிந்திருந்த சுல்தானாவின் தோற்றத்தை கண்ட அவள், "சட்டையும் துப்பட்டாவும் சாயம் ஏற்றப்பட்டது போல் தோன்றுகிறது, ஆனால் இந்த சல்வார் புதிதாக இருக்கிறதே. எப்போது இதைத் தைத்தாய்?" என்றாள்.

"இன்று காலைதான் தையல்காரன் இதைக் கொடுத்தான்." இதனைச் சொல்லும் பொழுதே அவள் பார்வை முக்தாரின் காதணிகளின் மீது விழுந்தது, "நீ இதனை எப்போது வாங்கினாய்?" என்று கேட்டாள்.

"இன்றுதான்."

அதன்பிறகு இருவராலும் சற்று நேரம் எதையுமே சொல்ல முடியவில்லை.

இழத்தலின் இன்பம்

மனிதர்கள் வெற்றிபெறுவதில் மகிழ்கிறார்கள். ஆனால் அவனுக்கோ, உண்மையைச் சொன்னால், தோல்வியில்தான் அதிக சுவாரஸ்யம் இருப்பதாகப்பட்டது, குறிப்பாக வெற்றிக்குப் பிறகாக அது வரும்போது. வெற்றி பெறுவது மிகவும் சுலபம், தோற்பதுதான் அவனுக்கு ஆர்வமூட்டியது. முன்பு, ஒரு வங்கியில் அவன் பணிபுரிந்தபோது, நிறைய பணத்தைக் குவிக்க வேண்டுமென்ற எண்ணம் அவனுக்கும் இருந்தது. அது சாத்தியமற்றதென்று அவன் உறவினர்களும் நண்பர்களும் கேலி செய்தார்கள். அதற்குப் பின் அவன் பம்பாய்க்குச் சென்றான். பிறகு விரைவாகவே, தனது உறவினர்களுக்கும் நண்பர்களுக்கும் நிறைய பணத்தை அனுப்பிப் பொருளாதார உதவிகள் செய்தான்.

பம்பாயில் எண்ணற்ற வாய்ப்புகள் நிறைந்திருந்தன. அவன் பெரும்புகழும் பணமும் அள்ளித்தருமெனும் நம்பிக்கையளித்த சினிமாத் துறையைத் தேர்ந்தெடுத்தான். இவ்வுலகில் அவன் கட்டுக்கட்டாகப் பணம் சேர்க்கவும் முடியும், அதைச் சுலபத்தில் இழக்கவும் முடியும். இன்னும் அங்கு அவன் பீடுநடை போட்டுக்கொண்டுதான் இருக்கிறான். அவன் ஆயிரக்கணக்கில்.. கோடிக்கணக்கில் சம்பாதித்தான், அதைத் தொலைக்கவும் செய்தான். நொடியில்பெற்றதைக் காலப் போக்கில் வீணடித்தான். அவன் ஒரு படத்திற்குப் பாடல்கள் எழுதி லட்ச ரூபாய் சம்பாதித்தான், ஆனால் அபரிமிதமான அந்தத் தொகையை இழக்க நீண்ட காலம் ஆனது - தாசிகளின்

மாடங்களில், தரகர்களின் கூடுகைகளில், பந்தயங்களில், உடன் சூதாட்டக் கூடங்களிலும்.

அவனது படங்களில் ஒன்று பத்து லட்சமென்கிற பெருந்தொகையை லாபமாக அளித்தது. அபரிமிதமான இந்த லாட்டரியை எப்படி வீணாக்கலாம் என்பதே பெரிய கேள்வியாக இருந்தது. எனவே பாதையிலிருந்த ஒவ்வொரு அடியிலும் வேண்டுமென்றே தடுமாறினான். ஒன்றல்ல மூன்று கார்களை வாங்கினான். புத்தம்புதியது ஒன்றும், பழைய வண்டிகள் இரண்டும். அத்தனை விலைக்குத் தகுந்தவை அல்ல என்று தெரிந்தே அவற்றை வாங்கியிருந்தான். அவற்றை வீணாகப் போகும்படி வீட்டிற்கு வெளியே நிறுத்தி வைத்தான். பெட்ரோல் தட்டுப்பாடு என்று புதிய வண்டியை வாகனக் கூடத்தின் உள்ளே பூட்டி வைத்தான். கடைசியில் வாடகை வண்டிதான் அவனுக்கான விடை. ஆக காலையில் கார் ஒன்றை வாடகைக்கு அமர்த்திக்கொண்டு கிளம்பி ஓரிரு மைல்களுக்குப் பிறகு ஓட்டுநரை நிறுத்தச்சொல்வான். சாலையில் தென்படும் ஏதேனும் ஒரு சூதாட்ட விடுதி அல்லது மற்றொன்றின் அருகில், மறுநாள் இரண்டு அல்லது இரண்டரை ஆயிரங்களை இழந்தபிறகு அந்த இடத்திலிருந்து வெளியேறுவான். வேண்டுமென்றே இன்னொரு வாடகை வண்டியில் வீட்டிற்குத் திரும்புவான். அந்த ஓட்டுநருக்குப் பணம் கொடுக்க மறந்திருப்பான். மறுநாள் வீட்டிலிருந்து வெளியே வரும்போது அங்கே வாசலில் அவன் பணத்திற்காகக் காத்திருக்கும்போது, "அடேய் இன்னமுமா இங்கே இருக்கிறாய், சரி வா, என் அலுவலகத்திற்குப் போவோம், அங்கே உனது பணத்தைத் தரச் சொல்கிறேன்" என்பான். ஆனால் அலுவலகம் சென்ற பின் மறுபடியும் பணம் கொடுக்க மறந்து விடுவது. இப்படி...

ஒன்றன் பின் ஒன்றாக அவனது மூன்று படங்கள் பெரும் வெற்றி பெற்று, அதற்கு முந்தைய அத்தனை சாதனைகளையும் முறியடித்தன. அவன் பணத்தில் நீந்திக்

கொண்டிருந்தான். அவன் புகழ் வானளவு உயர்ந்தது. ஆனால் அவனுக்கு அது மிக எரிச்சலூட்டியது. ஆகவே அவன் வேண்டுமென்றே படுதோல்வி அடையும் வகையில் ஒன்றிரண்டு படங்கள் தயாரித்தான், சொல்லப்போனால், அவற்றைப் பற்றி ஊரெல்லாம் பேச்சாக இருக்குமளவிற்கு மோசமான தோல்விகளாக அவை இருந்தன. தான் சீரழிந்தது மட்டுமல்லாமல், கூட இருந்த சிலரையும் கெடுத்தான். ஆனால் அவன் சோர்வு கொள்பவனல்ல. அவனோடு இருந்தவர்களின் துவண்ட மனங்களுக்கு உற்சாகமளித்து இன்னொரு வெற்றிப் படத்தை இயக்கினான். அந்தப் படமொரு தங்கச் சுரங்கமாக அமைந்தது.

அவன் பெண்களோடு பழகிய முறையும் இலாபம் - நஷ்டம் எனும் இதே பாங்கில்தான் இருந்தது. ஏதாவதொரு விபச்சார விடுதி அல்லது 'ஆடல்-பாடல்' நிகழுமிடத்திலிருந்து ஒருத்தியைத் தேர்வு செய்து, அவளுக்காக ஆடம்பரமாகச் செலவு செய்வான். அவளைப் புகழின் உச்சியில் ஏற்றுவான். அவளுடைய பெண்மையை மிச்சமில்லாமல் உறிஞ்சிய பிறகு அவளாகவே விலகி, மற்ற ஆண்களுடன் செல்லும்படியான வாய்ப்புகளை அவனே சாமர்த்தியமாக ஏற்படுத்துவான்.

ஏதாவது அழகியின் அனுகூலத்தைப் பெறுவதற்கு பெரிய பணக்காரர்களுடன், கவர்ச்சிகரமான இளைஞர்களுடன் கடும் போட்டியிட்டாலும், இறுதியில் எப்போதும் அவனே வெற்றி பெறுவான். முட்புதருக்குள் கையை விட்டு அவன் விருப்பம்போல் ஒரு மலரைக் கொய்து, அதை மடி மீது இருத்திக் கொள்வான். பிறகு தன் போட்டியாளன் அதைப் பறித்துக்கொண்டு போகக் களிப்புடன் அனுமதிப்பான்.

அவன் ஃபராஸ் தெருவிலிருந்த சூதாட்ட விடுதிக்குத் தொடர்ச்சியாகப் பத்து நாள்கள் சென்றபோதுதான் தோல்வியின் போதை அவன் தலைக்கேறியது. அதே சமயத்தில் அழகான நடிகை ஒருத்தி அவனிடமிருந்து விடைபெற்றிருந்தாள். பத்து இலட்சங்கள் ஒரு படத்தினால்

நஷ்டமாகியிருந்தது. ஆனால், அவ்விரண்டு இழப்புகளும் எதிர்பாராத வகையில் நிகழ்ந்திருந்ததால் அவனுடைய 'தோல்வித் தாகம்' இன்னும் அடங்காமலிருந்தது. இம்முறை அவன் போட்ட கணக்குகள் வெளிப்படையாகவே தவறியிருந்தன. அவன் இப்போது தினந்தோறும் குறிப்பிட்ட அளவு பணத்தை ஃபராஸ் தெருவிலிருந்த சூதாட்ட விடுதியில் கவனமாக இழப்பது இந்தக் காரணங்களால்தான்.

அவன் தன் சட்டைப் பையில் இருநூறு ரூபாய்களுடன் தினமும் மாலை பவன் புல்லுக்குப் புறப்படுவான். இரும்புக் கம்பிகள் போட்ட ஜன்னல்கள் வழியே தங்களை விபச்சாரிகள் காட்சிப்படுத்தியிருந்த சாளரங்களையெல்லாம் கடந்து - இரும்புக் கம்பிகள் அவற்றினூடாகக் கிடைமட்டமாக வேயப்பட்டிருக்கும் - அவனது வாடகைக் கார் தெருக் கம்பத்தினருகே நிற்கும். வண்டியை விட்டு வெளியேறி தனது கனத்த மூக்குக் கண்ணாடியையும் வேட்டியின் முன்மடிப்புகளையும் அவன் சரி செய்துகொள்வான். பிறகு அவனுக்கு வலதுபுறத்தில் இரும்புக் கம்பிகளுக்குப் பின்னால் உடைந்த கண்ணாடியின் முன் தன்னை ஒப்பனை செய்தவாறிருக்கும் அந்த விகாரமானவளைப் பார்த்தவாறே, தனது இருக்கைக்குப் படியேறிச் செல்வான்.

கடந்த பத்து நாளாக அவன் இந்த ஃபராஸ் தெருவிலிருந்த சூதாட்ட விடுதிக்கு வந்துகொண்டிருந்தான். ஒவ்வொரு வருகையிலும் இருநூறு ரூபாய்களை இழப்பதெனத் தீர்மானித்திருந்தான். சில சமயம் சொற்ப நிமிடங்களுக்குள் முடியும் ஆட்டம் சில நாள் அதிகாலை வரையிலும் நீளும்.

பதினோராவது நாள் - அவனுடைய வாடகை வண்டி தெருக்கம்பத்திற்கு அருகில் நின்றவுடன் அவன் வெளியில் வந்தான். தனது கனத்த மூக்குக் கண்ணாடியை, வேட்டியின் முன் மடிப்புகளைச் சரிசெய்துகொண்டு வலதுபுறம் பார்த்தான். கடந்த பத்து நாள்களும் அந்த விகாரமான பெண்மணியைத் தான் தொடர்ந்து பார்த்துக்கொண்டிருப்பதை நினைத்து

அவனுக்குள் வினோதமான உணர்வு எழுந்தது. வழக்கம்போல் அவள் மரஇருக்கையில் அமர்ந்து உடைந்த கண்ணாடியின் முன்னால் தன்னை ஒப்பனை செய்துகொண்டிருந்தாள்.

அவன் இரும்புக் கம்பிகளுக்குப் பக்கவாட்டில் வந்து, அந்த நடுத்தர வயதுப் பெண்ணை உற்று நோக்கினான்: கருத்த நிறம், எண்ணெய் வடியும் தோல், கன்னங்களிலும் தாடையிலும் நீல வட்டங்களை அவள் பச்சை குத்தியிருந்தாள் - அது அவளின் கேவலமான கறுப்புத்தோலோடு ஒன்றியிருந்தது. எப்போதும் வெற்றிலையும் புகையிலையும் மென்றதால் ஈறுகளும் பற்களும் அகோரமாகக் காட்சியளித்தன. எந்த மாதிரி ஆள் அவளிடம் போவான் என்று திகைத்தான்.

கம்பிகளை நோக்கி அவன் இன்னொரு காலடி வைத்தபோது அந்த விகாரமான பெண்மணி அவனைப் பார்த்துச் சிரித்தாள். முகம் பார்க்கும் கண்ணாடியை ஒரு புறம் வைத்துவிட்டு அவனைப் பார்த்து, "என்ன முதலாளி உள்ளே வருகிறீர்களா?" என்று அருவருக்கத்தக்க முறையில் கேட்டாள்.

வயதையும் தோற்றத்தையும் பொருட்படுத்தாமல் வாடிக்கையாளர்கள் இப்போதும் தன்னிடம் வருவார்கள் என நம்பிய அந்தப் பெண்ணை அவன் கூர்ந்து கவனித்தான், மிகுந்த ஆச்சரியத்துடன், "உனக்கு என்ன வயது இருக்கும்மா?" என அவளிடம் கேட்டான்.

இது அவளது உணர்வுகளைப் புண்படுத்தியது. அவள் முகத்தைச் சுளித்து அவனை மராத்தி மொழியின் தகாத வார்த்தைகளில் திட்டினாள். அவன் உடனே தன் தவறையுணர்ந்து, மனமார மன்னிக்க வேண்டினான். "தயவு செய்து என்னை மன்னித்து விடும்மா. நான் சகஜமாகக் கேட்டுவிட்டேன், அவ்வளவுதான். இங்கே நீ ஒரு நாளைப் போல் ஒவ்வொரு நாளும் அலங்கரித்துக் கொண்டு அமர்ந்திருப்பதைப் பார்த்து எனக்கு ஆச்சரியமாக இருக்கின்றது. உன்னிடம் யாரும் வருகிறார்களா?"

அந்தப் பெண்மணி பதில் சொல்லவில்லை. அவன் மீண்டும் தான் செய்த தவறை உணர்ந்தவனாக, ஆவலாதிகளற்ற குரலில் வினவினான் "உன் பெயர் என்னம்மா?"

திரைச்சீலையை விலக்கிக்கொண்டு செல்வதற்காக விரைந்தபோதும் அவள் உள்ளே போகாமல் நின்றாள், "கங்குபாய்" என்றாள்.

"என்னிடம் சொல் கங்குபாய், ஒரு நாளைக்கு எவ்வளவு சம்பாதிக்கிறாய்?"

அவனுடைய குரலிலிருந்த பரிவை உணர்ந்துகொண்டவளாக, ஜன்னல் கம்பிகளுக்கருகே வந்து, "ஆறு, சில சமயம் ஏழு ரூபாய்... சில சமயம் பூஜ்ஜியம்" என்றாள்.

"ஆறு, சில சமயம் ஏழு ரூபாய்... சில சமயம் பூஜ்ஜியம்" - அவன் கங்குபாயின் சொற்களைத் திருப்பிக் கூறியபோது, தன் சட்டைப் பையில் தான் வீணாக்கக் கொண்டு வந்திருந்த இருநூறு ரூபாய்களை நினைத்துப் பார்த்தான். சட்டென அவன் மனதில் யோசனை ஒன்று மின்னியது.

"இதோ பார் கங்குபாய், உனக்கு நாள் ஒன்றுக்கு ஆறு அல்லது ஏழு ரூபாய்தான் கிடைக்கிறது. நான் உனக்குப் பத்து ரூபாய் கொடுக்கிறேன்."

"வேலைக்காகவா?"

"இல்லை, வேலைக்காக இல்லை. ஆனால் நீ அதை வேலைக்காக என்று நினைத்துக்கொள்ளலாம்." அவன் பத்து ரூபாய்த்தாளைத் தன்னுடைய சட்டைப்பையிலிருந்து விரைவாக உருவி, "இதோ எடுத்துக் கொள்" என்று அதனை ஜன்னல் கம்பி வழியே தள்ளினான்.

கங்குபாய் பணத்தை எடுத்துக்கொண்டு அவனை ஆச்சரியமாகப் பார்த்தாள்.

"இதோ பார் கங்குபாய், நான் தினமும் மாலை இதே நேரத்தில் உனக்குப் பத்து ரூபாய் கொடுப்பேன், ஆனால் ஒரு நிபந்தனை."

"நிபந்தனையா? என்ன நிபந்தனை?"

"அதாவது, நீ உன் பத்து ரூபாயைப் பெற்றுக் கொண்டவுடன் இரவு உணவைச் சாப்பிட்டுவிட்டுத் தூங்கச்சென்றுவிட வேண்டும். உன்னுடைய விளக்குகள் எரிவதை நான் பார்க்கக் கூடாது."

கங்குபாயின் இதழ்களில் வினோதமான சிரிப்பு ஒன்று தெறித்தது.

"சிரிக்காதே. நான் உண்மையாகத்தான் சொல்கிறேன். நான் கொடுத்த வாக்கை மீறுவதில்லை."

பிறகு அவன் சூதாட்ட விடுதிக்குப் போனான். "நான் இங்கே இருநூறு ரூபாய்களை விரயமாக்க நினைத்தேன், அது நூற்றுத் தொண்ணூறாக ஆனால்தான் என்ன இப்போது?!" என்று படிகளில் ஏறும்போது நினைத்தான்.

பல நாள்கள் கழிந்தன. தினமும் மாலை மின்கம்பம் அருகே வாடகைக் கார் நிற்கும். அவன் வெளியில் வருவான், தன் மூக்குக் கண்ணாடியைச் சரி செய்வான், அவனுடைய வலது பக்கத்தில் ஜன்னல் கம்பிகளுக்குப் பின்புறம் மர இருக்கையில் வசதியாக அமர்ந்திருந்த கங்குபாயைக் காண்பான், வேட்டியின் முன் மடிப்பைச் சரி செய்வான், பத்து ரூபாய்த்தாளை உருவியெடுத்து அவளிடம் கொடுப்பான். அவள் தன் நெற்றிமீது அதை வைத்து, 'சலாம்' செய்து அவனுக்கு நன்றி கூறுவாள். அவன், அதன் பிறகு மாடிப்படியேறிச் சென்று நூற்றுத் தொண்ணூறு ரூபாய்களைச் சீட்டாட்டத்தில் இழப்பான். வெளியே வரும்போது இரண்டு முறை, இரவு பதினோறு மணி அல்லது காலை இரண்டு, மூன்று மணிக்குக் கங்குபாயின் கடை மூடி இருப்பதை அவன் கண்டான்.

ஒருநாள் மாலையில், அவளுடைய பத்து ரூபாயைக் கொடுத்த பிறகு சூதாட்ட விடுதிக்குச் சென்றவன் பத்து மணிக்கே ஆட்டத்தை முடித்துவிட்டான். ஒவ்வொருமுறையும் துரதிருஷ்டமான சீட்டுகள் கைகளில் ஏற அன்றைய நாளின் பண ஒதுக்கீட்டைச் சில மணி நேரங்களிலேயே இழந்திருந்தான். கோட்டாவில் இருந்து அவன் கீழே இறங்கி வாடகைக் காரில் ஏறும் முன் அவனுடைய கண்கள் கங்குபாயின் கடைப் பக்கம் சென்றது. கடை திறந்திருந்ததோடு, அவள் கம்பிகளுக்குப் பின்புறம் உட்கார்ந்திருந்ததைப் பார்த்துத் திகைத்தான். அவள் வாடிக்கையாளர்களுக்காகக் காத்திருந்ததாகத் தோன்றியது. அவன் வண்டியிலிருந்து இறங்கி அவளை நோக்கிச் சென்றான். கங்குபாய் அவன் இறங்கி வருவதைக் கண்டு பீதியடைந்த அதே நேரத்தில், அவன் அவளுக்கு முன்னால் போய் நின்றிருந்தான்.

"என்ன இது கங்குபாய்?"

அவள் பதில் சொல்லவில்லை.

"நீ உன் வாக்குறுதியை நிறைவேற்றவில்லை. மாலையில் உன் விளக்குகள் அணைந்திருக்க வேண்டுமென்று நான் சொல்லவில்லையா? ஆனால் நீயோ இங்கு இப்படி அமர்ந்திருக்கிறாய்.."

ஏமாற்றமும் துக்கமும் அவன் குரலில் வழிந்தது. கங்குபாய் கவனமானாள்.

"நீ மோசமானவள்" என்று சொல்லிவிட்டு நடக்கத் தொடங்கினான்.

"போகாதீர்கள், முதலாளி! நில்லுங்கள்" என அவனை அழைத்தாள்.

அவன் நின்றான். கங்குபாய் மெதுவாக ஒவ்வொரு வார்த்தையாக அளந்து பேசினாள். "ஆமாம், நான் மோசமானவள்தான், மிகவும் மோசமானவள். ஆனால்

இங்கே யார் நல்லவர்கள்? முதலாளி, நீங்கள் ஒரு விளக்கை அணைத்து வைக்க பத்து ரூபாய் கொடுக்கிறீர்கள், ஆனால் உங்களைச் சுற்றிப் பாருங்கள், இன்னும் எத்தனை விளக்குகள் எரிகின்றன..."

அவனுடைய தடித்த கண்ணாடி வழியே கங்குபாயின் தலைக்கு மேல் பிரகாசமாக ஒளிரும் குமிழ் விளக்கையும், பிறகு அவளுடைய பளபளப்பான முகத்தையும் பார்த்தான். தன் தலையைக் குனிந்தபடி, "இல்லை, கங்குபாய், இல்லை" என்றான். அவன் துயரம் கொண்ட மனதுடன் வாடகைக் காரில் ஏறினான்.